NALRC "Let's Read"

African Language Series

"Let's Read" African Language Series
Antonia Folárìn Schleicher, Series General Editor

The development and the publication of the NALRC "Let's Read" African Language Series is made possible through a grant from the U.S. Department of Education and the National Security Education Program.

NALRC Publications Office
Antonia Folárìn Schleicher, Series General Editor
Adedoyin Adenuga, Assistant Editor
Andrew Gurstelle, Assistant Editor
Matther H. Brown, Production Editor
Brittany VandeBerg, Production Editor
Charles Schleicher, Copy Editor
Adedoyin Adenuga, Cover Designer

NALRC "Let's Read" African Language Series, Let's Read Swahili – Intermediate Level

Library of Congress Cataloging-in-Publication Data

Muaka, Leonard L. (Leonard Lisanza), 1968-
Tusome kiswahili / Leonard Muaka and Angaluki Muaka.
p. cm. -- (Let's read African language series)
Includes index.
ISBN 978-1-59703-010-6 (softcover : alk. paper)
1. Swahili language--Textbooks for foreign speakers--English. I. Muaka, Angaluki. II. Title. PL8702.M73 2006 496'.39282421--dc22
2006034568

Published and Distributed by:
National African Language Resource Center
4231 Humanities Building
455 N. Park St.
Madison, WI 53706
Phone: 608-265-7905
Email: nalrc@mailplus.wisc.edu
http://lang.nalrc.wisc.edu/nalrc

Let's Read African Language Series

The ***Let's Read an African Language*** series of textbooks includes intermediate level texts designed to accompany the elementary level ***Let's Speak an African Language*** series is the first series of communicatively oriented African language textbooks developed in the United States. The series is based on the model of *Je K'A So Yoruba* (Let's Speak Yoruba) written by Antonia Folarin Schleicher in 1993. The need for the series arose to fill the gap of providing African language learners with not only up to date materials, but also materials that will prepare them to truly communicate in their respective African languages.

Both series is based on the communicative approach to language learning in the sense that learners are provided with activities that will help them to perform functions that native speakers of these languages perform in their appropriate cultural contexts. The grammars and the vocabulary in the textbooks are those that will help the learners to perform appropriate functions. The monologues and the dialogues are authentic in the sense that they present real life situations. The activities in the texts are also tailored to assist learners in acquiring the necessary skills such as listening, speaking, reading, and writing. The Let's Read series, as an intermediate level series, addresses these content areas with greater complexity and sophistication than the elementary series – allowing students to understand, speak, read, and write the language with increased fluency and confidence.

Tusome Kiswahili is the first in this series to be modeled after ***Je K'A Ka Yoruba.*** If you are interested in using this model to develop materials for the language that you teach, please contact the staff of the National African Language Resource Center (NALRC). Manuscripts are subject to external review and need to follow the theoretical framework established for the series.

A series such as this depends on the vision, goodwill and labor of many. Special appreciation is extended to the National Security Education Program that provided the original grant that supported the author in developing this textbook. We are also indebted to the U.S. Department of Education's IEGPS (International and Education and Graduate Programs Service), the NALRC staff, the three anonymous reviewers, the NALRC Advisory Board, as well as various individuals who support the efforts of the NALRC in promoting African language pedagogy nationally and internationally. Without the support, advice, and assistance of all, the Let's Speak and Let's Read African Language Series would not have become a reality.

Antonia Folárìn Schleicher
Series General Editor

TUSOME KISWAHILI

Let's Read Swahili

A Multidimensional Approach to the Teaching and Learning of

Swahili

As a Foreign Language

By

Leonard Muaka and Angaluki Muaka

University of Wisconsin-Madison

Madison, Wisconsin

USA

DEDICATION

We dedicate this book to those who love Kiswahili, to our parents, family members and lastly but not least, to our father who though not with us in the present world, put our educational needs before anything else in his life.

TABLE OF CONTENTS

Instructor's Guide xv
To the Student xxii
Acknowledgements xxiv
Biography xxvi

Somo la Awali/Preliminary Lesson: Different forms of greetings ... 1
Mazungumzo ya kwanza 1
Sarufi: Present tense, past tense, future tense and, negation and object markers 3
Mazungumzo ya pili 8
Utamaduni 9
Mazungumzo ya tatu 10
Mazungumzo ya nne 11
Mazungumzo ya tano 11
Utamaduni 12
Shairi 14
Msamiati 14

Somo la Kwanza: Haiba na Sifa za Watu/People's Personalities and Their Characteristics 17
Monologia: Dada yangu Lily 17
Sarufi: Adjectives and the use of **'Nge'** and **'Ngali'** 19
Mazungumzo: Marafiki wawili wanazungumza kuhusu sifa za uongozi 25
Ufahamu: Laiti Salima angejua 28
Utamaduni: Dhana ya Urembo 30
Wimbo 31
Msamiati 31

Somo la Pili: Nyumba/Apartments and Houses 33
Monologia: Nyumba Yetu 33
Sarufi: The use of **'kila'**, **'amba'** and **'-o of reference'** 35
Baadhi ya msamiati wa nyumnba 39
Mazungumzo: Tabi anatafuta nyumba jijini Nairobi 42
Ufahamu: Mtaa wetu wa Mtopanga, Bamburi 44
Utamaduni: It is our house, not my house 46
Kitendawili 47
Msamiati 47

Somo la Tatu: Miji ya Afrika Mashariki/Cities in East Africa 51
Monologia: Jiji la Nairobi 51
Sarufi: The Locative **'-po, -ko, -mo'** 54
Mazungumzo ya Kwanza: Rukia anamtuma Bakari kulipa bili mjini 57
Ufahamu: Jiji la Kampala 59
Utamadauni: Jiji na Mji 60
Shairi 63
Utamaduni: East African cities as melting pots 63
Msamiati 63

Somo la Nne: Kununua na Kuuza/Buying and Selling Items 67
Monologia: Bila ndururu hununui cho chote 67
Sarufi: More on questioning and expressing **'there is'** 69
Mazungumzo ya Kwanza: Petero na Yohana 71
Mazungumzo ya Pili: Kununua bidhaa sokoni 73
Ufahamu: Hata mbwa huuzwa sokoni 75
Utamaduni: Bargaining as a norm 77
Methali 78
Msamiati 78

Somo la Tano: Elimu/Education 81
Monologia: Alijua Elimu ilikuwa jawabu kwake 81
Sarufi: Prepositional verbs 83
Mazungumzo: Aisha anapata ushauri kutoka kwa Bw. Matano 86
Ufahamu: Elimu ya jadi na ya kisasa 88
Utamaduni: Palipo na wazee hapaharibiki jambo 90
Shairi 90
Msamiati 90

Somo la Sita: Vyakula na Mapishi/
Talking About Foods and Cooking 93
Monologia: Sukuma wiki kipenzi changu 93
Sarufi: The imperative and the subjunctive moods 95
Mazungumzo ya Kwanza: 'Tule nini leo?' 97
Mazungumzo ya Pili: Lila na Fatuma wamekenda kula mkahawani 98
Ufahamu: Vyakula vinavyopikwa Afrika ya Mashariki 100
Kupika Pilau 102
Utamaduni: Love for chai among East Africans 106
Methali na kitanza ulimi 107
Msamiati 107

Somo la Saba: Magonjwa/Sickness or Illness 111
Monologia: Shingo yangu inauma sana 111
Sarufi: The passive form: 'Kauli ya kutendwa na kutendewa' 112
Mazungumzo ya Kwanza: Ninahisi maumivu 114
Mazungumzo ya Pili: Mama Juma anakwenda katika duka la dawa 115
Mazungumzo ya Tatu: Kumwona daktari katika kituo cha afya 117
Ufahamu: Malaria katika sehemu zetu 119
Utamaduni: Mwarubaini The Neem tree 124
Methali 125
Msamiati 125

Somo la Nane: Shughuli za Starehe/Leisure Time Activities 127
Monologia: Ninapenda sana kwenda ufukoni 127
Sarufi: The use of **'na'** and **-an** extension 128
Mazungumzo: Twende kutazama mechi ya leo 131
Ufahamu: Ngoma na Historia ya Taarab 133
Methali 135
Msamiati 135

Somo la Tisa: Usafirishaji na Kusafiri/
Transportation and Traveling 139
Monologia: Ni bora kutumia basi asubuhi 139
Sarufi: The habitual tense and the conditional **'ki'** 141
Mazungumzo: Chausiku na Halima wanazungumza kuhusu safari 144
Ufahamu: Usafiri wa matatu jijini Nairobi 145
Utamaduni: The matatu culture in Kenyan cities 149
Shairi 149
Msamiati 149

Somo la Kumi: Kuwalea Watoto/Raising Children 151
Monologia: Malezi yangu 151
Sarufi: The use of **-sh-** and **-z- extension** 153
Mazungumzo: Mama na Juma wanazungumza kuhusu shule 154
Ufahamu: Babu na nyanya walikuwa na jukumu kubwa 156
Baadhi ya majina ya nasaba 158
Utamaduni: The importance of grandparents 160
Methali 160
Msamiati 161

Somo la Kumi na Moja: Hali ya Hewa Afrika Mashariki/ Weather Seasons in East Africa 163
Monologia: Nayachukia majira ya mvua 163
Sarufi: The **'a'** of association 165
Mazungumzo: Sudi na Maimuna wanazungumza kuhusu utabiri wa hali ya hewa 167
Ufahamu: Misimu mbalimbali katika sehemu za Afrika ya Mashariki 168
Utamaduni: Utabiri wa hali ya hewa wa kienyeji 172
Methali 172
Msamiati 173

Somo la Kumi na Mbili: Kazi Mbalimbali/Different Professions 175
Monologia: Unahitaji moyo kuwa muuguzi 175
Sarufi: Abstract nouns and expressing other/another 177
Mazungumzo: Salima na Fuai wanazungumzia kazi mbalimbali 180
Kazi mbalimbali katika jamii yetu 182
Ufahamu: Wanawake wetu wapewe nafasi 186
Utamaduni: Kazi ni kazi 188
Shairi 189
Msamiati 189

Somo la Kumi na Tatu: Michezo Tunayoipenda/ The sports we like 191
Monologia: Mchezo wangu ni kandanda 192
Sarufi: The use of **-ni** suffix at the end of nouns and verbs 193
Mazungumzo: Mahojiano na Kocha wa timu ya taifa ya Kenya 195
Ufahamu: Michezo katika Afrika ya Mashariki 197
Utamaduni: Football, or soccer as we know it 200
Methali 200
Msamiati 200

Somo la Kumi na Nne: Siasa Afrika ya Mashariki/ Politics in East Africa 203
Monologia: Dzombo anazungumzia hali ilivyobadilika tangu kuzaliwa 203
Sarufi: Expressing Emphasis 205
Mazungumzo: Mazungumzo baina ya Mzee Kashishi na Mzee Hamisi 206
Ufahamu: Ahadi za viongozi wa kisiasa katika Afrika ya Mashariki 207
Utamaduni Note: 'Maana ya Uhuru' 209
Msamiati 210

Somo la Kumi na Tano: Vyombo vya Habari/News Media 211
Monologia: Umuhimu wa Habari 211
Sarufi: Another look at the relative clause construction and **'po'** 213
Mazungumzo: Gazeti 216
Ufahamu: Habari 217
Utamaduni: Trust 220
Msamiati 221

Somo la Kumi na Sita: Utangulizi wa fasihi ya Kiswahili/ An Introduction to Swahili Literature 223
Monologia: Aina za riwaya ya Kiswahili 223
Sarufi: Object markers, question tags, and compound nouns 225
Mazungumzo: Sulubu na Chiriku wanazungumzia Kitabu cha maktaba 227
Ufahamu: Fasihi ya Kiswahili 228
Msamiati 231

Appendix A: Swahili agreement chart 233
Appendix B: A summary of the **-pi** question word and its agreement 234
Appendix C: Some useful linguistic terms in Swahili 235
Appendix D: Demonstratives in Swahili 237
Appendix E: Glossary: Swahili-English and English-Swahili 239
Appendix F: Grammatical Index 289

INSTRUCTOR'S GUIDE

I. INTRODUCTION

Tusome Kiswahili is the second year series book, which assumes that a student enrolling in the course has had two semesters or three quarters of Swahili learning as a foreign language. It also assumes that during their elementary stages, the students have been exposed to the ***Tuseme Kiswahili*** textbook. Based on this understanding, the book comes with a rich reservoir of authentic texts that specifically deal with the East African setting and to some extent the Great Lakes region where Swahili is spoken. An attempt is also made to reach the Great Lakes region by way of reference, but the main focus is to use the standard form of Swahili, which is based on the Kiunguja dialect and taught in all schools where Swahili is spoken as a language of wider communication.

Tusome Kiswahili is designed to give the intermediate course a clear focus on the Swahili speaking world. The book offers the learner a theme based communicative oriented approach that involves students both emotionally and academically.

The book encompasses short monologues, dialogues, vocabulary and stimulating reading texts that revolve around the same theme. Together with the cultural notes included, all the components of the book help to reinforce the student's cultural understanding of the region where Swahili is spoken and the opportunity for the students to appreciate the culture of the Swahili speakers.

Goals of the Course

Tusome Kiswahili provides a wide range of authentic materials to guide and refine the student's learning and acquisition of the language. Exposure to different styles of spoken and written expressions helps the students to learn and actively apply them. The activities in ***Tusome Kiswahili*** guide individuals and groups in understanding of the text and its context to a creative application of the language in their own contexts, for their own purpose.

The instructor plays an important role, serving both as the primary authentic model of the language and as a guide to other authentic materials such as written and printed texts from a variety of sources, CD recordings or original conversations, materials for activities, visuals (photos, drawings and realia), native speakers .in the community, contemporary and popular music, video materials etc.

By the end of the course, students using ***Tusome Kiswahili*** are expected to have done the following.

1. Learned to read Swahili short stories, prose found in newspapers, letters, and magazines.
2. Become sensitive to some of the issues and problems of contemporary life in Swahili speaking regions.

3. Increased their active as well as their passive vocabulary.
4. Improved their ability to understand conversational Swahili.
5. Strengthened their knowledge of Swahili grammar and increased their ability to use standard, acceptable language in everyday situations.
6. Developed a deeper interest in the Swahili language and the culture of the Swahili speaking people.

Main Features

The principal focus of ***Tusome Kiswahili*** is to enable the student to have true communication and reading. In addition to all the features of ***Tuseme Kiswahili***, used at the Swahili elementary level, the following features are also unique to ***Tusome Kiswahili:***

1. An integrated, holistic, theme-based approach which promotes student acquisition of authentic language.
2. Wide range of topics and text types gives instructors flexibility in arranging their course syllabus.
3. Communicative activities engage students on many levels and use the texts as a point of departure for spoken and written language applications.
4. Activities are written largely in Swahili to give maximum exposure to the language.
5. Topics challenge the individual student and are sufficiently broad in scope to facilitate discussions and debates with other individuals and groups.
6. Illustrations include up-to-date photographs that serve as additional sources of authentic materials to be integrated into the learning process and improve visual literacy.

Organization and Content of Each Lesson

Tusome Kiswahili consists of a preliminary lesson and sixteen regular lessons. The organization of the lesson reflects its emphasis on the culture of the people who speak Swahili language. The preliminary lesson takes the student back to different kinds of greetings found among Swahili speakers and by so doing prepares the student for the regular lessons. The cultural notes which serve as emphasis and a window to a people's culture help to clarify things read. The remaining lessons in the book adopt the following format.

Objectives: Each lesson begins with a list of the lesson's thematic, functional, grammatical, and cultural goals. The theme of the lesson is presented in the objectives.

Monologues: The main aim of the section is to help students increase their ability to talk about themselves or about other people and events. The topics used include topics that deal with day to day activities among the Swahili people. A speaker of Swahili is presented talking about personal experiences or making a comment about someone else or expressing an opinion about the topic of the lesson. In the end this kind of presentation helps the student to understand how Swahili speakers relate their experiences to others.

The monologues and opening texts are followed by a variety of comprehension activities to enhance the understanding of the content and vocabulary. There are also activities which require students to express their own opinion on the topic under discussion.

Reading Selection: All the reading selections reinforce the theme of each lesson. The reading selections, referred to as **UFAHAMU**, include topical issues, as well as personal accounts of personal lives but slightly longer than the monologues that begin each lesson.

Sarufi: Each lesson contains a grammar section that reviews grammar topics that are usually expected to have been covered at the elementary level. The book endeavors to focus on a grammar element that appears to be prevalent in a given lesson. It is possible to have more than one element reappearing in a given lesson. For such cases the student will be better advised to see another lesson that might have the grammar topic explained.

Each grammar topic is followed by an exercise. These exercises are meant to help the students to use form to express meaning. There are also situations where students are expected to role play their own opinions , and what this does is to help the students attain the kind of language proficiency that is necessary if they are to use the language outside the classroom. The grammar notes are explained in a simple straightforward manner so that students with little or no background in linguistics can learn how to use a particular form without engaging the student into a lengthy discussion. With each exercise accompanied by a model, the students immediately get an idea of how a given form can be used in communication. Since the grammar forms explained in the grammar notes are used in the culturally based dialogues and monologues, the students get a chance to see the usefulness of these grammar forms in real life situations.

The Appendices: A few appendices have been added to the book to help the student find quick reference notes.

Appendix A: This provides a summary of the Swahili agreement chart including the noun classes.
Appendix B. A summary of the **pi** question word and its agreement is offered.
Appendix C: A list of some useful linguistic terminology in Swahili-English and English-Swahili formats.
Appendix D: Demonstratives in Swahili
Appendix E: The bilingual Swahili-English and English-Swahili vocabulary.
Appendix F: This has the grammatical index used in the book.

Recordings: The recordings that go with ***Tusome Kiswahili*** will be available in a CD format. The CD will contain all the monologues and the dialogues that appear in the book. Where a lesson incorporates a poem or a song, the CD will also have the words.

II. SUGGESTIONS FOR USING *TUSOME KISWAHILI*

Orientation

It is advisable that instructors go through the book first to see how the book is structured. On the first day of class it is advisable for the teacher to outline for the students the objectives of the course for them to have a clear idea of what their goals are and how they can achieve them using ***Tusome Kiswahili.*** Such an orientation to the students will give them a better understanding of what the book contains and how it can be used productively. It will be a good idea if instructors can encourage their students to look at the appendices and make reference to them whenever in doubt of a given form or word as used in a given lesson.

Four Skills Development

Tusome Kiswahili helps the students to develop the four skills of reading, speaking, listening, and writing. These skills reinforce one another in the combination of recordings and exercises provided in the test in different ways.

1. Students read selections for different purposes, such as gathering information, making generalizations, getting the general idea of something, and sequencing events.
2. Students participate in a number of oral activities, including running through drills, answering questions, role playing, and responding creatively in personalized exercises.
3. Students hear Swahili spoken regularly by their instructors and their fellow students through role play and group work and also by a variety of speakers who have been used to record the materials used on the CD.
4. From the large selection of exercises, the students write as many exercises as the instructor deems desirable. Some exercises can be done both orally and in writing. However, there are other exercises that are suited for either oral only or writing only.

Opening Pages

The first two pages of each lesson usually set the visual mood of the lesson.

Teaching Suggestions:

- Ask students what comes to their mind when they think of the topic. Bring in additional visuals.
- Write items on the board and sort them according to categories suggested by the students.
- Have students scan the chapters at home to discover interesting ideas and topics.

- Have students bring in diverse reading materials in Swahili as additional resource material throughout the lesson.
- At a convenient point in a particular lesson and where feasible, invite a native speaker to be interviewed by students about the topics covered.

Objectives

This section introduces the topic of the entire lesson. It presents the functions that students should be able to perform after going through the lesson. It also presents the grammatical information needed for that lesson. In addition, it lists the cultural notes available and if there is a song or a poem in the lesson, they will also be listed under objectives. This simply helps the student to have an overview of the lesson.

Monologue

This section presents a short text in the form of a monologue or narration. Based on the topic of the lesson, the short text briefly presents an aspect of the topic based on the native speaker's point of view or experience. On the other hand, the short text could be a narration of a particular event related to the theme of the lesson.

Teaching Suggestions: This text is usually short and therefore you can use it in several ways: (1) as a listening comprehension text, or (2) as a reading text. If you choose to use it as a listening comprehension text, you might find the following helpful:

- Ask students what they already know or think about the topic.
- During such a brainstorming session, let the students suggest all the words they can think of related to the topic and write them on the board.
- Write on the board the words that you think your students will need in order to fully listen to the text.
- Use pictures and realia as much as possible to give the students a clear picture of what is going on in the text.
- After they have listened to the conversation, read the text at an average speed to help the students catch what they did not get on the recording.
- Allow your students to ask you questions to make them feel comfortable with the conversation.
- Now is the time to give your students the task you want them to do. You should also give the students a chance to ask you questions about the task.
- Read the text again.
- Have them do the assignment orally or in writing.
- Check their understanding as they do the task before you grade them.

Reading Selection: If you want to use the monologues as a reading exercise, consider doing the following as with all the reading selections:

- Prepare your students for the reading by discussing the topic on the basis of what the students already know or think about it. Bring in additional visuals as the listening exercise.
- Provide a brief oral introduction to the text, giving a short summary, putting the key words and phrases on the board and sorting them according to the categories suggested by the students.
- Use pictures and realia (advertisements, short newspaper articles, anecdotes, songs, poems) that are similar to the selection at hand.
- Ask some general questions as a warm up for the reading selection and guide students into the text by activating their prior knowledge of the topic and vocabulary.
- Ask some pre-reading questions to focus student attention on the specific details of the text, providing them with a goal for the reading.
- Have them first skim or scan the text rather than trying to read each word. Encourage them to guess the meaning of unfamiliar words rather than look them up immediately.
- Have them read the second time so that they can perform the necessary task for the section.
- Since most of the reading selections increase in length, you can split the text into two so you can continue with it in the next class meeting.

You can have the students do the reading at home as well or have part of it done in class and the rest at home followed by detailed questions to ensure they understand the text. One way to check this is asking them to summarize the passage they have read.

Questions After The Selection: The activities here are designed to guide the students through comprehension of the text by asking them to identify the main points, notice parallels and contrasts both in situations and in vocabulary, find in the text the exact wording of ideas or statements, answer factual and interpretive questions, summarize expository prose sections or retell events.

Teaching Suggestions:

- Have students prepare these activities at home and be ready to discuss with full class or in small groups.
- Because of the variety of exercises offered, not every exercise needs to be done for each reading selection. Choose those activities most useful for a particular class or group of students. Another strategy is to give one version of an activity to some of the students and another version to the rest of the class provided they engage the students in a similar manner.

Role Playing

Role playing is a very productive technique to give everyone an opportunity to use Swahili in contextualized simulations of reality. These need to be prepared in small groups before they can be acted out in front of the whole group. This also keeps it fun without intimidating anyone. Because of learner differences, some of your students may want to map it out on paper first whereas others may want to try it out orally. Help them achieve this goal of using the spoken language as much as possible.

Mjadala

In sections where you find a discussion (mjadala) exercise it is meant to be a forum where students can engage in a lively debate expressing their views about a given topic.

Teaching Suggestions:

- Preparation at home: students should collect arguments for each of the views represented to help in the debate. The arguments for either side can be collected in two parallel columns under headings on the board or on overhead transparencies.
- Write each of the viewpoints on the board, side by side. Have students focus their attention on the board.
- Divide the class into two groups. Each group represents one of the viewpoints given, argues in favor and tries to convince the representatives of the other group. Before the debate begins, each group has 5-10 minutes to collect support for their argument. One student or the instructor monitors the talk show.

Lesson Vocabularies

Each lesson has a vocabulary list that draws relatively new words and forms based on the readings. In the left margins of each monologue, dialogue and the main reading text, there is some translation of Swahili words into English to help the flow of the student's reading. The student is encouraged to learn the new words by association and not by memorization. This is very useful because it is the only useful way that can enable the student to formulate new structures in real life situations using similar forms or words.

Sarufi

Students will be familiar with most of grammar topics that are introduced in each lesson. They should however review each grammar section as a way of refreshing their memory. Students should also pay attention to the examples given and the exercises that test them on how to use similar forms in real life situations requiring such language forms. Learn the forms to understand and use them but not only as a way of getting the exercise right.

TO THE STUDENT

Welcome to ***Tusome Kiswahili***, an interactive intermediate course designed for students who have completed two semesters of college level instruction or the equivalent. You will find this book very useful if you have used ***Tuseme Kiswahili***. This course consists of a textbook and a set of audio CDs.

Many of the materials you first encountered in your first course will still be applicable at this level and should therefore be looked at as a bridge to your full understanding of the Swahili culture and language. The primary aim of ***Tusome Kiswahili*** is to continue the development of reading, writing, speaking, and listening skills. You will read various types of texts, and in some cases songs and poems. A number of oral and written exercises will require you to read the texts closely and intensely, thus aiding you in vocabulary acquisition and encouraging you to express personal opinions and attitudes. The readings and exercises in the textbook are supplemented by the recordings on an audio CD that further develop and refine your skills of listening, speaking, and writing.

The second aim of the textbook has been to review basic grammar commonly covered in the beginning level courses, expand and redefine the basics, and offer you additional practice in speaking and writing everyday Swahili. As you will notice, the grammar explanations are presented in an outline form and many examples are given to reinforce your understanding of how to use the form under discussion.

Tusome Kiswahili offers a systematic presentation of vocabulary. Some of the items you have already encountered in your beginning course but they are presented here to make your reading a rewarding adventure into the Swahili land fun.

The readings and exercises require you at different points to cooperate with both your instructor and your fellow students. However, it is equally important that for a fuller understanding of the materials and improvement of your acquisition of the language, you bring in your own background and your own opinions because they are valuable ingredients in the whole process. You will also find it rewarding if you incorporate the structures introduced and the vocabulary presented in your speech and writings. The following is the summary of what you can expect in the book.

ORGANIZATION

The course consists of a preliminary lesson and sixteen regular lessons with each lesson consisting of the following elements.

Opening Pages

The first few pages of each lesson set the visual mood.

Objectives
This is a section which introduces you to the topics of the entire lesson.

Monologues
The aim of this section is to help you increase your ability to talk and express opinions about yourself, your experiences, about other people and different events that you encounter. The topics in this section deal with day to day activities as told by Swahili speakers. Each monologue is then followed by exercises that test your understanding of the text and give you a chance to express your own opinion on a similar topic in the monologue.

Dialogues
The dialogues in the textbook help you to learn how conversations take place among the Swahili people right from introductions to topical issues of the day. Just like the monologues, there are exercises that follow the dialogues to enhance your understanding.

Sarufi
This section reviews most of the grammar features that have already been covered in the beginning courses and introduces some new elements. The grammar notes are explained in English only for the sake of clarity and followed by exercises which in some cases may be presented in both English and Swahili. If you read the grammar points carefully and observe the example given in every question, you will have no problem even where English is not used in the instructions.

Appendices
There is a quick reference guide for you at the end of the book to help you understand the agreement chart in Swahili, some useful grammar terms, the alternate question word of **-ipi**, the expressing of *other/another* and a fairly extensive list of vocabulary in both English and Swahili as used in the textbook.

The CD
The CD contains all the dialogues, stories, and where applicable, poems and songs. You should make an effort to listen to the CD. Its presentation offers you the best way to learn how to pronounce the different sounds and words used and a feel of the beauty of the language both in regular speech and poetry.

ACKNOWLEDGEMENTS

The completion of this book has been made possible because of the help we received from many people. First and foremost we are deeply indebted to Antonia Yetunde Folarin-Schleicher, Director of the National African Language Resource Center (NARLC), at the University of Wisconsin, Madison, for her professional and friendly encouragement before and during the preparation of this project. During our stay at Madison in the summer of 2005, she was never sparing of her time and was extremely generous with her resources and insights into the pedagogy of African languages. We would like to thank her for believing in us and the value of our work even when there were pressures beyond our control. Her insights into the pedagogical implications of this book have been very tremendous. Along the same token we would like to thank Prof. Eyamba Bokamba of the University of Illinois, Urbana-Champaign for his fatherly and professional encouragement to take up the challenge.

Second, we are grateful for the constructive review comments we received from the four anonymous reviewers whose comments and suggestions not only encouraged us but also helped in the shaping of this book so it could not only be an accurate representation of the culture and the language of the Kiswahili speakers but also be appealing to a broader audience.

Third, without the great help from Adedoyin Adenuga, Sookyung Park Cho, and Andrew Gurstelle at the NALRC offices at the University of Wisconsin, Madison, it would have been very difficult to accomplish what we were able to, while there.

Fourth, special thanks go to our teaching colleagues at different institutions in the US whose experience in teaching Swahili language and their native intuitions came in handy when we sought their opinion. In particular, Josephine Yambi and Prof. Charles Bwenge offered their insightful comments at the initial stages of the project and were still willing to look at the manuscript in its final stages, Esther Mukewa, Grace Chiuri and Peter Muhati for their time and critical comments after reading the manuscript. Tage Biswalo and Margaret Njeru for their opinion on some lexical choices.

Fifth, we will forever be indebted to our students especially the Elementary and Intermediate students of Swahili at the University of Illinois, Urbana Champaign during the academic year 2005-2006, who voluntarily offered their opinion on the structure, content and the appropriateness of the texts and the pictures used in the book during the time when it was being tested. Though we cannot possibly mention all of them, every student contributed to the success of this project tremendously. However, we would in particular like to mention the following students for the extra time we spent with them: Kenitra Smith, Jessica Mwinzi Muthio, Melissa Swee, Kyle Hegger, Kimberly Brown, Waynerd Bernard Frederickson, Adebosola Olodeinde, Kelly Scott, Shianne

Hogan, Shannon Melson, Juliana Gehant, Sheretta Henderson, Dominique Warner, Dariel Williams, Tawon Parker, Rory Trotter, and Keisha Lloyd.

Sixth, there are so many people who offered their pictures to be used in the book. We sincerely thank them. To Erin Riepe for sharing with us great pictures from Kenya, Tanzania Mainland and Zanzibar Island. Patricia Kayange for the pictures in Mombasa. Brenda Oduol, Dr. Jacqueline Adhiambo, Sylvia Mutamba, and Rachael Muaka for the Nairobi pictures. Mac Donald brought the images of the rural areas of Kenya and we sincerely thank him.

Finally, during the many nights and days we worked on the project we denied our families both in Champaign, Illinois and Palo Alto, California of precious moments. We are deeply indebted to them for their patience, love and support.

Our greatest gratitude goes to our parents for caring for us as we grew up in Kenya, for the struggles they went through so we may be better people. We hope that this can serve as part of the rewards for their sacrifice.

BIOGRAPHY

Leonard Muaka is working on his Ph.D dissertation in Linguistics at the University of Illinois, Urbana-Champaign. He has an MA in Swahili Linguistics and Literature from the University of Nairobi, and an MA in Applied Linguistics from Ohio University Athens. He has taught Swahili Language and Literature at various universities including the University of Nairobi in Kenya, El Colegio de México in Mexico City as a visiting lecturer, and Ohio University, Athens. He currently teaches Swahili as a foreign language at the University of Illinois, Urbana-Champaign.

Angaluki Muaka is a lecturer for Kiswahili language in the Department of African American and African Studies, University of Minnesota, Twin Cities. He teaches beginning, intermediate and advanced levels of Kiswahili as a foreign language and plans to introduce Kiswahili for heritage learners. He joined the University of Minnesota in fall of 2006 from Stanford University, California, where he taught Kiswahili since 2000. Before Stanford University he taught Kiswahili at Indiana University, which he joined in 1999 after his graduate studies in Near Eastern Languages and Cultures at UCLA. He has also taught Arabic as a foreign language at the University of Nairobi, Kenya, and Kiswahili as a foreign language at the University of Khartoum's Institute of African and Asian Studies.

Angaluki's research interest is in the interfacing of literature and technology in foreign language instruction. He is a co-author of Teaching Reading, UNESCO, Educational Practices Series, 2003 (with a Kiswahili translation); and has published a Kiswahili novel, Ushuhuda wa Mwanachuo, Bookwise Publishers Ltd., Nairobi, Kenya, 1986.

Away from his academic work, Angaluki likes computing, jogging, traveling and community organizing.

Somo la Awali
Preliminary Lesson

Madhumuni/Objectives

Topic: Preliminary Lesson on Different forms of Greetings.
Function: Greeting different people depending on their age and relationship
Grammar: Present, past, and future tenses, object markers, and negation.
Reading: Several dialogues on greetings.
Cultural Notes: Umuhimu wa kuamkiana (The importance of greetings).

MAZUNGUMZO YA KWANZA

Mazungumzo baina ya watoto na mtu mzima *(Conversations between children and an old person).*

Ni wakati wa mapumziko ya katikati ya muhula kwa wanafunzi wanaosoma katika shule za bweni. Salima amekuja na rafiki yake nyumbani kwao mapumzikoni. Pia, rafiki yake anataka kufanya utafiti kuhusu ukuzaji wa matunda.

	Salima:	Shikamoo baba?
daughter	Baba Salima:	Marahaba **binti** yangu! Karibu nyumbani.
	Salima:	Asante sana baba. Tumetembea safari ndefu na tumechoka sana.

	Baba Salima:	Poleni sana.
	Saida:	Shikamoo Baba Salima!
	Baba Salima:	Marahaba mwanangu. Hujambo?
	Saida:	Sijambo Baba Salima. Nimefurahi kufahamiana nawe.
class *so that/ the growth of* *a farmer* *different/ I know* *I didn't err when I told him* *benefit*	Salima:	Baba, huyu ni Saida. Tunasoma **darasa** moja na amekuja **ili** ajifunze kuhusu **ukuzaji** wa matunda. Nilimwambia wewe ni **mkulima** wa aina **mbalimbali** za matunda. **Ninajua sikukosea nilipomwambia** ujuzi wako utam**faa** sana.
	Baba Salima:	Karibu kwetu. Wewe ulizaliwa wapi?
neighborhood *expert* *to grow/ farming* *some of* *important*	Saida:	Mimi ninatoka Mombasa, **mtaa** wa Tudor. Salima ameniambia kuwa wewe ni **mtaalam** wa **kukuza** matunda. Ninasomea **kilimo** kwa hivyo nimekuja ili niyaonje matunda yako na pia unieleze **baadhi** ya mambo **muhimu** kuhusu ukuzaji wa matunda.
livelihood *residents/ rural areas* *you must relax*	Baba Salima:	Vizuri sana. Mimi ninawapenda watoto wanaopenda kilimo. Kilimo Ndicho **uhai** wetu sisi **wakazi** wa **mashambani.** Pia, nchi yetu inategemea kilimo sana. Karibu sana lakini kabla ya kuanza kuzungumza kuhusu kilimo, ni **lazima utulie**. Hebu mwenzako akutafutie kitu cha kukupa nguvu. Baadaye, tutazungumza kwa kirefu kuhusu matunda.
generosity	Saida:	Asante sana na ninashukuru kwa **ukarimu** wako.
don't worry	Baba Salima:	**Usijali** mwanangu, starehe.

Zoezi la Kwanza: Maswali ya Ufahamu

1. Nyumbani kwa wazazi wa Salima ni mjini au mashambani?
2. Saida alizaliwa wapi?
3. Saida anasomea nini na kwa nini amekwenda na Salima nyumbani kwao?
4. Kwa nini Salima na Saida wamechoka sana?
5. Maana ya neno *'ukarimu'* ni nini? Tunga sentensi moja kwa Kiswahili ukitumia neno *'mkarimu'*

Fanya mazoezi ya maamkizi haya!

(i)	**Shikamoo baba!**	A greeting of respect
(ii)	**Marahaba mwanangu.**	A response by an elderly person or of a higher status
(iii)	**Hujambo kaka?**	How are you, Brother?
(iv)	**Sijambo dada?**	I am fine, Sister.
(v)	**Habari za watu nyumbani?**	What is the news of the people at home?
(vi)	**Salama tu. Na za kwenu je?**	Just peaceful. How about the news of where you have come from.
(vii)	**Njema.**	Good. (This is a response to a greeting).
(viii)	**Vipi dada?**	How are you sister? (Note: use this only with your friends and agemates.)
(ix)	**Salama. Na wewe je?**	Peaceful. And how about you?
(x)	**Poa.**	Cool. (This is a response to a greeting such as **vipi?**)

Zoezi la Pili: Speaking Task

Divide yourselves into groups of threes. Read the dialogue presented above with your friend again, paying attention to how the participants ask and answer questions. Take turns in carrying out the following tasks in Kiswahili:

a) Within your groups introduce yourselves in Swahili, clearly mentioning your names, stating where you were born and what you study.
b) Ask your friend(s) how long they have been studying Kiswahili and where?
c) What motivates them to study Swahili?
d) Ask your friend what they do whenever there is a short break in the semester.
e) Find out if they come from a rural area or a city? If the answer is 'yes', then ask:
f) Do they grow any crops at any scale? If the answer is 'yes', continue to (g).
g) Ask if they have ever seen fruits being grown and which ones?

SARUFI

An Overview of tenses and negation

1. Tenses

Swahili has five main tenses that are commonly used.

(i) The present tense.

If you want to express your idea in the present tense, use 'na' tense prefix. This prefix comes after the subject prefix or the noun class marker in a verb. For example,

Ni*na*upenda mji huu.	I like this city.
A*na*enda Afrika Ya Mashariki.	S/he is going to East Africa.

Fatuma a*na*sema yeye ni mzima.	Fatuma says she is fine.
Walimu wa*na*wasalimia wanafunzi.	The teachers are greeting the students.
Ninyi m*na*taka kwenda Chicago.	You (plural) want to go to Chicago.

If the sentence you want to construct is in the negative form a few changes will occur. Observe the changes in the following sentences that had been stated above.

***Si*pend*i* mji huu.**	I do not like this city.
***Ha*end*i* Afrika Ya Mashariki.**	S/he is not going to East Africa.
Fatuma anasema yeye *si* mzima.	Fatuma says she is not fine.
Walimu *ha*wawasalimi*i* wanafunzi.	The teachers are not greeting the students.
Ninyi *ha*mtak*i* kwenda Chicago.	You (plural) do not want to go to Chicago.

(ii) The past tense

If what you want to say occurred in the past, for example yesterday or last week, use *'li'* prefix in your sentence. This is clearly demonstrated in the following sentences:

Lily a*li*anza kutambaa mwezi wa sita.	Lily started crawling in June.
Lily a*li*anza kutembea jana.	Lily started walking yesterday.
Baba a*li*wasalimia wajukuu wake leo.	Dad greeted his grandchildren today.
Ni*li*rudi jana kutoka Afrika.	I returned yesterday from Africa.
Ni*li*tuma barua mwezi jana.	I sent a letter last month.

In the negative form the sentences given above will appear as follows:

Lily ha*ku*anza kutambaa mwezi wa sita.	Lily did not start crawling in June.
Lily ha*ku*anza kutembea jana.	Lily did not start walking yesterday.
Baba ha*ku*wasalimia wajukuu wake.	Dad did not greet his grandchildren.
Si*ku*rudi jana kutoka Afrika.	I did not return yesterday from Africa.
Si*ku*tuma barua mwezi jana.	I did not send a letter last month.

(iii) The future tense

The future tense is represented by *'ta'*. If you want to say an event will occur in the future use *'ta'* as used in the following examples:

Ni*ta*enda nyumbani kesho asubuhi.	I will go home tomorrow morning.
Fatuma na Ali wa*ta*enda msikitini Ijumaa.	Fatuma and Ali will go to the mosque on Friday.

Ninajua u*ta*wasalimia watu wote nyumbani.	I know you will greet everyone at home.
Mtoto a*ta*visoma vitabu vyake.	The child will read his/her books.

If you want to negate the sentences given above be sure to use the appropriate negation markers and tense markers as shown in the following examples:

Si*ta*enda nyumbani kesho asubuhi.	I will not go home tomorrow morning.
Fatuma na Ali hawa*ta*enda msikitini Ijumaa.	Fatuma and Ali will not go to the mosque on Friday.
Ninajua hu*ta*wasalimia watu wote nyumbani.	I know you will not greet everyone at home.
Mtoto ha*tav*isoma vitabu vyake.	The child will not read his/her books.

(iv) In regular negation though, you should remember that each person is represented differently. Use the following examples and the sketch to refresh your memory.

***Mimi Si*takuja shuleni.**	I will not come to school.
***Wewe hu*takuja shuleni.**	You will not come to school.
***Maria ha*takuja shuleni.**	Maria will not come to school.
***Sisi ha*tutakuja shuleni.**	We will not come to school.
***Wewe na Maria ha*mtakuja shuleni.**	You and Maria will not come to school.
***Wao ha*watakuja shuleni.**	They will not come to school.

Other examples:

Mimi *si*na shida.	I have no problem.
Yeye *ha*jui kusema Kiswahili.	S/he does not know how to speak Swahili.
Watoto *ha*wajambo.	Children have no problem.
***Si*kupenda safari ya leo.**	I did not like today's trip.

Si*kum*tambua nilipomuona mwanzo.	I did not recognize her/him when I saw her/him at first.

Si → Neg

ku → Past tense neg marker

m → Third person object marker or object pronoun

Note: Object pronouns or object markers(OM)[1] are marked on the verb and they are very important in Swahili. When you are talking about a person you should include an object marker on the verb. The OM that a verb takes depend on the noun class of that particular object. When expressing object marking for people, you will need to know if it is the first person, second person or third person. For example,

1. Maria ali**ni**salimia mimi. *Mary greeted me.* **ni** is the OM for 1st person singular.
2. Mimi nita**ku**piga wewe. *I will hit you.* **ku** is the OM for 2nd person singular.
3. Mimi nita**m**penda Maria. *I will love Mary.* **m** is the OM for 3rd person singular.
4. Mama ana**tu**penda sisi. *Mother loves us.* **tu** is the ibject marker of 1st person plural.
5. Mwalimu ana**wa**pendeni ninyi.*The teacher likes you.* **m** is the OM for 2nd person plural.
6. Juma ana**wa**penda watoto. *Juma likes children.* **wa** is the OM for 3rd person lural.

We now demonstrate the whole object marking paradigm in a table for all the noun classes.

Noun class		OM	Swahili sentence with OM	Translation
1.	**mtoto**	**m**	**Salima anampenda mtoto.**	Salima likes the child.
2.	**watoto**	**wa**	**Salima atawapenda watoto.**	Salima likes the children.
3.	**mti**	**m**	**Salima ataukata mti.**	Salima will cut the tree.
4.	**miti**	**i**	**Salima ataikata miti.**	Salima will cut the trees.
5.	**jina**	**li**	**Salima atalipenda jina.**	Salima will love the name.
6.	**majina**	**ya**	**Salima atayapenda majina.**	Salima will love the names.
7.	**kiti**	**ki**	**Salima atakichukua kiti.**	Salima will take the chair.
8.	**viti**	**vi**	**Salima atavichukua viti.**	Salima will take the chairs.
9.	**nyumba**	**i**	**Salima atainunua nyumba.**	Salima will buy the house.
10.	**nyumba**	**zi**	**Salima atazinunua nyumba.**	Salima will buy the houses.
11.	**ukurasa**	**u**	**Salima ataufungua ukurasa.**	Salima will turn the page.
10.	**kurasa**	**zi**	**Salima atazifungua kurasa.**	Salima will turn the pages.
14.	**ugonjwa**	**u**	**Salima atautibu ugonjwa.**	Salima will cure the disease.
15.	**kucheza**	**ku**	**Salima anakupenda kucheza.**	Salima will like your play.
16.	**hapa**	**pa**	**Salima anapapenda hapa.**	Salima likes here (specific).
17.	**huku**	**ku**	**Salima anakupenda huku.**	Salima likes this way (general).
18.	**chumbani**	**mu**	**Salima anamupenda humu chumbani.**	Salima likes this room (inside).

[1] More grammar notes on object markers are also available in lesson five and lesson sixteen.

Zoezi la Tatu: Mazoezi ya Kisarufi

Badilisha sentensi zifuatazo ziwe katika hali ya kukanusha *(Change the following sentences to be in the negative form)*

1. Nitakuja nyumbani kesho.
2. Watoto wanawasalimia wazazi wao kwa furaha.
3. Maria alimpenda sana babu yake.
4. Mimi nitafanya kazi Chicago au Houston.
5. Mama na Linda wamechoka sana kwa sababu ya jua kali.
6. Mwalimu aliniona jana katika ofisi yake.
7. **Tunapanga** (*we are planning*) kurudi Meksiko wakati wa likizo.
8. Tafadhali mpe mchumba wangu salamu zangu.
9. Ninataka kumuaga binamu yangu.
10. Nina habari nyingi za kukwambia.

Zoezi la Nne

Badilisha sentensi zifuatazo ziwe katika wakati ujao *(Change the following sentences to be in the future tense)***.**

1. Sikumwona mtu nyumbani.
2. Ninasubiri kusoma kitabu changu cha Kiswahili.
3. Mama anapanga safari ya Kenya.
4. Hatukutaka kuwasumbua watoto wako.
5. Nilipomsalimia rais wangu nilifurahi sana.
6. Rafiki yangu anawaaga ndugu zake kwanza.
7. Sijui kwa nini hatukipendi chakula chako.
8. Sikusoma Kiswahili nilipokuwa mtoto.
9. Nilitaka sana kuwaamkia kabla ya kurudi kwao.
10. Ulimwona dada yangu shuleni leo?

(iv) The perfect tense and the habitual tense in Swahili

Besides the present tense, the past tense and the future tense, Swahili also makes use of the perfect tense which helps express an action that has now been completed or achieved. Swahili also uses the habitual tense which expresses the idea of something that is done on a regular basis to a point where it becomes a habit.

Examples that are offered below should help you to understand how these tenses are utilzed in sentence situations.

Mama a*me*enda wapi leo?	Where has mom gone today?
Ni*me*rudi nyumbani.	I have come back home.
Watoto wa*me*kuwa hapa.	The children have been here.
Ninyi m*me*soma Kiswahili leo?	Have you (plural) read Swahili today?

If we negate the sentences that we have given above, the present perfect tense will change slightly as shown in the following examples:

Mama ha*ja*enda wapi leo?	*Where has mom not gone today?*
Si*ja*rudi nyumbani.	*I have not come back home.*
Watoto hawa*ja*kuwa hapa.	*The children have not been here.*
Ninyi ham*ja*soma Kiswahili leo?	*Have you (plural) not read Swahili today?*

MAZUNGUMZO YA PILI

Mazungumzo baina ya wanawake wawili

owners	Mama Safina:	Hodi hapa! Je **wenyewe** wako?
others	Mama Halima:	Karibu mwenzangu. Ni mimi tu. **Wengine** wameenda kuwatembelea marafiki zao.
	Mama Safina:	Oh, asante sana. Jamani nje kuna jua kali!
I have been resting *later*	Mama Halima:	Pole kwa jua. Ndiyo hali ya wakati huu wa mwaka. Mimi leo sijatoka nje. **Nimekuwa nikipumzika** tu. Leo hatuna kazi nyingi. Labda nitatoka **baadaye** jioni jua likitulia. Je, habari za watoto na baba yao?
is the one	Mama Safina:	Ni wazima, hawana neno. Safina **ndiye** anayetafuta kazi ya kufanya baada ya kumaliza masomo yake ya sekondari.
patience/luck	Mama Halima:	Maskini mwanangu! Na kazi zenyewe hazipatikani siku hizi. Mwambie awe na **subira.** Mambo ni polepole na **bahati** yake itakuja hivi karibuni. Ni bora apumzike kwanza baada ya masomo.
desire	Mama Safina:	Ni kweli mama Halima. Lakini watoto wa siku hizi hawana subira. Wanataka kupata wanachoki**tamani** mara moja.
how shall we prevent them	Mama Halima:	Ah! Jamani! Sijui hata **tutawazuia**je. Labda wenyewe watagundua hali zinavyobadilika.

Zoezi la Tano: Maswali ya Ufahamu

1. Kwa nini mama Halima hajatoka ndani ya nyumba siku yote?
2. Safina ni binti ya nani?
3. Kwa nini Mama Halima anasema, *'mwambie awe na subira?'*

Zoezi la Sita: Zoezi la kujadili darasani

Katika vikundi vya watu wawili wawili, jadilini maswala yafuatayo kwa ufupi *(Briefly discuss the following issues in pairs)*.

1. What are the advantages of working while you are a student?
2. If you had a choice, would you complete your college education first before looking for a job or would you rather work part time as you study for your college degree?
3. Tell your friends about the place you would like to live and work from.
4. Some people think that higher education guarantees a person a well paying job while others believe that a well paying job can only come from work experience. Share amongst yourselves your thoughts about such ideas.

MAELEZO YA UTAMADUNI

Gendered talk: Exclamations

In the Swahili speaking community, there are certain trends that one can observe among speakers based on gender. One major area where this can be observed is in exclamations. In a typical conversation, Swahili women speakers can be heard uttering phrases such as **Ah! Jamani, maskini mwanangu, maskini Paulina! Oyie.** These phrases are important as the discourse progresses and although they do not require a response, they do show that the interlocutor is listening to what the partner is saying.

As one can guess, they are uttered depending on what has been said. For example, if a speaker says that her daughter has been having sleeping problems lately, her interlocutor might interject by saying: **Oh! Maskini Jamila!** *Oh! Poor Jamila!* This kind of talk is rare among male speakers but very common among women especially those who are friends.

MAZUNGUMZO YA TATU

Mazungumzo baina ya vijana wawili wa makamo sawa: Salim na Lulu

	Salim:	Vipi Lulu?
	Lulu:	Salama, na wewe je? Unakwenda wapi?
Easter	Salim:	Mimi sina neno. Ninakwenda kwa Petero, Nimepata habari kwamba ana ujumbe wangu. Je, habari za **pasaka?**
just fine *aside*	Lulu:	**Sawa tu** hatuna neno, ni wakati mzuri wa kupumzika kidogo na kuweka vitabu **kando**.
to laze yourself	Salim:	Ah na wewe vipi, lazima uwe na jambo maalum la kufanya wakati huu. Huwezi **kujilaza** tu hivi. Siku ya pasaka hutokea mara moja tu katika mwaka.
lack of money *overwhelming me*	Lulu:	Ninaaelewa bwana lakini, **ukosefu wa pesa** na kazi za shule ni vitu ambavyo **vimenizidia** hata hakuna wakati wa kufurahia siku kama ya leo.
don't forget us	Salim:	Haya basi, ukifikiria kufanya kitu cha maana, **usitusahau** dada.
	Lulu:	Asante , tutaonana baadaye.
later	Salim:	**Baadaye.**

Zoezi la Saba: Maswali Kutokana na Mazungumzo Baina ya Lulu na Salim

1). Je, Salim anakwenda wapi?
2). Je, Salim na Lulu wanazungumza kuhusu sherehe gani?
3). Je, kutokana na mazungumzo haya unafikiri huu ni wakati gani wa mwaka?
4). Je, katika jamii yako mnaisherehekea sherehe hiyo uliyotaja? Ni nini ambacho

hufanywa?

5). Je, unafikiri Salim na Lulu wana umri wa miaka kama mingapi hivi? Kwa nini?

MAZUNGUMZO YA NNE ______________________________

Salamu baina ya watu wawili ambao wamekutana katika kituo cha basi.

	Mtu wa kwanza:	Habari gani?
	Mtu wa pili:	Nzuri tu. Labda wewe?
	Mtu wa kwanza:	Salama tu. Sijui kama umekuwa hapa kwa muda mrefu?
	Mtu wa pili:	Si muda mrefu sana. Ulikuwa unataka nini?
if *midday*	Mtu wa kwanza:	Nilikuwa ninataka kujua **iwapo** umeliona basi lile la saa sita **adhuhuri** la kwenda Malindi likipita?
therefore/around	Mtu wa pili:	Nafikiri bado halijapita. Kuna mama mmoja amekuwa hapa akasema alisikia watu wakisema kwamba basi la kutoka Nairobi limechelewa na **kwa hivyo** labda litakuwa hapa **karibu** saa saba kasorobo. Mimi pia ninalisubiri.
better *puncture*	Mtu wa kwanza:	Uh! **Afadhali**. Nilikuwa na wasiwasi mwingi eti limeshapita. Baiskeli yangu ilipata **panchari** nikachelewa kufika hapa.

MAZUNGUMZO YA TANO ______________________________

Salamu baina ya marafiki wawili

how are you?	Chovya:	**Vipi** mzee? U hali gani?
no problem	Bakari:	Safi Bwana. **Hakuna shida**
	Chovya:	Jamaa wanasemaje?
they are relaxed	Bakari:	Hawana neno. **Wametulia** wanasubiri mwaliko wako.
I'll surprise them	Chovya:	Ooh! Waambie wasiwe na wasiwasi. **Nitawashangaza** hivi karibuni tu. Ni hali ya kazi bwana. Imetuzidia sana huku kisiwani.
limit	Bakari:	Haya basi. Nitawaambia. Lakini elewa kuwa subira yao ina **upco**.
and you / promise	Chovya:	Naelewa mzee. Lakini **nawe** pia unanielewa. **Ahadi** yangu siivunji.
	Bakari:	Ndio hivyo basi. Sisi tutasubiri tu.
we are meeting	Chovya:	Haya, wacha niende zangu Mtopanga, kuna jamaa **tunakutana** nao pale saa nane. Lakini wape jamaa salamu zangu na uwakumbushe kwamba sijawasahau.
We are together	Bakari:	Sawa kabisa mzee. **Tuko pamoja.**

MAELEZO YA UTAMADUNI

The use of the word 'Mzee' in Swahili.

The literal meaning of the word 'mzee' is an elderly person. For example, somebody's father can be referred to as *'Mzee'*. Somebody who is the age mate of your parents can also be referred to as *'Mzee'*. Usually this word is used to address males only.

In regular speech and among people who know each other, the use of *'mzee'* is extended to make reference to a friend even if the addressee is a young person. In this context the word does not symbolize respect or age but simply as a way of addressing an acquaintance. However, when someone is in a position of authority, his subordinates may refer to him as *'mzee'* even if he is younger than they are. This is a sign of respect and many speakers accept this type of address.

One has however to be careful when using the term because if someone is influenced by other traditions other than the Swahili ones, he might take offence with you for portraying him as an old person when the image he wants to present is of a young person.

Zoezi la Nane: Kuzungumza

Nenda sehemu nyingine ya darasa uamkiane na mwanafunzi ambaye hujazungumza naye tangu darasa lianze! Wewe na mwanafunzi huyo, mfuate mfano wa Bakari na Chovya katika mazungumzo yao hapo juu.

Zoezi la Tisa: Kujadiliana Katika Vikundi vya Watu Wawili Wawili

Find a partner and share your experiences in Kiswahili on the topics outlined below.

1. Are there different ways that young people greet each other compared to the way adults greet each other? Give specific examples.
2. In your community, do you shake hands when greeting each other? Try to give as many reasons as you can for your answer.
3. Who initiates greetings between adults and the youths in your community?

MAELEZO YA UTAMADUNI

Greetings across the ages among Swahili speakers

Greetings are very important among Swahili people. It is a lack of respect and a sign of bad relationship if people do not greet each other when they meet. Greetings are what initiate a conversation and it is customary and expected that when people are greeting each other, they will shake their hands. Whereas this is the case, it is important to observe that among some communities of people in East Africa who speak Swahili, a son in law is not supposed to shake the hand of his mother in law. This is something that is observed in the rural areas.

As the Swahili society changes and as people with different language backgrounds use the language, different forms of greetings are observable across the board. There is a clear distinction between the greetings you will find between young people and the greetings that you will find between an elderly person and a young person.

Among young people and friends, the greetings are casual and you will hear greetings such as **vipi (mambo)?** *How are things?*, **Hali?** *What is your condition?*, **Sema!** *Say something, talk!* These are forms that are too casual and in the urban areas they are the ones that are mostly used by the youths.

There is a clear indication of respect when greetings are between an adult and a young person. A young person humbles himself before an adult and incorporates the title of that person. For example, if it is an uncle, many young people do not mention the name of the person but rather use the kinship term: **Hujambo mjomba? Habari gani shangazi?, Habari za leo mama, U hali gani mwalimu?** It is very rare to hear the type of greetings shared by the youths being extended to the adult scenario. Among the native speakers of Swahili, younger people use the **Shikamoo** greeting more. Even if they use the other forms of greetings they will also use the **shikamoo** greeting. The adult is obliged to respond by saying **Marahaba mwanangu, binti yangu,** etc.

Zoezi la Kumi

Je, ukikutana na watu wafuatao utawaamkia kwa njia gani?

(i) Rafiki yako wa umri sawa na wewe.
(ii) Babu au nyanya yako.
(iii) Walimu wako wawili wakiwa pamoja.
(iv) Mtu ambaye humfahamu katika kituo cha basi.
(v) Mtoto mdogo ambaye wewe umemzidi kwa miaka karibu kumi.
(vi) Dada ya mama yako ambaye mna umri sawa.
(vii) Mwanafunzi mwenzako darasani.
(viii) Mwakilishi wako bungeni.
(ix) Daktari wako.
(x) Mama na baba wakiwa pamoja.

SHAIRI	**Siku Njema**[2]
habit	Hii **desturi**, twaambizana
thought/ answer each other	Bila **tafakuri**, twajibizana
	'Siku njema, siku njema'
We are cheating ourselves	**Tunajidanganya**

MSAMIATI

Kiswahili	**Kiingereza**
baadaye	later
baadhi	some of, part of
bado	still, not yet
baina	between (conjunction)
binti	daughter,
chelewa	be late
dada	daughter, may also be used among friends and as an endearment term by an elderly person.
darasa	class, grade
faa	benefit (v)
gundua	discover
ili	so that
kaka	brother
karibu	close to, around, about~ **Nitakuona karibu saa moja** *I'll see you around 7*
kukuza	to grow
lazima	must
limeshapita	it has passed
makamo	age, position
marahaba	a response to a greeting by an elderly person
mkulima	a farmer
mtaa	street, avenue, neighborhood
muhimu	important
mwenzako	colleague, comrade, fellow
ninashukuru	I am grateful
onana	see each other
panchari	puncture
pasaka	Easter
pita	pass

[2] An extract from Mohamed, Said A. (1980) *Sikate Tamaa.*

pumziko	break, rest (n)
shambani	rural setting
shangaza	surprise (v)
Sherehe	function, celebration,
sherehekea	celebrate
shikamoo	a form of greeting by a young person to a grown up
subira	patience
subiri	wait (v)
tamani	desire, admire
uhai	life
ujumbe	message
ukame	drought, dryness
ukarimu	generosity
ukulima	farming
ukuzaji	growing (n)
upeo	limit
wakazi	residents (mkazi sing)
wasiwasi	worries (n)
zidia	overwhelm
zuia	prevent

Watu hawa wana sifa mbalimbali. Unaweza kutambua baadhi na kuzieleza?

Somo la Kwanza
Lesson One

Madhumuni/Objectives

Topic: Haiba na sifa za watu /People's personalities and their characteristics.
Function: Talking about different personalities, their likes and dislikes.
Grammar: Adjectives and the use of **ngali** and **nge** tenses in Swahili.
Reading: Dada yangu Lily and Laiti Salima angejua.
Cultural Notes: Dhana ya Urembo (The concept of beauty).

Salome na dada yake Lily

MONOLOGIA

Dada yangu Lily

Jina langu ni Salome na nina umri wa miaka ishirini. Ingawa nilizaliwa nchini Kenya, kwa sasa ninaishi mjini Pretoria nchini Afrika ya Kusini. Niko hapa Afrika ya Kusini **kwa sababu** ya masomo yangu ya **shahada** ya pili katika taaluma ya Elimu ya Jamii.

because
degree

Katika familia yangu kuna watoto watano.Nina dada mmoja, jina lake Lily na anasomea **udaktari** katika chuo Kikuu cha Nairobi. Pia, nina kaka watatu ambao majina yao ni Dafala, Daudi na Tim. Wote watatu wanafanya kazi jijini Nairobi, Kenya.

medicine

my sister/ we grew up in pasture

those who needed

Leo ningependa kuwaelezea kwa kifupi kuhusu dada yangu Lily. Mimi na **dadangu tulikulia** sehemu za mashambani na tulipenda sana kufanya kazi pamoja. Wakati ndugu zetu walikuwa **malishoni,** mimi na Lily tulishughulikia kazi za nyumbani. Kwa sababu hii, tunazoeana sana. Mama yetu mzazi alitaka tuwe na moyo wa kusaidiana. Pia, alitaka tupendane kama ndugu na kuwafaa **wale waliohitaji** msaada wetu.

childhood
help

Dada yangu Lily ndiye rafiki yangu mkubwa katika familia yangu. Tangu **utoto** wetu tumekaa pamoja na tunapendana sana. Lily ndiye msiri wangu na mshauri wangu mkubwa ninapohitaji **msaada** wo wote.

size
about
brown complexion
soft
cool or good
jovial/ humble/ generous
difficult / to enumerate

Ukimwona Lily utaelewa ni kwa nini ninampa sifa hizi zote. Kwa kimo, yeye ni msichana mfupi kiasi, mwenye futi tano nukta mbili na **kimo** wastani **takriban** pauni mia na thelathini. Rangi ya ngozi yake ni ya **maji ya kunde** na sauti yake ni **nyororo** na husema kwa sauti ya chini tu. Lily ana sura nzuri na anapovalia vipuli na bangili pamoja na kuzisuka nywele zake nyeusi telezi, wavulana wengi wanaomtamani hubabaika wakakosa la kumwambia. Mbali na umbo lake **safi**, Lily ni mtu mwenye roho safi, **mcheshi**, **mnyenyekevu**, **mkarimu** na anayependa watu. Kwa kweli ni **vigumu** sana **kuziorodhesha** sifa zake zote .

although
married life/ general
one of
I have no doubt

Ingawa Lily karibu atamaliza masomo yake ya shahada ya pili, hana haraka ya kuanza **maisha ya ndoa**. Ana marafiki wa **kijumla** tu na yeye husema ndoa itakuja baada ya yeye kutekeleza vitu alivyopanga maishani. Ndoa ni **mojawapo ya** vitu hivyo lakini ni ya mwisho na **sina shaka** kwamba atavipata vyote avitakavyo.

Note: Notice how you can express something being done in a reciprocal manner between two people. Usually **-an-** is inserted before the final vowel in a verb. For example, **Maria na Musa wanapend*an*a sana** ~ *Maria and Amina love each other so much.*

Zoezi la Kwanza: Maswali ya Ufahamu

1. Je, Salome yuko wapi na anafanya nini huko?
2. Katika familia ya Salome, kuna watoto wangapi?
3. Dadake Salome anaitwa nani na anasomea nini?
4. Eleza kwa ufupi umbo la Lily?
5. Lily amepanga kufunga ndoa yake wakati gani?

Zoezi la Pili: Kutoa Maelezo

Sasa ni wakati wako wa kutuelezea sifa za mtu unayempenda na kumfahamu vyema. Fikiria juu ya mtu katika familia yako na umwelezee mwenzako juu ya sifa zake zote. Kumbuka kutaja mambo yafuatayo:

(i) Uhusiano wako na yeye
(ii) Umri wake
(iii) Sifa zake za umbo
(iv) Tabia zake
(v) Anachofanya sasa
(vi) Mipango yake ya sasa na ya baadaye

SARUFI

Adjectives in Swahili

1. Swahili like many other Bantu languages makes use of Bantu adjectives and borrowed adjectives. Adjectives are used to modify nouns just like in the English phrase *a* ***smart*** *boy*. The adjective *smart* modifies the noun *a boy*. Bantu adjectives are presented in their root forms and require the appropriate noun prefixes or noun class prefixes to make the sentences grammatical. In some cases, the root of Swahili adjectives and adverbs can be similar. The major distinction between the two is the prefix which must agree with the noun in the former and the prefix **vi** for adverbs.

Noun (Nomino) *Numbers represent noun classes*	***Adjective (Kivumishi)***
1. Mtoto *child*	**m-rembo** *beautiful*
2. Watoto *children*	**wa-dogo** *small*
3. Mji *city*	**m-chafu** *dirty*
4. Miji *cities*	**mi-dogo** *small*
5. Jina *name*	**-refu** *long*
6. Majina *names*	**ma-zuri** *good*
7. Kitabu *book*	**ki-gumu** *difficult*
8. Vitabu *books*	**vy-eusi** *black*

9. **-Nguo** *dress/cloth*	**n-defu** *long*
10. **-Nguo** *clothes*	**n-defu** *long*
11. **Ukuta** *wall*	**m-chafu** *dirty*
12. **Kuta** *walls*	**-chafu** *dirty*
13. **Ugonjwa** *sickness*	**m-baya** *bad*
14. **Kusoma** *reading*	**ku-zuri** *good*
15. **Mahali hapa** *this place (specific location)*	**pa-chafu** *dirty*
16. **Mahali huku** *this place (general location)*	**ku-chafu** *dirty*
17. **Mahali humu** *this place (inside location)*	**m-zuri** *dirty*

Other examples of adjectives include, **mtoto mjanja** *a sly child*, **mwanafunzi mjerui** *a naughty student*, **mtu mzalendo** *a patriotic person.*

2. Another way of modifying nouns is by the use of **a** *of association* and a possessive pronoun **-enye** which agrees in number with the noun being modified. For example, you could say:

Mtoto *wa* maringo or **mtoto *mwenye* maringo**
child of pride *child with pride*

The interpretation of the two sentences can be roughly translated into English as *a proud child.*

Their plural counterparts are as follows:

Watoto wa maringo	*children of pride*
Watoto wenye maringo	*children with pride*

3. **Using the conditional tense, NGE**

NGE is a hypothetical as well as a conditional tense that shows there is still the possibility of a given action or activity occurring even though this occurrence is dependent on something else. This is different from another hypothetical tense, **NGALI** which refers to the past and does not offer the speaker a chance for the activtity to be realized. One helpful way to look at these two forms of condiditional tenses is that both are wishful thoughts which people have. However, between the two, **NGE** gives you the opportunity to realize your wish or dream. On the other hand, **NGALI** does not give you a chance of realizing your wish. It is only wishful and it cannot occur. Let us exemplify the use of **NGE** and **NGALI** with some examples in Swahili:

NGE sentences		English version
(i)	**Ni*nge*kuwa na pesa nyingi ningeenda Meksiko.**	*If I were to have a lot of money, I would go to Mexico.*
(ii)	**Ni*nge*mwona Salima ningemwambia ninampenda.**	*If I were to see Salima, I would tell her I love her.*
(iii)	**Baba a*nge*nituma mjini ningemnunulia rafiki yangu zawadi.**	*If dad were to send me to town, I would buy my friend a gift.*
(iv)	**Ungenipenda ni*nge*furahi sana maishani**	*Were you to love me, I would be very happy in life.*

NGALI sentences		English version
(i)	**Ni*ngali*kuwa hapa jana, ningalimwona mwalimu.**	*Had I been here yesterday, I would have seen the teacher.*
(ii)	**Tunaglimwita Amina, angalitupenda.**	*Had we called Amina she would have loved us.*
(iii)	**Kenya ingalikuwa karibu, wanafunzi wangalienda kuuona mji wa Mombasa.**	*Had Kenya been near, the students would have gone to see the city of Mombasa.*
(iv)	**Ningalisoma Kihispanyola, ningalienda nchi ya Meksiko.**	*Had I learned Spanish, I would have gone to Mexico.*

4. **How do we negate sentences with NGE or NGALI?**
To negate these types of sentences you simply insert the negative marker **-si** after the subject prefix and before the **NGE** or **NGALI** markers. For example:

(i)	**Nisi*nge*kuwa na pesa nyingi nisingeenda Meksiko.**	*If I were not to have a lot of money, I would not go to Mexico.*
(ii)	**Nisi*nge*mwona Salima nisingemwambia ninampenda.**	*If I were not to see Salima, I would not tell her I love her.*
(iii)	**Baba asi*nge*nituma mjini nisingemnunulia rafiki yangu zawadi.**	*If dad were not to send me to town, I would not buy my friend a gift.*
(iv)	**Usingenipenda ni*nge*furahi sana maishani.**	*Were you not to love me, I would be very happy in life.*

Notice that in (iv) it is possible to negate only one part of the sentence. This is possible in all other sentences.

The Negation of NGALI sentences	*English version*
(i) Ni*si*ngalikuwa hapa jana, ni*si*ngalimwona mwalimu.	*Had I not been here yesterday, I would not have seen the teacher.*
(ii) Tu*si*ngalimwita Amina, a*si*ngalitupenda.	*Had we not called Amina she would not have loved us.*
(iii) Kenya i*si*ngalikuwa karibu, wanafunzi *ha*wangalienda kuuona mji wa Mombasa.	*Had Kenya not been near, the students would not have gone to see the city of Mombasa.*
(iv) Ni*si*ngalisoma Kihispanyola, ni*si*ngalienda nchi ya Meksiko.	*Had I not learned Spanish, I would not have gone to Mexico.*

Zoezi la Tatu: Maswali ya Kisarufi

Tumia vivumishi *(adjectives)* **mwafaka kwa nomino zifuatazo**
Mfano: Kitabu changu ni ________________ (slim).
Jawabu: *Kitabu changu ni chembamba.*

1. Kalamu ya rafiki yangu ni ________________ (black).
2. Rafiki yangu ni ________________ (tall).
3. Kompyuta yetu ni __________ (small).
4. Saida ni msichana ______________ (beautiful).
5. Mimi si ___________ (rude).
6. Yohana si kijana________________ (sly).
7. Salome anapenda watu ______________ (generous).
8. Watu wengi ni ______________ (patriotic).
9. Ninataka rafiki ________________ (patient).
10. Gari la Maria ni la ______________ (blue).

Zoezi la Nne: Matumizi ya Vielezi *(Adverbs)*

Tumia vielezi mwafaka kukamilisha *(complete)* **kila sentensi.**
Kwa mfano: Mtoto wangu anatembea ----- (fast).
Jawabu: Mtoto wangu anatembea haraka *My child walks fast.*

1. Dada yangu anapika chakula ______________ (well).
2. Sisi hutembea ______________________ (quickly).
3. Mwalimu, tafadhali sema ______________ (slowly).

4. Rafiki yangu alitaka watoto wacheze kwa ____________ (carefully).
5. Rais wetu hafanyi mambo ________________ (carelessly).
6. Sido alimtaka Stefano asali kwa ________________ (humbly).
7. Rafa huendesha gari lake ____________ (fast).
8. Ali alimfanyia mwenzake ____________ (bad).
9. Lily hufanya kazi zake ________________(step by step).
10. Juma alipita hapa ________________ (hurriedly)

Zoezi la Tano: Matumizi ya NGE na NGALI

Kuna vitu vingi ambavyo ungependa kufanya lakini hujavifanya kwa sababu moja au nyingine. Katika sentensi zifuatazo una kitu ambacho ungetaka kufanya na sababu inayokufanya usikifanye. Ziunganishe sentensi hizi kwa kutumia **NGE** ipasavyo, ili kukamilisha **hoja**(*ideas*) zako.

Kwa mfano:
Kuzungumza na Salome. Kwenda Afrika ya Kusini.
Hamisi angezungumza na Salome angeenda Afrika ya Kusini.
Were Hamisi to speak to Salome, he would go to South Africa.

1. Kununua chakula katika hoteli ya Hilton. Kuwa na pesa.
2. Kwenda Uholanzi. Kuwa na rafiki mwaminifu.
3. Maliza masomo ya Chuo Kikuu. Faulu mitihani yote.
4. Kupigia mchumba wangu simu. Kuwa na simu ya mkono.
5. Kuzungumza na Fatuma. Kupata nambari ya simu yake.
6. Kwenda sokoni. Kaka kurudi nyumbani mapema.
7. Kuwa na uwezo. Weka dania na maziwa kwa mboga zangu.

Zoezi la Sita: Sifa za watu mbalimbali
Watu hawa waliotajwa ni watu maarufu katika mambo tofauti tofauti. Chagua wawili wao na ueleze kwa kifupi sifa zao unazozijua.

1. Tony Blair
2. George Bush
3. Osama Bin Laden
4. Beyonce Knowles
5. Halle Berry
6. Arnold Schwarzenegger
7. Larry King
8. Martin Luther King
9. Hillary Clinton
10. Michael Jackson
11. Oprah Winfrey
12. Al Gore
13. Kobe Bryant
14. Nelson Mandela
15. Will Smith

Living History
Hillary Rodham Clinton

MAZUNGUMZO

Hawa ni wanasiasa na wanatoa hotuba za kisiasa kwa watu

Marafiki wawili wanazungumza kuhusu sifa za uongozi

	Hamisi:	Hebu niambie ungetaka kiongozi wa siasa wa aina gani?
gender *characteristics*	Pili:	Una maana gani? Unazungumzia swala la **jinsia** au **sifa** za kiongozi mzuri?
what I mean	Hamisi:	Unajua **ninachomaanisha**. Ninazungumzia sifa za kiongozi kwa sababu sijali ikiwa kiongozi ni mwanamke au mwanamume.
to make for them	Pili:	Ooh. Unajua mimi ninapenda watu ambao ni waaminifu. Kiongozi mzuri ni yule ambaye akisema jambo tunaweza kumwamini. Pia ningependa kuona mtu ambaye atawakumbuka watu wanaoishi sehemu za mashambani kwa **kuwatengenezea**[3] barabara na mahitaji mengine ya kimsingi.
corrupt	Hamisi:	Baadhi ya viongozi wetu ni watu wazuri siku za mwanzo tu lakini baada ya muda mfupi wanakuwa madikteta **wafisadi**. Watu kama hawa unataka tuwafanyie nini?
	Pili:	Kwa bahati mbaya viongozi wetu wengi huwa hivyo.

[3] This is an example of a prepositional verb. Its derivation and properties are explained in lesson five.

percentage		**Asilimia** kubwa ya viongozi wa sasa ni wafisadi na
		hata ikiwa wao wenyewe si wafisadi washiriki wao ni
		wafisadi na walimbikizaji mali wakubwa. Ni watu
	Hamisi:	waongo, walaghai na walafi.
	Pili:	Lakini tunaweza kuwabadilisha kwa njia gani? Unajua
		watu kama hao kuwabadili ni kazi ngumu sana. Ni
		lazima kwanza tuwe waangalifu wakati wa kupiga kura.
we dig out/ shortcoming		**Tuchimbue** historia zao na iwapo wana **kasoro** yo
we deny them/ those		yote, **tuwanyime** nafasi ya kuwa viongozi. **Wale**
		ambao wanabadilika kama kinyonga wanapochaguliwa
we evict them	Hamisi:	ni lazima **tuwatimue**.
I'll depend on		Vizuri sana. **Nitawategemea** watu kama wewe kuleta
		mabadiliko. Na je, unafikiri wewe mwenyewe unaweza
	Pili:	kuwa kiongozi mzuri?
a good critic		La! Mimi ninaweza tu kuwa **mhakiki mzuri** wa jamii
I propose		yangu na viongozi wetu. Nitahakiki na **nipendekeze**
		mambo ya kufanywa lakini niwaachie viongozi wetu
implementers	Hamisi:	kuwa **watekelezaji**. Asante sana.

Zoezi la Saba: Maswali ya Ufahamu

1. Hamisi na Pili wanazungumza kuhusu nini?
2. Je, Hamisi anajali iwapo kiongozi ni mwanamke au mwanamume?
3. Kulingana na Pili, kiongozi mzuri ni yule ambaye_____________.
4. Pili anasema kuwa asilimia kubwa ya viongozi wetu ni watu wa aina gani?
5. Kutokana na mazungumzo haya, ni njia gani ambazo zinaweza kutumiwa kuwabadili viongozi?
6. Je, Pili anaweza kuwa kiongozi mzuri? Kwa nini?

Zoezi la Nane: Kufahamu na Kujenga Msamiati Wako

Kwa maneno yafuatayo, jaribu kueleza maana yake kwa kutumia Kiswahili tu. Tunga sentensi yako kwa kila neno.

Kwa mfano:
Neno: Dikteta
Jawabu: Maana ya neno hili ni mtu au kiongozi ambaye hafuati demokrasia. Mfano wa sentensi ni: **Kiongozi ambaye ni dikteta atailetea nchi yetu shida** *(a leader who is a dictator will bring problems to our country)*.

1. Asilimia
2. Kulimbikiza
3. Taka (verb)
4. Kumbuka

5.	Kiongozi	9.	Chimbua
6.	Ufisadi	10.	Chagua
7.	Mtu mlaghai	11.	Mtu mwaminifu
8.	Kupiga kura	12.	Tegemea

Zoezi la Tisa

Katika zoezi hili kuna vijana wawili ambao <u>hawakubaliani</u> (*do not agree with each other*) **kamwe kwa cho chote. Mmoja akisema anapenda kitu fulani yule mwingine anasema hakipendi. Nafasi ya kwanza inachezwa na Rafa na ya pili inachezwa na Kikosa. Chukua nafasi ya Kikosa katika kukanusha kila kitu anachosema Rafa. Kwa Mfano:**

Rafa: ***Rais mzuri anapenda vita.***
Kikosa: Rais mzuri hapendi vita.

1. Mimi ninapenda wasichana wembamba.
Kikosa: Mimi ____________________

2. Wasichana wa siku hizi wanakula mboga nyingi.
Kikosa:____________________

3. Mama Tabi anataka kwenda Ulaya.
Kikosa: ____________________

4. Tulisahau kumsaidia mwalimu kazi.
Kikosa: ____________________

5. Saida anamfaa mchumba wake.
Kikosa: ____________________

6. Nitampenda mtoto wangu wakati wote.
Kikosa: ____________________

7. Marafiki zangu ni watu wakarimu.
Kikosa: ____________________

8. Nitaukumbuka uzuri wa mji wetu.
Kikosa: ____________________

9. Juma ana roho safi.
Kikosa: ____________________

10. Watu wa Kenya ni warefu sana.
Kikosa: ____________________

Mtoto msichana

UFAHAMU

Laiti Salima angejua

Faculty or school
I aim/ to graduate

Jina langu ni Mkilifi. Nina umri wa miaka ishirini na mitano na ninasoma katika chuo kikuu cha Dar-es-Salaam, **kitivo** cha Sheria. **Ninakusudia** kuwa hakimu wa mahakama baada ya **kuhitimu** katika masomo yangu ya uanasheria mwakani.

cooperating with each other

Nina marafiki wengi sana lakini Salima ni rafiki yangu mkubwa. Tangu tulipokuwa watoto wadogo katika shule ya msingi ya Kilimani mjini Arusha familia yake na yangu zilikuwa **zikishirikiana** kwa kiasi kikubwa. Tumekuwa marafiki wakubwa kuanzia kwa wazazi hadi kwa watoto wadogo. Sasa ninafikiri ninamwelewa Salima vizuri zaidi.

need/ socialize
if
s/he will appear
she gets angry
by choice
seperation

Salima ni mtu mwenye roho safi ambaye anapenda kuwasaidia watu wengine wenye **uhitaji**. Ni mcheshi na anapenda **kujumuika** na watu. Hata **ukiwa** mgeni nyumbani kwake bado utajihisi uko nyumbani na yeye **ataonekana** kama mtu mnayefahamiana. Ni vigumu kumkosea Salima **akakasirika** na ni vigumu yeye kukukosea **kwa hiari**. Yeye hujaribu kuepuka hali za kuleta **utengano** baina ya watu. Pia, yeye hujaribu sana kuwaleta pamoja

they don't cope/ to cope
responsibility

watu ambao **hawaelewani**[4] au **kupatana**. Mimi na marafiki zangu wengine tunampenda sana kwa sababu dunia ya sasa inawahitaji watu kama Salima. Ni vigumu kumfurahisha kila mtu lakini **wajibu** wa mwanadamu ni kuishi kwa uhusiano mwema na wenzake.

I would feel
I have not finished
marriage proposal
proposal
to reach them

Urafiki wangu na Salima ni kitu ambacho ninakiheshimu sana. Kwa kweli sikujua kama **ningehisi** hivi kuhusu Salima. Nilidhani urafiki wangu naye utakuwa wa kawaida tu, lakini kila miaka inaposonga mbele na watu tofauti tofauti wanatokea, ninaanza kuwa na mawazo tofauti. Salima angejua ninavyofikiria, labda mambo yangekuwa rahisi sana kwangu. Kwa hivyo, ingawa **sijamaliza** elimu yangu ninataka kumpendekezea Salima awe mchumba wangu. Baada ya hapo nitataka wazazi wangu wanitumie **posa** kwa wazazi wake Salima. Nataraji na kutumai kwamba atakuwa mke mzuri mwenye mapenzi kwa familia yake na watoto wake. Sijui ikiwa atalikubali **pendekezo** langu lakini lazima nimwambie ili nijue maoni yake. Kwangu mimi sifa zake, urembo wake, tabia zake, na haiba yake ni vitu ambavyo ninafikiri ni wasichana wachache tu, wanaoweza **kuvififikia.**

to graduate

Mwisho wa mwaka huu nitakwenda likizo kijijini wanakokaa wazazi wangu kuwajulisha juu ya mipango yangu na kutaka ushauri wao pia. Mambo yakienda kama ninavyopanga ningetaka kufunga harusi na Salima baada ya **kuhitimu** kwangu mwakani.

Bwana na Bi Arusi wanakaribishwa ukumbini kwa nyimbo na ngoma.

[4] This is the negative form of the reciprocal form of the verb. The negation of the verb follows the general rules of negation in all tenses with the **-an-** suffix being the only morpheme representing reciprocity, added to the verb. A detailed grammatical note on the reciprocal is given in lesson eight.

Zoezi la Kumi: Maswali ya Ufahamu

1. Mkilifi anafanya nini wakati huu?
2. Ni sifa gani ambazo mwandishi anampa Salima?
3. Mkilifi alimjua Salima lini?
4. Kwa nini Mkilifi anataka kumposa Salima?
5. Wazazi wa Mkilifi wanakaa wapi?
6. Mkilifi anapanga kuwaona wazazi wake wakati gani na kwa nini?
7. Mambo yakienda kama anavyopanga, Mkilifi atataka kufanya harusi na Salima lini?

MAELEZO YA UTAMADUNI

Dhana ya urembo *The concept of beauty*

One of the things that are difficult to generalize is beauty. The concept of beauty is viewed differently in different cultures. Among many traditional Swahili speakers as far as the Democratic Republic of Congo in the Great Lakes region of Africa, the concept of beauty is not so much how a woman looks, but rather her mannerism and her heart. This idea is carried on and passed on through the medium of music. For instance, Samba Mapangala a Swahili singer from Congo notes that the goodness of a woman is not her beauty but rather her behavior. Many African societies appreciate people with a kind heart, and a welcoming woman who is viewed as one who will make her home a happy place to live in.

When it comes to her physical looks, many traditional Swahili speakers do not necessarily consider a slim woman beautiful as is observable in many Western cultures. In fact for many people, whether men or women, a person who will be given a clean bill of health is the one who is not slim. A slim person is suspected to be sick or poor. In Swahili land therefore a traditional woman will not take an offence with you if you commented that she looks healthy because of her body size. Most people worry all the time if they are told they are thin. However, influence from other cultures is making some people look at their body sizes differently especially in urban areas.

Zoezi la Kumi na Moja: Zoezi la Kuandika

a. Kutokana na maelezo ya utamaduni kuhusu urembo hapo juu, ni tofauti gani zilizopo baina ya jamii ya Waswahili na jamii yako?
b. Andika aya moja juu ya mtu unayefikiri ni mrembo katika jamii yako. Eleza ni kwa nini yeye amepata sifa katika jamii yako.
c. Fikiria juu ya mtu mashuhuri katika jamii yako na ueleze ni mambo gani ameyafanya ambayo unafikiri hayakuonyesha mfano mzuri kwa watu wanaomfahamu. Je, angeweza **kuyaepuka** (*could he have avoided them*)?

d. Je, ni mambo gani unafikiri watu mashuhuri katika jamii zetu wanapaswa kufanya ili waigwe?
e. Kwa maoni yako urembo wa mtu ni nini?

Mwanamuziki Samba Mapangala

WIMBO : Marina

Nimetuma wakusalimie barua pia nimetuma, usome.
Nikiwa nikitembea mara kwa mara hukumbuka mapenzi yetu vipi Marina.
Mapenzi sio kitu kipya duniani, kilianza na Adamu na Hawaa.
Marina nimesafiri, huku umebakia, chunga mapenzi yetu, kwa simu tutaongea.
Mapenzi ya simu sitaweza.
Kama hunipendi uniambie,mimi bado ni mrembo sitangoja.
Nikipenda naolewa ah miye.
Mapenzi hayachagui kabila, siku hizi mzungu mchaina huoana,
[M]Japanisi Mwafrika vile vile, miye Marina.
Uzuri wa mwanamke sio sura, ni tabia ooh

SWALI: In the extract given above, identify the line that specifically talks about beauty and behavior.

MSAMIATI

Kiswahili	English
angalifu	careful (adj)
asilimia	percentage
bado	still, not yet
dhani	think, assume
dikteta	dictator
elewa	understand
epuka	avoid, escape
fikia	reach, for example a goal or a destination
fisadi	corrupt (adj)
haiba	beauty, personality
hakiki	critique (verb)
heshimu	respect (verb)
hisi	feel
iga	imitate, emulate e.g., emulate someone's behavior
jua	know, sun
jumuika	mingle, assemble
kasoro	less, deficiency

kosea	wrong someone, do something wrong
kupatana	to patch up, to reach an agreement with someone
kura	votes, e.g., **piga kura** *vote*
laghai	liar, cheat
limbikiza	enrich oneself, pile up
likizo	vacation, holiday
mahitaji	needs
malishoni	pasture
moyo	heart
mwafaka	appropriate
mwakani	in the coming year, in the year
pendekeza	propose
pendekezo	a proposal
posa	marriage proposal
roho	soul
shahada	degree, diploma
sifa	characteristic
songa	move from one point to another
sura	face, complexion
tabia	mannerst
taraji	expect
timua	remove, uproot, fire someone
uhitaji(singular)	need (noun)
uhusiano	relationship
urembo	beauty
ushauri	advise
walaghai	liars, hypocrites
utengano	disunity

Nyumba nchini Tanzania

Somo la Pili
Lesson Two

Madhumuni/Objectives

Topic: Nyumba/Apartments and houses.
Function: Description of one's apartment or house and Neighborhood.
Grammar: The use of **kila**, **amba** and **-o** of reference.
Reading: Nyumba Yetu and Mtaa Wetu wa Mtopanga, Bamburi.
Cultural Notes: It is 'our house' not 'my house' and 'place names'.

Nyumba katika mtaa, jijini Nairobi

MONOLOGIA

Nyumba yetu

Baba yangu anafanya kazi katika chuo Kikuu cha Nairobi. Kwa muda wa miaka mingi, tuliishi katika nyumba za chuo na za **kukodi**. Hatimaye baba aliamua ingekuwa **bora** zaidi **tuwe na** nyumba yetu wenyewe ili **tusihangaike** kila mwisho wa mwezi kulipa kodi.

to rent
better/for us to have
not to be troubled

Nyumba yetu mpya iko katika mtaa wa Kahawa Sukari, karibu kilomita kumi na tatu kutoka katikati mwa jiji la Nairobi. Ni mahali pazuri sana na ingawa hapakuwa na watu wengi **mwanzoni**, sasa

in the beginning

tiles
wood
shines

watu wengi wameanza kujenga nyumba nzuri na kubwa na karibu patajaa watu. Ni viwanja vichache sana ambavyo havijajengwa nyumba. Nyumba yetu ni ya ghorofa moja na paa lake ni la **vigae**. Dari lake ni jeupe na sakafu yake haina zulia lakini ina **mbao**. Mbao hizi **humeremeta** kutokana na rangi ya sakafu ambayo sisi hupaka kila baada ya wiki mbili.

saved things
corridor
have been hanged

Ninaipenda sana ramani ya nyumba yetu. Kuna sebule moja kubwa ambayo ina mahali pa kuweka runinga na mahali padogo pa kulia chakula. Kuna vyumba vinne vya kulala, bafu moja la jumla na bafu linalotumiwa na wazazi wetu tu katika chumba chao cha kulala. Jikoni mmewekwa kabati nyingi ukutani, friji na jiko la gesi. Pia, kuna ghala dogo la kuweka **vitu vya akiba**. Mimi nina chumba changu ambacho kina kitanda kimoja na meza ndogo ambapo nimeweka runinga yangu ndogo. Dada zangu Salma na Pili wana chumba chao ambacho kina vitanda viwili. Kuna vyumba viwili zaidi, kimoja ni maktaba ndogo ya baba na kingine ni chumba cha kulala cha wageni. Katika **ususu** kuna kabati kadhaa na picha za familia ambazo **zimetundikwa** ukutani.

a lot of time

Kwa upande wa nje, kuna ua mzuri wa maua ya kayaba ambao unalizunguka boma letu. Nyuma ya nyumba yetu kuna tenki la akiba la maji na bustani ndogo ya mboga na miti miwili ya matunda ya zambarau. Mbele ya nyumba kuna ukumbi ambako tumeweka sofa ya kupumzikia na kusoma gazeti. Ubavuni mwa nyumba yetu kuna banda la gari ambako baba huegesha gari. Kwa kweli nyumba yetu inavutia sana na mara nyingi mimi hutaka niwe na **muda mwingi** wa kukaa chini tu nitulie nikiufurahia uzuri wake.

Zoezi la Kwanza: Maswali ya Ufahamu.

Jibu Maswali yafuatayo kutokana na monologia uliyoisoma

1. Mwandishi anasema waliishi wapi na wapi kabla ya kuwa na nyumba yao mpya?
2. Nyumba ya mwandishi iko wapi na ina vyumba vingapi?
3. Eleza jinsi dari na paa za nyumba ya mwandishi zilivyo.
4. Je, kuna watu wengi katika mtaa anakoishi mwandishi wa monologia hii?
5. Kwa nini kuna sofa katika ukumbi wa nyumba ya mwandishi?

Zoezi la Pili
Lifanyeni zoezi hili katika vikundi vya wanafunzi wawili wawili au watatu watatu

(a) Kila mmoja wenu aeleze namna kila chumba kilichotajwa hapa chini kilivyo katika nyumba yake.

(i) chumba cha kulala
(ii) jiko
(iii) sebule
(iv) bafu
(v) choo/msala

(b) Baada ya kila mtu kupata nafasi ya kuelezea vyumba vilivyotajwa hapo juu, kila mtu aandike aya mbili kwa kila chumba kilichotajwa hapo juu.

SARUFI

(i) The use of each and every and the relative clauses

(1) The use of each and every

(i) When you want to modify nouns by *each* or *every*, Swahili has a single word for doing that. You would want to use **kila** before the noun you are modifying.
For example,

***Kila* chumba kina kitanda.**	***Every/each*** *room has a bed.*
***Kila* mtu ana nyumba mbili.**	***Every*** *person has two houses.*
***Kila* mmoja wenu ni lazima aje.**	***Each*** *one of you has to come.*

(ii) On the other hand, Swahili does not create a distinction between *both* and *all* as is the case in English.

Sisi *sote/wote* ni wanafunzi.	*All of us are students.*
Sisi *sote/wote* tunapenda chai.	*We both like tea.*
***Wote* wawili ni wakenya.**	*The two of them are Kenyans.*
***Wote* wanatoka Kenya.**	*Both/all of them come from Kenya.*
***Zote* ni nyumba nzuri.**	*Both/all of them are good houses.*

Note: Although it is possible to use either sote or wote to refer to first person plural **sisi**, you cannot use **sote** when you are referring to the second person plural **ninyi**. Thus,

(i) **Sisi sote/wote tunapenda kusoma.**	*We all/both like to read.*
(ii) ***Ninyi sote mnapenda kusoma.**	*You all like to read.*

(2) The relative clause construction

Swahili has three ways of forming relative clauses. In English you can say, 'the house which I bought is beautiful'. To formulate the same sentence in Swahili you could either say:

Nyumba *ambayo* nilinunua ni nzuri or **Nyumba nili*yo*inunua ni nzuri.**

The amba- construction

The sentences that use **amba** to formulate a relative clause use **it** independently but attaches to it (**amba**) the suffix that refers to the mentioned noun. For example, in the sentence given above **-yo** is attached to **amba-** and it agrees with **nyumba** which is a noun from noun class 9.

Let us take a look at several examples that use **amba-** in their relativization. The examples that we provide here follow the numbering of the class noun class system.

1. **Msichana *ambaye* hulala hapa ameenda.**	*The girl* **who** *sleeps here has gone.*
2. **Wasicahna *ambao* hulala hapa wameenda.**	*The girls who sleep here are gone.*
3. **Nina mti *ambao* ninaupenda.**	*I have the tree which I like.*
4. **Tuna miti *ambayo* tunaipenda.**	*We have the trees which we like.*
5. **Jina *ambalo* ninatunia ni zuri.**	*The name which I am using is good.*
6. **Majina *ambayo* tunatumia ni mazuri.**	*The names which we are using are good.*
7. **Kitanda *ambacho* ninatumia ni kikubwa.**	*The bed which I use is big.*
8. **Vitanda *ambavyo* tunatumia ni vikubwa.**	*The beds which we use are big.*
9. **Juma atanunua nyumba *ambayo* niliiona.**	*Juma will buy the house which I saw.*
10. **Juma hauzi nyumba *ambazo* tuliziona.**	*Juma is not selling the houses which we saw.*
11. **Nitaka uzi *ambao* ni mfupi.**	*I want the thread which is short.*
12. * *	Not available in Swahili
13. * *	Not available in Swahili.
14. **Sijui ugoinjwa *ambao* hauna tiba.**	*I don't know a disease which does not have a cure.*
15. **Kuimba *ambako* sipendi ni huku.**	*The singinging which I don't like is this one.*
16. **Mahali *ambapo* ataenda ni kanisa.**	*The place which s/he will go is the church.*
17. **Sitanda mahali *ambako* kuna wezi.**	*I will not go to a place where there are thieves.*
18. **Mahali *ambamo* sipendi ni dukani.**	*The place which I don't like is in the store.*

(ii) The -o construction

Another way of constructiong a relative clause requires the attaching of **-o** to the verb. You can attach this **-o** immediately after the tense marker or at the end of the verb. The **-o** of reference as it is sometimes known, matches with the noun class marker of the noun being relativized. This matching is achieved by combining the appropriate consonant and the vowel *o*. However, when making reference to nouns in noun class 1, you have to use the vowel *e*. Observe the following sentences to understand how this works:

1. **Ninakipenda kitabu nili*cho*kisoma jana.**	*I like the book* **that** *I read yesterday.*
2. **Maria aliiona nyumba nili*yo*inunua.**	*Maria saw the house* **which** *I bought.*
3. **Msichana ana*ye*lala hapa ameenda.**	*The girl* **who** *sleeps here has gone.*
4. **Niliviona vyumba anavyovitaka.**	*I saw the rooms* **that** *s/he wants.*
5. **Kitanda anachokinunua ni kikubwa.**	*The bed* **which** *I am buying is big.*

(iii) Another method of constructing a relative clause in Swahili is the suffixing of the **-o of reference** at the end of the verb but without the use of **amba-.** For example,

1. Kitabu nikisoma*cho* ni cha Kiswahili.	*The book* **which** *I am reading is Swahili.*
2. **Mtoto Salima ampenda*ye* ni Caroline.**	*The child* **that** *salima loves is Caroline.*
3. Mji niuchukia*o* ni huu.	*The city* **which** *I hate is this one.*
4. Kazi niifanya*yo* imekwisha.	*The job* **that** *I do is finished.*
5. Maswali utuulizayo ni magumu sana.	*The questions* **which** *you ask us are very hard.*

What is important for you to observe is that if you choose to use one of the two relative markers in a given sentence then you cannot use the other one. In both cases, you are also reminded that the prefix you attach to **-o** will depend on the noun class of the thing that you are relativizing or referring back to. The following demostrtative pronoun chart can be very helpful in formulating the correct prefix or suffix you will attach on a relativized verb that makes use of **-o of reference**.

Noun Class	**'That'**	**Example of 'that' in sentence**	**Sample sentence of the relative marker.**	**Translation**
1	hu**yo**	*Nilimuona hu***yo.**	*Nimuona***ye** *ni mtoto.*	*The one I am seeing is a child.*
2	wa**o**	*Niliwaona ha***o.**	*Tuwaona***o** *ni wazee.*	*The ones we are seeing are old people.*
3	hu**o**	*Nitaununua hu***o.**	*Mti niununua***o** *ni huu.*	*The tree I buy is this one.*

4	hi**yo**	*Nitainunua hi**yo**.*	*Miti niinunuayo ipo.*	*The trees I buy are there.*
5	hi**lo**	*Analipenda hi**lo**.*	*Jina alipenda**lo** ni Tania.*	*The name he likes is Tania.*
6	ha**yo**	*Anayapenda ha**yo**.*	*Juma hajui ayapenda**yo**.*	*Juma doesn't know the ones he likes.*
7	hi**cho**	*Sikitaki hi**cho**.*	*Nikipenda**cho** ni kidogo.*	*The one that I like is small.*
8	hi**vyo**	*Sivitaki hi**vyo**.*	*Tuvitaka**vyo** ni hivi.*	*The ones that we like are these.*
9	hi**yo**	*Sitaifua hi**yo**.*	*Nguo niifua**yo** haipo.*	*The dress that I wash isn't there.*
10	hi**zo**	*Sitazifua hi**zo**.*	*Nguo nifua**zo** ziko hapa.*	*The clothes that I wash are here.*
11	hu**o**	*Anakata hu**o**.*	*Uzi niutaka**o** umekwisha.*	*The thread that I want is finished.*
12	**	*	*	*Not available in Swahili.*
13	**	*	*	*Not available in Swahili.*
14	hu**o**	*Hatuutaki hu**o**.*	*Ugonjwa auugua**o** utamuua.*	*The illness that he suffers from will kill him.*
15	hu**ko**	*Sikupendi hu**ko**.*	*Kupika nikupenda**ko** ni kwa kimeksikani.*	*The cooking that I like is Mexican.*
16	ha**po**	*Sipapendi ha**po**.*	*Mahali nienda**po** ni pazuri.*	*The place that I am going to is good(specific).*
17	hu**ko**	*Siendi hu**ko**.*	*Mahali nienda**ko** ni kuzuri.*	*(general) the place that I am going to is good.*
18	hu**mo**	*Sitarudi hu**mo**.*	*Mahali nirudi**mo** ni msafi.*	*(inside)the place that I am going back to is clean.*

Note: Except for noun class I , all the other markers pattern very well. Noun class 1is simply an exceptional case to the patterning rule between the **-o of reference** prefix and the suffix on the demonstrative pronoun.

Zoezi la Tatu: Maswali ya Kisarufi

In the following exercise identify the error in each sentence and rewrite it in its correct form. Pay particular attention to the use of *each* **(kila)**, *all, both* **(-ote)** and **amba** or **-o** of reference.

For example,
Chumba amba*yo* ninataka ni hiki. → *Chumba amba<u>cho</u> ninataka ni hiki* (**amba-** sentences).
Nyumba alichoinunua ameikataa. → *Nyumba aliyoinunua ameikataa* (**-o** of reference).

Sisi vyote ni watoto wa mama mmoja. → *Sisi sote/wote ni watoto wa mama mmoja* (both/all).

1. Juma ana anwani ya nyumba ambalo tunatafuta.
2. Salma na Pili wote wanakaa katika vyumba kimoja.
3. Sakafu ambalo ninapenda ni la zulia.
4. Ninataka watu zote waende katika sebule.
5. Sisi vyote hatupendi vyumba vidogo.
6. Baba na mama sote wana chumba kikubwa cha kulala.
7. Lily ana kitanda ambalo kina blanketi.
8. Nyumba yetu ina vyumba kimoja.
9. Bafu ninacholipenda ni la maji moto.
10. Nyumba ninachoitaka ni ya ghorofa mbili na vyumba vinne.

BAADHI YA MSAMIATI WA NYUMBA

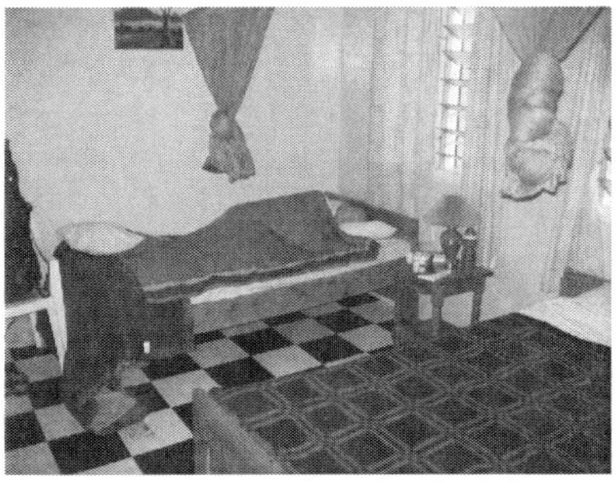

Chumba cha kulala

Jikoni

Bafu na choo

Sofa katika sebule

Here are some of the common words and phrases you might need to describe an apartment or a house.

bafu	bathroom
bopa	sink
choo (msala)	toilet
chumba cha maakuli	dining room
chumba cha wageni	guest room
dari	ceiling
friji	refrigerator
ghala	store/storage room
ghorofa ya kwanza	first story/floor
jiko	stove, also kitchen
jikoni	in the kitchen
kabati	cupboard
kioo	mirror
maktaba	library
beseni la bafu	tub
nyumba ya chini	one-story house
nyumba ya ghorofa	story-house
roshani	balcony
sakafu ya kwanza	first floor
sakafu	floor
stoo	store/storage room
ua	backyard, fence, enclosure
uani	in the backyard of a house, in the enclosure
ususu	corridor
ukumbi	veranda

Zoezi la Nne: Kuzungumza Katika Vikundi

Katika vikundi vya watu wawili wawili ulizaneni maswali yatakayowaruhusu kuzungumza kuhusu kinachofanywa katika vyumba vifuatavyo. Tumieni mfano mliopewa hapa chini.

Kwa Mfano:
Ni nini hufanywa katika chumba cha maakuli?
Jawabu:
Katika chumba cha maakuli **watu hula chakula.**

1. Ni nini hufanywa jikoni?
2. Ni nini hufanywa katika friji?
3. Ni nini hufanywa katika sebule?

4. Ni nini hufanywa katika banda la gari?
5. Ni nini hufanywa katika bafu?
6. Ni nini hufanywa katika choo/msala?
7. Ni nini hufanywa katika bustani?
8. Ni nini hufanywa katika maktaba?
9. Ni nini watu hufanya katika bopa la jikoni?
10. Ni nini watu hufanya katika ghala?

Zoezi la Tano: Vitu Katika Nyumba

Katika zoezi lifuatalo ulizaneni maswali kwa zamu kuhusu vitu ambavyo mnaweza kuvipata katika sehemu zifuatazo za nyumba.

Kwa Mfano:
Swali: Je, ni vitu gani unaweza kupata katika friji?
Jawabu: Katika friji unaweza kupata vyakula kama vile maziwa, nyama, maji ya matunda na mayai.

1. Je, ni vitu gani unaweza kupata katika sebule?
2. Je, ni vitu gani unaweza kupata katika chumba cha wageni?
3. Je, ni vitu gani unaweza kupata katika chumba cha maakuli?
4. Je, ni vitu gani unaweza kupata jikoni?
5. Je, ni vitu gani unaweza kupata katika dari ya nyumba?
6. Je, ni vitu gani unaweza kupata katika bafu?
7. Je, ni vitu gani unaweza kupata katika choo?
8. Je, ni vitu gani unaweza kupata katika maktaba?
9. Je, ni vitu gani unaweza kupata katika ukumbi?
10. Je, ni vitu gani unaweza kupata katika ua?

(Baada ya simu kujibiwa 'Hello', Tabi anaanza mazungumzo kwa simu).

Fatuma akizungumza kwa simu

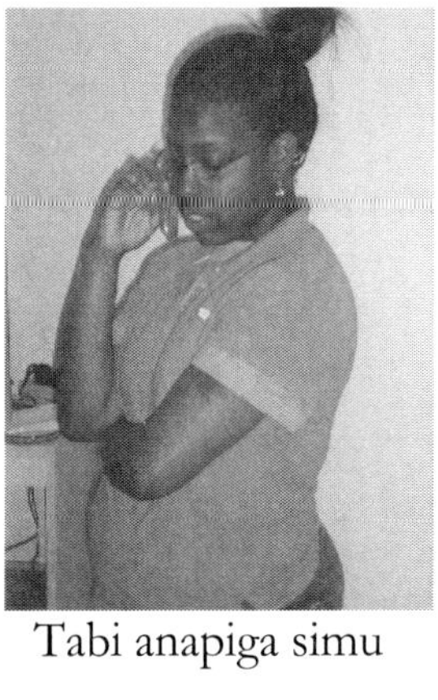
Tabi anapiga simu

MAZUNGUMZO

Tabi anatafuta nyumba jijini Nairobi.

	Tabi:	Hujambo?
	Wakala wa nyumba:	Sijambo.
that/ to rent out	Tabi:	Nimesoma gazeti la leo la *Taifa Leo* na nimeona **kwamba** mna nyumba za **kukodisha**?
exactly or precisely	Wakala wa nyumba:	Ndiyo. Lakini tuna nyumba nyingi sana, ni ipi unayoitaka **hasa**?
	Tabi:	Nina haja na ile ambayo iko mtaa wa Kilimani. Je, bado ipo?
	Wakala wa nyumba:	Ndiyo, bado ipo.
about	Tabi:	Hebu nieleze kwa kifupi **kuhusu** nyumba hiyo.
has surrounded it *furniture*	Wakala wa nyumba:	Naam. Ni nyumba ya vyumba vitatu na sehemu ya mfanya kazi. Ni nyumba ya ghorofa na ina vyoo viwili, kimoja chini na kingine sakafu ya juu. Ina ua wa mawe ambao **umeizunguka**. Sakafu yake ni ya mbao isipokuwa bafuni na jikoni ambamo kuna saruji. Haina **fanicha**.
rent	Tabi:	Ooh! Vizuri sana. Lakini hujataja **kodi** yake kwa mwezi na ikiwa mnahitaji malipo ya awali.
if you will like it *anything*	Wakala wa nyumba:	Naam. Mwenye nyumba anataka elfu thelathini kila mwezi. **Ikiwa utaipenda** itakubidi ulipe malipo ya awali ya miezi mitatu. Uzuri wake ni kwamba mwezi unaofuata hutalipa **cho chote**.
	Tabi:	Aai! Lakini hizo ni pesa nyingi sana kulipa wakati mmoja. Sijui hata ikiwa nyumba yenyewe inafaa elfu thelathini kwa mwezi.
not agreed with *appointment*	Wakala wa nyumba:	Kwa uzuri, nyumba hii ni nzuri na iko katika sehemu nzuri sana ya mji. Hii ni sehemu tulivu na salama. Kuna mtu alikuwa anaitaka sana lakini **hajakubaliana** na mke wake kuhusu idadi ya vyumba. Ukitaka tunaweza kuweka **miadi** uione leo kabla ya kufanya uamuzi.
	Tabi:	Sawa basi. Ni wakati gani mzuri?
any *if s/he comes* *you've already seen it*	Wakala wa nyumba:	Wakati **wo wote** sisi tupo isipokuwa wakati wa chakula cha mchana kati ya saa saba na saa nane alasiri. Itakuwa vizuri ukichagua leo asubuhi ili mtu mwingine **akija** uwe wewe **umeshaiona** na kufanya uamuzi wako.

let me come	Tabi:	Basi **hebu nije** sasa hivi na ikiwa nitaipenda ningependa tujadili kuhusu pesa hizo za awali.
	Wakala wa nyumba:	Unafanya kazi wapi?
	Tabi:	Mimi ninafanya kazi na shirika la East African Industries.
if you come *director*	Wakala wa nyumba:	Naam. **Ukija** na ukaipenda nitazungumza na mwenye nyumba na **mkurugenzi** wangu halafu tutajadili.
and about quarter	Tabi:	Basi nitafika hapo katika muda wa saa moja. Itakuwa kama saa nne **na robo hivi.**
I'm waiting for you	Wakala wa nyumba:	Basi **ninakusubiri**. Ukija ulizia Fatuma.
	Tabi:	Asante Fatuma.

Zoezi la Sita: Maswali ya Ufahamu

1. Nyumba ambayo Tabi anaitaka iko mtaa upi?
2. Eleza kwa ufupi sifa za nyumba hii?
3. Iwapo Tabi atakubali kupanga nyumba, atamlipa wakala pesa ngapi kwanza.
4. Tabi na wakala wa nyumba watakutana saa ngapi?
5. Nyumba hii inagharimu pesa ngapi kila mwezi?
6. Je, Tabi anafanya kazi wapi?
7. Je, unafikiri wakala wa nyumba atapunguza kodi ya nyumba atakapokutana na Tabi?

Sehemu ya mtaa

UFAHAMU

Mtaa wetu wa Mtopanga, Bamburi.

Mtaa wetu unaitwa Mtopanga. Uko kwenye barabara ya kutoka Mombasa kisiwani kuelekea Malindi na Lamu. Ukitoka Mombasa kisiwani utavuka **daraja** la Nyali na baada ya mataa ya magari ya kwanza, pinda kushoto. Sehemu hii na mbele yake kuelekea Malindi na Lamu kwa kawaida huitwa Pwani ya Kaskazini au "North Coast."

bridge

Mimi na familia yangu tumeishi mtaa huu tangu wazazi wangu walipohamia hapa katika miaka ya themanini. Walikuja hapa kufanya kazi katika kiwanda cha kutengeneza saruji cha Bamburi. Mimi na ndugu zangu tumekulia huku na kusomea shule za hapa Mombasa. Shule ya msingi ya mtaa huu inaitwa Mtopanga, na shule za upili ni zile za mjini **kama vile** Alidina Visram, Star of the Sea, Khamis, Mama Ngina, Aga Khan, Shimo la Tewa na Sheikh Khalifa iliyoko Bombolulu. Kwa kweli mtaa huu una kila kitu cha kimsingi na zaidi. Kwa mfano, watoto wana mahali pengi pa kuchezea na sehemu nyingi za **kutembelea** kama vile Nature Trail karibu na mtambo wa saruji wa Bamburi, ufuko wa umma, ufuko wa Nyali na ufuko wa Mombasa ambako watu huchezea. Kwa watu wazima kuna mahali pengi sana pa **kujiburudishia** kama vile Mamba, Nyali, Shanzu na kadhalika.

such as

to visit

to entertain oneself

Nyumba za hapa zimegawika kati ya zile za makuti na nyumba za kisasa ambazo zimeezekwa kwa kutumia **vigae** au mabati. Kuna sababu za kutumia makuti, sehemu hizi za pwani zina joto jingi na kwa hivyo makuti husaidia kuituliza nyumba hasa kutokana na joto. Kuta za nyumba hizi hupakwa rangi nyeupe kwa sababu hiyo ya kupunguza ukali wa jua na joto. Nyumba nyingi za huku zina ukumbi ambamo watu **hubarizi** hata jioni wakipiga gumzo na kufurahia **upepo mwanana** unaotoka baharini majira ya alasiri na jioni.

tiles

usually relax

cool breeze

Mtaa wetu unakaribiana sana na mitaa ya Kiembeni, Bombolulu, Hadija na Mlaleo. Soko la karibu kwa wakazi wa hapa ni la Kongowea ambalo liko umbali wa dakika kama kumi hivi kwa gari la matatu. Matatu ndio njia rahisi sana ya usafiri. Magari haya ya matatu yamepambwa na kurembeshwa sana. Mara nyingi hucheza muziki wa kisasa na kwa hivyo kuwavutia vijana wengi. Uzuri wa *hurry* matatu za Mombasa ni kwamba hazina **haraka** kama za miji mingine. Hii ni kwa sababu maisha ya Mombasa hayana haraka. Ni maisha ya aste aste. Wanaozihudumu biashara za matatu wana subira kubwa. Katika jiji kama la Nairobi, jambo hiili si la kawaida kwa sababu kila mtu yuko mbioni.

they know each other Ingawa sehemu hii haipakani na Bahari Hindi, haiko mbali sana na bahari. Pia, sababu nyingine ya kumfanya mtu aupende mtaa wa Mtopanga ni kwamba si mbali na mji na wala si karibu na mji. Hakuna kelele nyingi na majirani **wanafahamiana** na wanaweza kusaidiana kukiwa na tatizo lo lote. Bila shaka ni mahali pazuri pa kuishi.

Zoezi la Saba: Maswali ya Ufahamu

1. Je, mtaa wa mwandishi wa kifungu hiki cha maneno unaitwaje?
2. Kutokana na kifungu hiki cha habari sehemu hii ya mji hadi sehemu kama Malindi na Lamu huitwaje?
3. Kwa kawaida inamchukua mtu dakika ngapi kufika sokoni kutoka mtaa wa mwandishi?
4. Shule ya msingi ya mtaa huu inaitwaje?
5. Je, umuhimu wa kuezeka nyumba kwa makuti na kuzipaka rangi nyeupe ni nini?
6. Ni sehemu gani ambazo watoto wa sehemu hii wanaweza kwenda kuchezea na ni nini wanachoweza kuona na kufanya huko?
7. Mwandishi anasema matatu za kwao ni nzuri kwa nini?
8. Je, ni mitaa gani mingine ambayo inakaribiana na mtaa wa mwandishi?
9. Kwa nini mtu anaweza kuupenda mtaa wa mwandishi ingawa mtaa huu haukaribiani na bahari?
10. Ni nini mwandishi anasema kuhusu majirani katika mtaa wake?

Zoezi la Nane: Zoezi la Kuzungumza

1. Ni wakati wako wa kuzungumza kuhusu mtaa wako na kusikiliza maelezo ya rafiki yako akizungumza kuhusu mtaa wake. Zungumzeni juu ya mitaa yenu kwa kuzingatia: mahali penyewe, aina ya nyumba, vitu ambavyo vimo humo, mahali pa kwenda, na watu wa mahali hapo kwa jumla.

2. Andika aya tatu kuhusu mtaa wako. Kumbuka kuzungumzia vitu vizuri katika mtaa wako na vitu ambavyo huvipendi katika mtaa wako.

MAELEZO YA UTAMADUNI
Place Names

One thing that is distinct about place names in Swahili is that most names mean something. One can associate every neighborhood with something based on its name. For example, **Madaraka** is a Swahili word that means self-rule, **Uhuru** is a Swahili word which means freedom, **Shimo la Tewa** refers to a place (creek) where the fish known as tewa is found. **Kiembeni** is a place name referring to a place with mangoes, **Mlaleo** refers to a Swahili phrase, *the one who eats today*, **Duka Moja** *one shop*, **Kona Mbaya** *bad corner*, **Kilimani** *up on the hill*, **Umoja** *unity*, **Kambi Somali** *Somali camp*, **Denja** d*anger*, **Bondeni** *is a valley*. Others are **Majengo, Mzaituni, Pangani** etc.

So one can clearly see that a name is given to a place for a variety of reasons including historical, topographical, political, social as well as economic.

It is 'our house' not 'my house.'

Among many Swahili speakers and speakers from other Bantu languages, one can only claim sole possession of property if s/he is the sole possessor. All other possessions are collectively owned. For example, one cannot say *my car*, or *my house*, unless these are his/her items. If those things are owned by your parents the usual way is to say: **nyumba yetu** *our house* or **gari letu** *our car*. This is different from some western societies where even small children will tend to say *I am going to my house* or *my car is very old* when these items are owned by the parents or are collectively owned.

Zoezi la Tisa: Kuandika

1. Rafiki yako anataka kukutembelea na hajawahi kufika kwenu. Mpe maelezo ya namna ya kufika kwenu kwa kutumia usafiri wa umma.

2. Kwa kutumia mifano ya maelezo ya kitamaduni uliyopewa hapo juu, hebu jaribu kueleza jinsi ambavyo majina haya yalivyoundwa:

(i) Milimani,
(ii) Bondeni,
(iii) Shauri Moyo,
(iv) Nyayo,
(v) Darajani,
(vi) Soko Mjinga,
(vii) Madaraka,
(viii) Makongeni,
(ix) Viwandani,
(x) Shimoni,
(xi) Dar-es-Salaam,
(xii) Kahawa Sukari,
(xiii) Mji wa Kale,
(xiv) Huruma,
(xv) Mlaleo.

3. Je, katika **jumuiya** (*community*) yako kuna majina ya mahali/mitaa ambayo unafikiri yana maana fulani? Chagua majina matano na ueleze kwa kifupi chanzo chake au maana yake.

KITENDAWILI~RIDDLE	**Identify the correct choice from the following**
Nyumba yangu haina mlango.	Gari, kamba, yai[5]
Nyumba yangu kubwa mlango wake mdogo.	Gari, chupa, yai
Nimejenga nyumba yangu kubwa, imesimama kwa nguzo moja.	Uyoga, taa, yai

MSAMIATI

Kiswahili	**Kiingereza**
aste aste	at a slow pace
bafu	bathroom
bahari	ocean
bei	price
bidi	behoove
bopa	sink
burudisha	entertain
chanzo	the beginning
choo	toilet
chumba cha maakuli	dining room
chumba cha wageni	guest room
dalali	auctioneer, agent
daraja	bridge
dari	ceiling
ezeka	thatch
fahamiana	know each other
friji	refrigerator
ghorofa ya kwanza	first storey/floor
ghorofa	storey house
haja	need (noun)
hangaika	wander, be unsettled
hazina	fund, savings

[5] Source:Wamitila, K.W. (2003). *Kichocheo cha Fasihi Simulizi na Andishi.* Nairobi: Focus Books

jadili	discuss
jiko	stove
jikoni	kitchen
jumuiya	community
kabati	cupboard
kelele	noise
kioo	mirror
kisasa	modern(adj)
kiwanda	factory, industry
kiwanja	plot, field
kodi	rent, tax
kupanga	to rent, to arrange.
kushoto	left
maktaba	library
makuti	coconut leaves
matatu	a public service van
merameta	shine
mfereji	tap
miadi	appointment
mkurugenzi	director
mwanana	cool, gentle(e.g. **upepo mwanana** *cool breeze*)
mwezi	month
nyumba ya chini	one storeyed house
nyumba ya ghorofa	a story-house
panda	climb, plant, also road intersection (**njia panda**)
piga gumzo	chat
pinda	turn
ploti	plot
rangi	color, paint
roshani	balcony
saidiana	help each other
sakafu(9/10)	floor
salama	peaceful
saruji	cement
soko	market
sukari	sugar
tatizo	problem
tulivu	relaxed, quiet
ufuko	beach
umma	public

unda	construct
upepo	wind
usafiri	transportation
vigae(7/8)	tiles
wakala	agent e.g., housing agent
zingatia	pay attention to something
zunguka	surround

Sehemu ya jiji la Nairobi, Kenya

Somo la Tatu
Lesson Three

Madhumuni/Objectives

Topic: Miji ya Afrika Mashariki/Cities in East Africa[6]
Function: Description of one's city and city life
Grammar: The Locative **-po, -ko, -mo** and **kuna**
Reading: Jiji la Nairobi na jiji la Kampala
Cultural Notes: East African cities as melting pots

Sehemu ya katikati mwa jiji la Nairobi

MONOLOGIA

raised by	Jina langu ni Abdi na nilizaliwa na **kulelewa na** wazazi wangu katika jiji la Nairobi mtaa wa Makadara. Nairobi ndio jiji mkubwa nchini
about	Kenya. Ni jiji ambalo lina **takriban** watu milioni tatu. Jiji la Nairobi ni
headquarter	**makao makuu** ya mkoa wa Nairobi na pia makao makuu ya ofisi zote za serikali.
residence	Jiji la Nairobi limegawika katika sehemu nne kubwa za **makazi**. Kuna sehemu ya mashariki ambayo ndiyo makazi ya watu wa tabaka la chini, sehemu ya kusini ya mji ina watu wengi wa tabaka la kati.

[6] See the cultural note on how **jiji** is distinguished from **mji**. We will use **mji** as a default term but when you want to be specific about different types of cities it is important to distinguish between the two.

Magharibi mwa jiji la Nairobi ndiko kunakokaa matajiri wengi ingawa pia kuna sehemu za watu maskini zinazopakana na sehemu hii. Sehemu za kaskazini kuna mchanganyiko wa watu maskini na wale wa **tabaka la kati**. Jiji la Nairobi linahudumiwa na uwanja wa ndege wa kimataifa wa Jomo Kenyatta na uwanja mdogo wa Wilson ulioko kusini mwa mji **huhudumia** ndege ndogondogo.

middle class

usually serves

Kwa sababu jiji la Nairobi ni la **kimataifa**, kuna watu kutoka nchi mbalimbali za ulimwengu. Pia, kuna ofisi nyingi za kimataifa kama vile za umoja wa mataifa, na makao makuu ya mradi wa mazingira wa kimataifa yaani UNEP. Wizara zote zina makao makuu jijini na bunge la nchi liko katika jiji hili. Pia, kuna ikulu ya rais na kaburi la rais wa kwanza wa nchi ya Kenya Mzee Jomo Kenyatta lipo karibu na majengo ya bunge. Pia, jiji hili lina mahoteli na majumba ya **mikutano** makubwa ambako mikutano mingi ya kimataifa **hufanyika**. Kwa kweli jiji la Nairobi lipo katika sehemu nzuri sana katika eneo hili la Afrika ya Mashariki na ya Kati. Pia ni mahali pazuri pa kuwaunganisha watu kutoka nchi mbalimbali.

international

meetings

are done

Kwa wale wanaopenda kustarehe, jiji la Nairobi lina sehemu nyingi za kustarehe. Kwa wale wanaopenda mambo ya utamaduni kuna huduma zinazoendeshwa na serikali **kupitia** idara ya “Bomas of Kenya”, jumba la makumbusho la Nairobi, mbuga ya wanyama ya Nairobi, viwanja vya kuchezea na vidimbwi vingi vya kuogelea. Pia, kuna sehemu nyingi za kustarehe na kucheza **ngoma** wakati wa usiku na wikendi.

through

dance or drum

Kwa upande wa usafiri kuna matatu chungu nzima na mabasi ya mijini. Kuna pia huduma za gari la moshi na mabasi ya kwenda nje ya jiji na nchi nyingine. Kwa kweli ingawa kuna idadi kubwa ya watu, kuwepo kwa matatu nyingi **kumepunguza** shida za usafiri.

has reduced

Ingawa Nairobi ni jiji kubwa sana, kuna watu wengi wanaokuja katika jiji hili kutoka sehemu za mashambani kuuza mazao yao ya shambani kama vile mboga, viazi, mahindi, samaki, maharagwe, mihogo, na kadhalika. Watu hawa nao huja kununua bidhaa kama vyombo vya ukulima kama vile majembe, mbolea, mbegu, na kadhalika. Wale ambao hawatoki mbali sana na jiji la Nairobi huja na kurudi kwao kila siku. Watu kama hawa ni wale wanaotoka **mkoa wa kati** na mkoa wa mashariki na pia baadhi ya sehemu za mkoa wa Bonde la Ufa zinazokaribia jiji la Nairobi. Kwa hivyo ukiwa Nairobi huwezi kukosa kukipata cho chote **unachokitaka.**

central province

which you want

Zoezi la Kwanza: Maswali ya Ufahamu

1. Taja sifa moja muhimu ya jiji la Nairobi?
2. Je kulingana na mwandishi ni sehemu gani za jiji ambazo ni za tabaka la chini na ni zipi ambazo ni za tabaka la juu?
3. Jiji la Nairobi linatumia huduma gani za usafiri?
4. Jiji la Nairobi lina idadi ya watu wangapi?
5. Eleza kwa ufupi sehemu ambazo mtu anaweza kustarehe katika jiji la Nairobi.
6. Mwandishi amesema nini kuhusu ofisi za serikali?
7. Usafiiri jijini Nairobi unashughulikiwa kwa njia gani?
8. Wakulima wanaokuja katika jiji la Nairobi huja kufanya nini?

Zoezi la Pili

(i) Andika insha fupi kuhusu mji wako. Kumbuka kutaja sehemu zote muhimu.

(ii) Picha hii ni ya baadhi ya sehemu za jiji la Nairobi. Hebu **ilinganishe** (*compare it*) na jiji lako au mji wako na ueleze katika aya ya maneno ishirini jinsi **inavyofanana au/na kutofautiana** (*is different or similar to*) na jiji lako.

(iii) Fikiria kuwa wewe ni mmoja wa watu wa **kamati ya mji** (*city board*). Eleza katika aya mbili vitu ambavyo unaweza kufanya kuwapa watu wa mji wako huduma nzuri.

SARUFI

The locative -po, -mo, and -ko

1. If you want to express the idea that something is somewhere, you use one of the locative verbs *to be*, given above. The choice of the locative which you will use depends on whether you are talking of a general area, the inside of a place or a specific point.

(a) Locating objects in a general area

This is usually used when you want to locate something in a general space as opposed to giving a specific point in a general. In most conversations, it is the default of locating objects.

See the following example:

(i) **Mji wa Nairobi *u-ko* Afrika.** *The city of Nairobi* ***is in*** *Africa.*

In this example we simply know that the city of Nairobi is in Africa but we have no idea where in Africa. This is therefore a good example of a general location description and the locative root **-ko** should be used.

Other examples using **-ko** are given below

(ii)	**Mji wa kampala *uko* karibu na ziwa.**	*The city of Kampala is near a lake.*
(iii)	**Ofisi za serikali *ziko* katika mji mkuu.**	*The government offices are in the capital city.*
(iv)	**Nyumba yangu *iko* katika mtaa huu.**	*My house is in this estate/neighborhood.*
(v)	**Niko nje ya nyumba yangu.**	*I am outside my house.*

(b) Locating objects in an inside location

You can also locate objects in the inside of a place for example inside a car, a house, a river, a bed , a building, etc. To successfully do this, it is important to use the **'-mo'** root. As shown above, make sure that you attach the noun class prefix that corresponds to the object you are talking about to the locative root. If you are talking about a person, make sure that you are using the right person, i.e. first, second, or third person. Let us have a look at the following examples that demonstrate this phenomenon.

(i) **Salima *yu-mo* katika Jengo la Nyayo.** *Salima* ***is in*** *Nyayo house.*

In this sentence we are locating Salima **inside** a given area, the Nyayo house.

Other examples:

(ii) **Nguo *zimo* majini.** *Clothes* ***are in*** *the water.*

(iii)	**Nchi zetu *zimo* katika vita.**	*Our countries* ***are in*** *the war* (Note that this expression locates countries in a given state).
(iv)	**Je, watu wangu *wamo?***	***Are*** *my people* ***in?***
	Ndiyo, wamo wanakula.	*Yes, they are* ***in****, eating.*

(c) Locating objects at a specific point or location

This type of locating objects narrows the location where a listener and the speaker can see the point of reference. Even though the point of reference may be inside of a place, one can still isolate a particular point where the object is located.

(i)	Ofisi za shirika la ndege la Kenya z***i-po*** hapa.	*The offices for Kenya Airways* ***are*** *here.*

In this example we want to be specific about the exact location of the offices of Kenya Airways. In this case we must use the **-po** root.

(ii)	**Mji wa Nairobi *upo* Kenya.**	*The city of Nairobi is in Kenya.*
(iii)	**Ikiwa *sipo* hapa uliza sekretari.**	*If* ***I am*** *not* ***here*** *ask the secretary.*
(iv)	**Ramani ya mji *ipo* juu ya meza.**	*The city map* ***is on the table.***
(v)	**Ofisi yangu *ipo* ghorofa ya pili.**	*My office* ***is on*** *the second floor.*

Notice that the examples show that the root of the locative is constant. What changes is the prefix which must match the noun or the person that we are talking about.

Zoezi la Tatu: Zoezi la matumizi ya -po, -ko, -mo

Tafsriri zentensi zifuatazo kwa Kiswahili. Hakikisha kwamba kila sentensi inatumia **AMA -po, -mo**, **AU -ko**.

Kwa mfano:

Mwalimu ha*yuko* nyumbani. *The teacher is not at home.*

1. Where is your brother?
2. My city is a hundred miles from the school.
3. Our city is on a small hill.
4. My friends are inside the building.
5. My pen is on the table.
6. The picture of the president is in the city museum.
7. Come and see me. I am in my office now.
8. Jimmy is in their house.
9. Candisse is in Chicago city.
10. My boss is not in her office.

Zoezi la Nne
Tunga sentensi kamilifu kutoka orodha ya maelezo uliyopewa katika jedwali lifuatalo.

Shirika	Jengo	Sakafu	Nambari ya chumba	Nambari ya simu
Dkt. Masiga	Gill House	15	1534	020-20334576
FedEx	City House	01	0125	020-26345433
Bima Insurance	Reinsurance Plaza	7	734	020-56676754
Kenya Airways	Barclays Plaza	5	32	020- 229291
British Aiways	International House	11	432	020-32077000
Ministry of Agriculture	Kilimo House	1	25	020-2718 879

Jengo la ghorofa jijini Nairobi

Jibu maswali yafuatayo kwa kutumia habari uliyopewa kwenye jedwali.

1. Ninataka kujua ofisi ya shirika la ndege la Kenya (Kenya Airways) iko wapi?
2. Je, shirika la FedEx lina ofisi zake katika ghorofa gani?
3. Nina nambari ya simu ya Dkt Masiga lakini sijui sakafu na jengo la ofisi.
4. Ofisi za Bima Insurance zinapatikana wapi mjini?
5. Jengo la Kilimo lina ofisi za shirika gani na simu ya shirika hilo ni ipi?
6. Kwa sehemu ya pili ya zoezi hili ni wewe kutunga sentensi 5 kamilifu(complete) ukitumia maelezo uliyopewa hapo juu.

Kwa mfano:
Ofisi ya Daktari Pamela iko ghorofa ya saba, Jengo la Gill House

MAZUNGUMZO ____

Rukia ana bili za kulipa lakini haendi mjini leo kwa hivyo anataka kumtuma kakake Bakari.

	Rukia:	Leo utaenda mjini?
to send me	Bakari:	Sina kitu cha kufanya huko. Ulitaka **kunituma**?
	Rukia:	Ndiyo. Nina bili za kulipa za maji, simu na umeme.
	Bakari:	Mimi hata sijui siku hizi wanalipa wapi bili.
I'll direct you	Rukia:	**Nitakuelekeza**. Simu utailipa Posta Kuu kwenye barabara ya Haile Selassie, maji utayalipa katika *City Hall* ghorofa ya kwanza, na umeme utaulipa ghorofa ya chini kwenye jengo la Kenya Power, barabara ya Aga Khan Walk.
	Bakari:	Na wanafunga ofisi saa ngapi?
they close / *Don't be late*	Rukia:	Oh, ofisi zote zinafunguliwa saa mbili na nusu asubuhi. Na **wanafunga** kwenda kwa chakula cha mchana saa sita na nusu. Halafu mchana wanafungua ofisi tena saa nane hadi saa tisa. **Usichelewe** tafadhali kwa sababu wanaweza kutukatia umeme na simu.
to renew it	Bakari:	Unajua nilitaka kwenda **kuiongezea muda** leseni yangu ya udereva lakini sijui ni wapi ninaweza kufanya hivyo?
left / *building*	Rukia:	Hiyo itakuwa rahisi. Ukimaliza kulipa bili ya simu katika Posta Kuu, Jengo la Times Towers liko mtaa wa Haile Selassie hatua chache kutoka Posta Kuu. Times Towers iko upande wa **kushoto** wa Benki Kuu ya Kenya ukitoka posta. Ninafikiri unaweza kuhudumiwa kwenye ghorofa ya kwanza ya **jengo** hilo la Times Towers. Lakini utahitaji shilingi mia tano au elfu moja hivi kuongezewa muda.
to delay or be late	Bakari:	Basi leta hizo pesa. Sasa ni saa tano na sitaki **kukawia**

		mjini hadi msongamano wa magari wa jioni.
chores	Rukia:	Bado kuna muda. Usipoenda mahali pengine, unaweza kumaliza **shughuli** zako kabla ya saa tisa u nusu.
push each other	Bakari:	Tutaonana baadaye. Niwekee chakula cha mchana. Nitakuwa na njaa baada ya **kusukumana** na kugonganagongana na watu mjini na kwa matatu
	Rukia:	Sawa kaka.

Zoezi la Tano

1. Je, wewe hulipa kodi ya nyumba, bili za maji, umeme na simu?
2. Katika mji wako au jiji lako, huduma kama za umeme na maji hulipiwa wapi?
3. Katika mazungumzo ya Bakari na Rukia, ofisi zote za huduma zinafunguliwa saa mbili asubuhi na kufungwa jioni saa tisa. Je katika mji wako au jiji lako ofisi kama hizi hufanya kazi wakati gani wa siku?
4. Ikiwa wafanyakazi wa huduma kama umeme wana muda wa chakula cha mchana ni saa ngapi wao hufanya hivyo?
5. Katika jiji linalozungumziwa hapa, Bakari anasema atasukumana na kugonganagongana na watu. Je, ana maana gani na unafikiri wewe unaweza kupata hali kama hii katika mji wako au jiji lako?

Jiji la Kampala, Uganda

UFAHAMU

Jiji la Kampala

worries
have been demolished
have been removed
repairs

Kampala ni mojawapo ya majiji tulivu na salama ya Afrika ya Mashariki na mtu anaweza kutembea usiku wa manane bila **wasiwasi**. Katika miaka ya hivi karibuni, majengo yake makuukuu ya**mebomolewa** na watoto wa mitaani **wametolewa**. Jiji hili liko kilomita arobaini kaskazini mwa uwanja wa ndege wa kimataifa wa Entebbe. Barabara na mitaa mipya ni vitu ambavyo vimefanyiwa **ukarabati** na majengo mapya yanaendelea kujengwa.

prosper
has preserved
gardens
conferences/symposia

Ingawa jiji la Kampala linabadilika na **kustawi** kulingana na wakati, bado ni jiji la kiasili na baraza la jiji **limeuhifadhi** utamaduni wake. Sehemu za katikati mwa jiji zina **bustani** safi na majumba ya kisasa yaliyozungukwa na maua ya kuwavutia wenyeji na wageni. Kuna hoteli za viwango vya kimataifa na za kisasa kwa ajili ya mikutano na **simposia.** Pia, kuna hoteli za viwango vya kawaida kwa watu wa kawaida.

For a long time
peddlers
discipiline

Kwa muda mrefu, chakula muhimu cha jiji la Kampala kimekuwa ndizi. Kama kawaida ya miji ya Afrika Mashariki, katikati mwa jiji mna **wachuuzi** wa kandokando ya barabara, maduka na masoko. Ukienda katika masoko ya jiji huu, unaweza kupata aina zozote za matunda na mboga kwa bei nafuu. Sifa nyingine ya jiji hili ni kwamba magari ya abiria ya umma ambayo hufanya kazi jijini yanajulikana sana kwa sababu ya **nidhamu** ya wale ambao wanayatolea huduma.

some or part of

Kuna wafanya biashara wengi kutoka sehemu nyingine za Afrika ya Mashariki. **Baadhi** yao huja katika mji huu kununua bidhaa mbalimbali na baadaye kuziuza katika miji yao katika nchi kama Kenya na Tanzania. Ingawa katikati mwa jiji la Kampala ni sehemu ndogo, kuna mpangilio mzuri wa vitu.

at night
rare
which are done
to serve them

Usiku kuna mambo mengi yanayoendelea katika jiji la Kampala na wakati mwingine ni **nadra** kupata utulivu katika baadhi ya sehemu za jiji kwa sababu ya aina za starehe **zinazofanyika**. Wakati huu wa usiku. Kwa sababu kuna Wakenya wengi katika makazi haya wakati mwingine kuna 'usiku wa Kikenya' **kuwakidhia** tu hao Wakenya wengi.

Jiji la Kampala lina sehemu muhimu za kihistoria na za kuvutia. Kwa mfano, Ufalme wa Buganda ni mojawapo ya sehemu hizi kando kando

palace *kings*	ya mji wa Kampala. Kuna **kasri** la Kabaka Mengo na limezingirwa na ua wa mawe. Sehemu nyingine muhimu ya jiji ni bunge la nchi na makaburini wanakozikwa **wafalme** wa ufalme wa Buganda.
a mixture *can attract*	Kwa hivyo **mchanganyiko** wa kitamaduni unaopatikana katika jiji hili la Kampala **unaweza kuwavutia** watu wa kutoka sehemu mbalimbali za dunia pamoja na wenyeji wa Afrika Mashariki wenyewe.

Zoezi la Sita: Maswali ya Ufahamu

1. Jiji la Kampala liko umbali wa kilomita ngapi kutoka uwanja wa ndege wa Entebbe?
2. Je, sehemu za katikati mwa jiji la Kampala zina nini?
3. Je, mtu anaweza kuwa na wasiwasi usiku katika jiji la Kampala?.
4. Je, mtu anaweza kupata wapi mboga na matunda mazuri katika jiji la Kampala?
5. Je, ni chakula gani ambacho mwandishi anasema ni muhimu katika jiji la Kampala?
6. Umuhimu wa jiji la Kampala kwa ufalme wa Buganda ni nini?
7. Kwa nini kuna *'Usiku wa Kikenya'* katika jiji la Kampala?

MAELEZO YA UTAMADUNI
Dhana ya 'Jiji' na 'Mji'

In Swahili there is a clear distinction between a city and a town. A city is usully bigger, has more people and serves as a headquarters for several functions. In Swahili, it is referred to as **jiji**. On the other hand, a town is smaller in size, has a smaller population and the services it rennders are few. It is appopriate to call it **mji**. As such Nairobi, Kampala, Dar-es-Salaam are capital cities and can be referred to as **majiji**(pl). However, Mwanza or Arusha in Tanzania are just towns and will be called **miji**. In the US, one does not usually see a clear distinction between a city and a town. Sometimes a town with a population of ten thousand people is still referred to as a city.

Zoezi la Saba

Wewe na mwenzako badilishaneni nafasi darasani katika kuulizana maswali yafuatayo kuhusu miji mnakotoka. Kila mtu amuulize mwenzake maswali yafuatayo na pia amjibu mwenzake maswali haya.

1. Wewe unatoka mji gani au jiji gani?
2. Ni nini ambacho kinaweza kumvutia mtu katika mji wako au jiji lako?
3. Kuna idadi ya watu wangapi katika mji wako au jiji lako?

4. Ni sehemu gani ya mji au jiji ambapo mtu anaweza kununua mboga na matunda?
5. Ni sehemu gani nzuri ya mji wako au jiji lako ya kupangisha nyumba na kwa nini?
6. Kutoka nyumbani kwako hadi mjini au shuleni ni dakika ngapi kwa gari au basi?
7. Ni aina gani ya usafiri ambayo mtu anaweza kutumia kwenda shuleni, kazini, uwanja wa ndege au mahali pa kuona vitu vya kuvutia?

Zoezi la Nane: Kuandika kuhusu miji

(i) Andika aya tatu fupi kuhusu jiji ambalo unalipenda sana. Kumbuka kutaja jina, bara ambako jiji hilo linapatikana na kwa nini unalipenda.

(ii) Je, kutokana na maelezo ya jiji la Kampala, ni mambo gani ambayo yanafanana na jiji lako na ni yapi ambayo hayafanani na jiji lako.

(iii) Chora dira *(compass)* na uonyeshe jinsi majiji na miji ya Afrika Mashariki (Nairobi, Mombasa, Kampala na Dar-es salaam) yanakaribiana.

Zoezi la Tisa: Kusafiri Kutoka Mji Mmoja Hadi Mji Mwingine

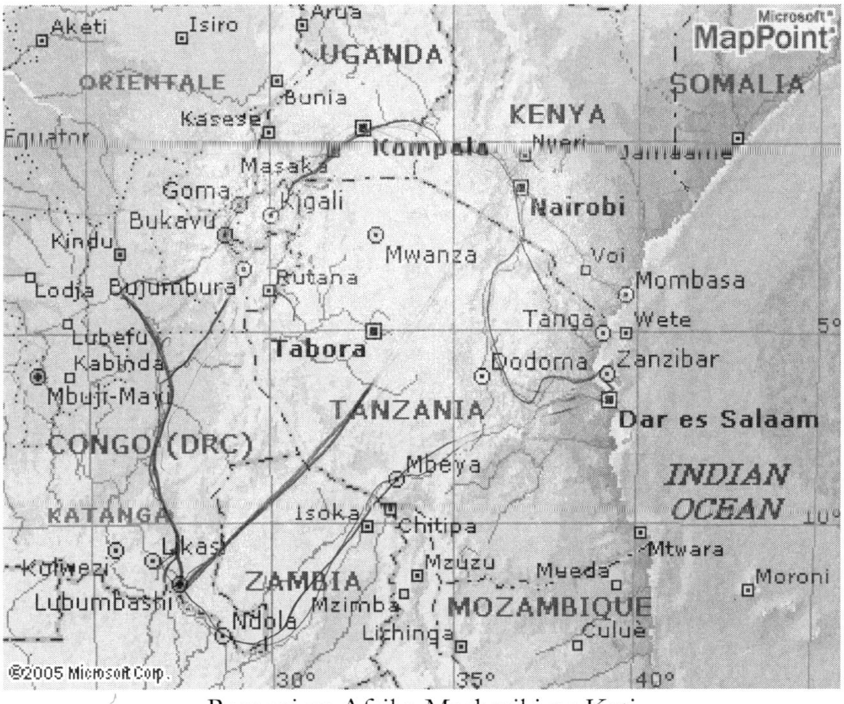

Ramani ya Afrika Mashariki na Kati

Katika ramani ifuatayo kuna miji kadhaa ya Afrika Mashariki na ya kati. Jibu Maswali yafuatayo kutokana na ramani uliyopewa.

1. Ikiwa uko katika mji wa Bujumbura na unataka kwenda mji wa Masaka utapita miji ipi?
2. Fatuma na Salima wanapanga kwenda Dar-es-Salaam kutoka Kampala. Ni miji ipi
   wanayopaswa kupita kabla ya kufika Dar-es-Salaam?
3. Kwa maoni yako, ni jiji gani kati ya Mombasa na Nairobi ambalo lina watu wengi zaidi?
4. Ni njia gani rahisi kwa mtu anayekaa Kigali kwenda kisiwa cha Zanzibar, kutumia?
5. Wanafunzi wanataka kwenda mji wa Nyeri kutoka Lubumbashi. Je, ni karibu kupitia Dar-es-Salaam kwanza, au Bujumbura na Kampala?
6. Je, miji ya Tabora na Bukavu inapatikana katika nchi zipi?

Kizunguko cha barabara katika Jiji la Dar-es-Salaam: Je, katika mji wako unaweza kuona kizunguko cha barabara kama hiki?

SHAIRI: Mombasa Mibuyuni.

	Upepo laini wa bahari.[7]
It blows	**Unapuliza** taratibu
	Na kuufanya huu ukanda
to melt	Dawa ya **kuyeyusha** machovu

MAELEZO YA UTAMADUNI
East African Cities as melting pots

In East Africa, there are several ethnic groups which can be found in specific rural areas. However, many people move to the cities in the hope of finding better opportunities in life. Because people from each ethnic group come with their cultural traits and languages, the cities provide them with lingua francas and cultures that are not specific to their own cultures.

In East Africa, a language like Swahili thrives in cities because it is the main unifying language bringing together people who speak different languages and allowing people from different cultural backgrounds to tolerate other cultures and adopt new ways of looking at things. As a result when you go to cities such as Dar-es-Salaam, Nairobi, Mombasa, Arusha, and to some extent Kampala you will most likely find people communicating in the main lingua franca of the region.

MSAMIATI

Kiswahili	Kiingereza
aidha	also
barabara	street, road, highway
bichi	not ripe, raw
chungu nzima	many, a lot, in abundance
dira	compass
embe	mango
gongana	hit each other
huduma	services
hudumia	serve
ikulu	state house where the president resides
jiji	big city, also **mji**
jumba la makumbusho	museum e.g., **jumba la kumbukumbu**
kaburi	grave

[7] An excerpt from Wa Mberia, Kithaka (2001). *Bara Jingine*, pp. 72

kaskazini	north
kati	middle e.g., **tabaka la kati** *middle class*
kilima	hill
kimataifa	international (adj)
kisasa	modern, current
kosa	miss
kua	grow
kumbusha	cause someone to remember
kuogelea	to swim
kustarehe	to have fun (noun **-starehe** *fun*)
kutoa huduma	to provide services
leseni	license e.g., drivers license
kiwango	level
kugongana	to hit each other
kusukuma	to push
kuunganisha	to unite e.g., **kuunganisha watu** *to unite people*
magari	cars, vehicles
magharibi	west
makao	place of residing e.g., **makao makuu** *headquarters*
makazi	residence
makongamano	conferences
mashariki	east
maskini	poor
matajiri	rich
mboga	vegetable
mikutano	meetings
mkoa	province
mojawapo ya	one of… e.g., **mojawapo ya nyumba** *one of the houses*
msongamano	jam
mtaa	avenue, street, neighborhood
muda	time
ndege	aircraft/plane
ndicho	is the one 7/8 e.g., **hiki ndicho kiti** *this is the chair*
ndiko	is where
ndogondogo	small… e.g., **ofisi ndogondogo** *small offices*
nidhamu	discipline
nyayo	footprints
ongeza	add
pakana	be on the border with e.g., **Canada inapakana na Marekani**
posta	post office
safari	trip, tour, travel

sambaa	spread
shilingi	shilling, currency used in the three East African countries
shughuli	business, activities
simu	telephone
stima	power, electricity
tabaka	social class layer
taka	want
takriban	almost, about
tunda	fruit
ukarabati	repairs
umeme	electricity
umma	public
usafiri	travel (n)
usafirishaji	transportation
uwanja	field, **uwanja wa ndege** *airport*
wafanya biashara	business people
waziri mkuu	prime minister

Je, ni bidhaa gani ambazo mama huyu anakagua sokoni?

Somo la Nne
Lesson Four

Madhumuni/Objectives

Topic: Kununua na kuuza bidhaa sokoni/Buying and selling items at a market
Function: To introduce the student to the local open market scene and the concept of bargaining.
Grammatical: Questioning and expressing *there is.*
Reading: Bila ndururu hununui cho chote and Hata mbwa huuzwa sokoni day and a bargaining text.
Vocabulary: Emphasis on the terminology that is relevant in a shopping context.

Mchuuzi na mteja wanazungumza kuhusu bei ya bidhaa.
Je, katika picha hii, mteja ni nani na muuzaji ni nani?

MONOLOGIA

Bila Ndururu hununui cho chote!

value	Utasikia mtu akikuambia eti ndururu haina **thamani** lakini hebu
five cent	ikose hiyo **ndururu** halafu uone ikiwa utanunua cho chote kutoka
	dukani. Nilipokuwa mtoto mdogo wazazi wangu walipenda
to send me	**kunituma** dukani kununua vitu vya kutumia nyumbani.

habits / *method of* / *to preserve them*

Nyumbani kwetu hatukuwa na **mazoea** ya kununua vitu kwa jumla, tulinunua vitu tulipovihitaji tu na katika vipimo vidogo vidogo. Tulifanya hivyo kwa sababu hatukuwa na **namna** bora ya **kuvihifadhi** na pia haikuwa katika utamaduni wetu kununua vitu vingi ikiwa hatukuwa na haraka ya kuvitumia.

savings / *usually fills the measure*

Jambo ambalo ninakumbuka wazazi wangu wakinikumbusha kila waliponituma dukani au sokoni ni kuwa nikitumwa dukani ilikuwa ni lazima nirudishe chenji. Wazazi wangu waliamini kwamba kila senti ilikuwa muhimu na hawakutaka niharibu senti zo zote zilizobaki baada ya kununua kitu. Mama alikuwa na mahali alipokuwa akiiweka kila chenji tuliyorudisha. Sote katika familia yetu tuliamini kwamba **akiba** haiozi na kwamba kidogo kidogo **hujaza kibaba**.

under the bed / *to pour/ believe it or not* / *coins/ to be counted* / *twenty thousand*

Wakati mmoja nilipokuwa katika shule ya upili, mama alitaka kuona akiba yake ya chenji ile ya ndururu, thumni, peni na hata shilingi moja moja iliyokuwa ikikusanywa kwa muda mrefu. Mama aliukata mkebe ambao alikuwa ameuweka **mvunguni** mwa kitanda. Mkebe huo ulikuwa mzito sana. Aliuweka juu ya meza na **kumwaga** chini vitu vyote vilivyokuwemo. **Amini usiamini** baada ya **sarafu** hizo zote **kuhesabiwa** idadi ya pesa zilizopatikana ilikuwa **elfu ishirini**.

to save

Kwa hivyo, ikiwa unataka kuwa tajiri, anza **kudunduliza** kila ndururu unayorudishiwa kama chenji unapoenda dukani au sokoni.

Zoezi la Kwanza: Maswali ya Ufahamu

1. Je, kutokana na monologia hii, mtu akikosa ndururu anaweza kununua cho chote?
2. Je, mwandishi alipokuwa mtoto wazazi wake walipenda kumtuma dukani kufanya nini?
3. Mwandishi anasema kuwa alipokuwa mtoto mdogo wazazi wake walinunua vitu katika **viwango** (*amounts*) gani?
4. Mwandishi anasema kuwa nyumbani kwao hawakuwa na mazoea ya kununua vitu kwa wingi kwa nini?
5. Je, wazazi wa mwandishi walimkumbusha nini kuhusu chenji?
6. Mama aliiweka wapi chenji ambayo watoto walikuwa wakiirudisha?
7. Baada ya kuhesabu sarafu zote ni pesa ngapi zilipatikana?

8. Mwandishi anasema ukitaka kuwa tajiri ni lazima ufanye nini?
9. Katika aya ya tatu, mwandishi anasema, "Sote katika familia yetu tuliamini kwamba *akiba haiozi* na kwamba *kidogo kidogo hujaza kibaba.*" Je, mwandishi ana maana gani anapotumia misemo hii miwili?

SARUFI

More on Questioning in Swahili.

There are several ways of asking questions in Swahili. One simple way of asking questions is using intonation.

For example, **Je, Juma anatoka Kenya?** *Does Juma come from Kenya?*
This kind of question can only get a Yes or No answer unless the respondent simply wants to provide more information to the simple answer of Yes or No.

Another way of asking questions in Swahili is where the default position of the **questioning words, namely 'what', 'when', 'how', 'why',** is at the end of the phrase. This is different from English where the question words are usually moved to the beginning. These questions which give more details than simply Yes/ No answer are what we call the **wh- questions.**

1. How do we ask the wh- questions in Swahili?
The *what, which, where, when and how*, question words have their equivalents in Swahili. Let us examine the following questions.

(i)	**Utanunua nini leo?**	**What** will you buy today?
(ii)	**Unapenda nguo *gani* kati ya hizi mbili?**	**Which** dress do you like between these two?
(iii)	**Tunakwenda *wapi* sokoni?**	**Where** are we going to the market?
(iv)	**Tutarudi *lini* tena katika duka la Omari?**	**When** shall we go back to Omari's store?
(v)	**Unauza*je* nyanya zako?**	**How** do you sell your tomatoes?
(vi)	**Mama yenu alisema ataenda *wapi* leo?**	**Where** did your mom say she will go?
(vii)	**Mboga za bei nafuu zinauzwa *wapi?***	**Where** are cheap vegetables are sold?
(viii)	**Mimi sijui nitatengeneza*je* mchuzi?**	I don't know **how** to make good soup?

(ix)	**Juma atapenda kuja *lini*?**	**When** would Juma like to come?

2. How do we express 'there is' or 'there are'?

'There' in English can be used to indicate a location or it can also be used as an expletive to fill a noun position that must not be left unoccupied. We are interested in this latter usage of 'there' whose equivalent in Swahili is **'kuna'.** We will use examples to show how you can express your ideas.

(i)	There is a a big store in town.	***Kuna* duka kubwa mjini.**
(ii)	There was a big sale here.	***Kulikuwa na* uuzaji wa bei nafuu hapa.**
(iii)	What is there today Amina?	***Kuna* nini leo Amina?**
(iv)	There is a chance I will come.	***Kuna* uwezekano nitakuja.**
(v)	There is nothing to worry about.	***Hakuna* kitu cha kukupa wasiwasi.**
(vi)	If there is something you want tell me…	**Ikiwa *kuna* kitu unataka niambie...**
(vii)	There are many products today.	***Kuna* bidhaa nyingi leo.**
(viii)	There will be a big game tomorrow.	***Kutakuwa na* mchezo mkubwa kesho.**

3. Notice that there is a difference when the tense of the action changes. In (ii) the sale occurred in the past and so we must have the appropriate tense for *there*. The verb *to be* ***Kuwa*** incorporates the past tense marker **-li-** and is immedietaly followed with **na.** Thus, *There was* becomes **kulikuwa na.** The same change in tense and structure is observed in the future tense and the perfect tense. For example,

(i)	There will be business here (future).	***Kutakuwa na* biashara hapa.**
(ii)	There has been a good show (perfect).	***Kumekuwa na* onyesho zuri.**

4. Another crucial way of constructing questions is by the use of the root **-pi**. If you choose to use this type of questioning, you will need to attach the noun marker of the noun you are asking about. For example, if you want to ask about a noun in noun class seven, you will need to use the following format. **Ni kiti *ki*+pi unataka?** *which chair do you want?* For more examples about this type of questioning in different noun classes, check Appendix B at the end of the book.

Zoezi la Pili: Zoezi la Kisarufi

Amina anapenda kuandika orodha ya bidhaa anazotaka kwa karatasi. Leo amekutuma wewe dukani na orodha na amekwambia umuulize mwenye duka kila kitu na bei yake kabla ya kununua cho chote. Fuata mfano uliopewa kutekeleza zoezi hili.

Mfano: *maziwa*
Amina: Je, kuna maziwa?
Mwenye duka: Ndiyo.
Amina: Unauza bei gani?
Mwenye duka: maziwa nusu lita moja ni shilingi thelathini.

a) mkate
b) unga
c) mafuta ya kupika
d) siagi
e) chumvi
f) mchele
g) sabuni ya kufua
h) maji
i) kalamu
j) ndengu
k) maji ya matunda
l) kiberiti
m) nafaka
n) kichungi
o) maziwa ya mtoto
p) majani ya chai

Petero na Yohana wanapanga mambo ya shule

MAZUNGUMZO YA KWANZA

Leo ni Ijumaa na Yohana na Petero wanajadili juu ya vitu wanavyohitaji kununua.

	Petero:	Habari gani bwana?
You're panting	Yohana:	Nzuri tu Petero. Kwa nini **unahema** hivyo? Kwani unafukuzwa na mtu?

ropes/ cooking sticks	Petero:	Hapana bwana. Wewe unajua Jumatatu ni lazima tumwone mwalimu Webo na bila **kamba** na **miiko** tuliyomuahidi, tutakuwa katika shida kubwa.
already	Yohana:	Eh! Yaani mwisho wa mwezi umefika **tayari**?
she promised *sisal/ sanding paper*	Petero:	Ndiyo! Ni lazima tupange kile tutakachofanya wikendi hii. Mimi sitaki kuchapwa na mwalimu yule tena. Nilizungumza na mama **akaahidi** kunipa shilingi ishirini za kununua **katani,** mbao na **karatasi za kupigia msasa**. Lakini labda hazitatosha ikiwa tutaufanya mradi huu pamoja.
wait for me/ if *tools* *if it will be less*	Yohana:	Ni kweli. Hebu ni**subiri** hapa kidogo nione **ikiwa** ninaweza kumwomba mama pesa za kununulia **vifaa.** (*Baada ya muda mfupi anarudi*). Kila kitu kiko sawa. Mama amenipa shilingi ishirini na nane na anasema **zikipungua** atanitafutia nyingine.
get up very early *market* *I'll pass by for you*	Petero:	Sasa bwana, ujue ni lazima **tuamke mapema** kwenda **soko** la Jumamosi huko Kibarani kutafuta vifaa ili tuianze kazi hii na kuimaliza mapema. **Nitakupitia** saa moja na nusu asubuhi.
ready *later*	Yohana:	Sawa basi. Saa moja mimi nitakuwa **tayari.** Basi tuonane **baadaye** kesho.

Zoezi la Tatu: Maswali ya Ufahamu

1) Je, wavulana hawa wawili wanapanga nini?
2) Yohana alipatiwa pesa ngapi na mama yake?
3) Ni vitu gani ambavyo Petero na Yohana **watatengeneza** (*they will make*)?
4) Je, Petero anasema nini kuhusu pesa alizopewa na mama yake ikiwa watafanya mradi mmoja na Yohana?
5) **Hatimaye**(*ultimately*) vijana hawa wawili walipata pesa ngapi kwa jumla?

Zoezi la Nne: Kuandika.

(i) Kumbuka siku ambayo ulienda sokoni au dukani. Taja mahali penyewe na pia uandike kilichokufanya uende huko na kile ulichokinunua.

(ii) Je, kutokana na maelezo uliyoyasoma katika kifungu cha habari hapo juu, ni mambo gani ambayo yanafanana au kutofautiana na masoko katika jamii yako?

(iii) Ni nini maana ya *kupiga bei au kupatana bei*. Fikiria juu ya kisa kimoja ambacho kinaweza kukusaidia kutoa maana kamili ya usemi huu. Baada ya hapo, andika aya moja inayoonyesha jinsi kitendo hicho cha kupiga bei kinavyoweza kutokea.

MAZUGUMZO YA PILI

Kununua bidhaa sokoni

Leo ni siku ya Jumamosi na Halima na Mariamu wamekwenda sokoni kutafuta bidhaa kadhaa pamoja na nguo. Wanaanza kutafuta aina mbalimbali za vyakula halafu wataenda kwingine kutafuta nguo.

Soko la matunda mbalimbali

	Halima:	Twende kwa mama yule pale. Mboga zake huwa nzuri sana.
	Mariamu:	Lakini bei yake wakati mwingine huwa ghali. Usikubali atuuzie sukumawiki kwa bei ghali.
stop complaining *adds for me*	Halima:	**Wacha kuteta** hata kabla hujaona atatuuziaje. Mama huyo ni rafiki yangu. Yeye hunitafutia mboga zile safi na **huniongezea** kidogo.
	Muuzaji:	Habari za leo Halima?
	Halima:	Salama, na wewe je?
	Muuzaji:	Sina neno, ni kutafuta tu usiku na mchana. Leo ninaona mmekuja sokoni mapema kweli.
guests *upcountry*	Halima:	Ndiyo. Tunataka tuwahi vitu vingi kwa sababu kuna kazi nyingi nyumbani na pia tuna **wageni** ambao wanatutembelea kutoka **bara**.
	Muuzaji:	Haya basi leo mtanunua nini? Kila kitu ni kizuri.
collards/cow peas	Halima:	Tunataka vitu vingi tu, **sukumawiki**, kabeji, **kunde**,

garlic		nyanya, **kitunguu saumu**, na pia matunda ikiwa bei yako itakuwa nzuri.
tomato	Muuzaji:	Sasa, inategemea lakini kifungu cha sukumawiki ni shilingi tano, **nyanya** kila fungu ni shilingi tatu na thumni, kabeji ndogo ni shilingi kumi na hii kubwa ni shilingi kumi na nane, halafu kitunguu saumu ni shilingi tano kwa kifungu. Oh, na kunde ni shilingi tano kifurushi, kitunguu maji ni shilingi sita kila kituta, na maembe ni shilingi tatu kila moja. Mananasi ni shilingi ishirini kila moja.
anything *why*	Halima:	Jamani, tunanunua vitu vingi na hata hupunguzi **cho chote**! Sasa ukisema nanasi moja ni shilingi ishirini, tutanunua moja tu? Haya, leo **mbona** unauza sukumawiki bei ya juu hivyo?
which I'm telling you	Muuzaji:	Hapana. Bei **ninayowaambia** ni nzuri sana kwa sababu ninyi ndio wateja wangu wa kwanza. Mlitaka kulipa pesa ngapi?
usually	Halima:	Sukumawiki mimi hulipa shilingi tatu na thumni, nanasi huwa shilingi kumi na kabeji **kwa kawaida** sisi hulipa shilingi kumi na mbili hata kama ni kubwa kiasi gani.
I don't get them *I'll reduce for you*	Muuzaji:	Aih! Hapana, kwa kweli bei hizo mnazosema si za kawaida. Hata mimi mwenyewe **sizipati** kwa kiasi hicho. Fanyeni hivi, kwa vile ninyi ndio watu wa kwanza, **nitawapunguzia** kidogo. Mtalipa sukumawiki shilingi nne na thumni, kabeji nitawatolea shilingi mbili halafu vitu vingine nitatoa thumni kwa kila kitu.
How do you see it?	Halima:	**Unaonaje** Mariamu?
	Mariamu:	Mwambie apunguze kidogo tena kwa sababu tunataka kununua vitu vingi.
we select	Halima:	Basi utatupunguzia zaidi lakini ngoja kwanza **tuchague** vile vitu tunayvovitaka. (*Anachagua vitu anavyotaka mpaka vinajaa kwenye karatasi aliyotandaza*). Basi ni pesa ngapi vitu hivi vyote?
	Muuzaji:	Vyote pamoja vitakuwa shilingi themanini na tisa na thumni.
	Halima:	Aih! Hizo ni nyingi sana. Mimi mama alinipa shilingi sitini tu. Na sina nyingine za kuongezea.
is not possible *loss*	Muuzaji:	Sitini **haiwezekani** jamani. Basi nitawatolea shilingi tano ili mnipe themanini na tano lakini mjue hiyo ni **hasara** kwa upande wangu. Sitapata hata kitu kidogo.
	Mariamu:	Lakini bado ziko juu sana. Basi Halima nitakuongezea shilingi kumi na tano.

fold for us *slaughter house*	Halima:	Basi **tufungie** vizuri kwa karatasi kwa sababu tunataka kwenda **machinjioni** kutafuta nyama ya mbuzi.
	Muuzaji:	Haya basi tayari na tutaonana tena.
	Halima:	Kwaheri.

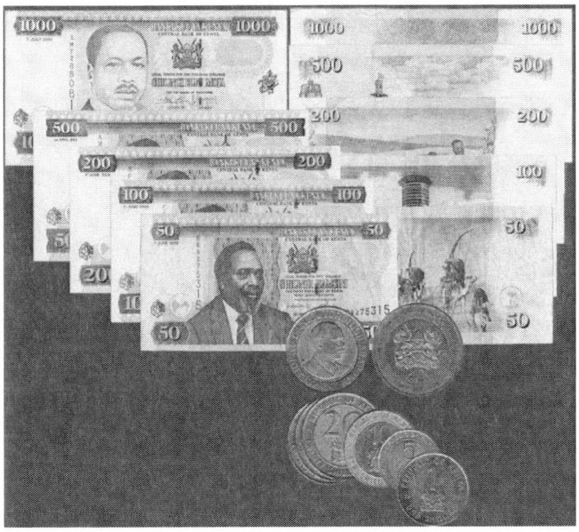

Pesa taslimu za Kenya.

Zoezi la Tano: Maswali ya Ufahamu

1) Je, kutokana na mazungumzo kati ya Mariamu na Halima ni vitu gani wanataka kununua sokoni leo?
2) Je, Mariamu anafikiri nini kuhusu mama yule ambaye Halima anapendekeza waende kununua bidhaa kwake?
3) Kwa nini Halima anasema waende kununua bidhaa kwa mama yule?
4) Je, Halima na Mariamu walitumia pesa nyingi? Toa sababu kwa jawabu lako.
5) Mchuuzi aliwaambia Halima na Mariamu bei gani kwa vitu walivyotaka?
6) Muuzaji alipunguza vitu kwa pesa ngapi mwishoni?
7) Mariamu alimwongezea Halima pesa ngapi?
8) Ni sherehe gani Halima na Mariamu walikuwa nayo siku hii?
9) Baada ya kununua vitu, Mariamu na Halima walienda wapi?

UFAHAMU

Hata mbwa huuzwa sokoni

products
neighborhoods
stalls

Katika Afrika ya Mashariki, **bidhaa** hupatikana katika sehemu nyingi sana. Kuna watu ambao wanauza bidhaa zao **mitaani,** kuna wale ambao wanaziuza katika **vibanda**, kuna wale

open markets *stores* *special* *cattle/ meat* *butchery/ slaugheter* *dog* *various*	wanaziuza katika **masoko wazi** na bado kuna wale ambao wanaziuza bidhaa zao katika **maduka** madogo na makubwa vijijini na mijini. Pia, katika baadhi ya sehemu kuna siku **maalum** kwa vitu maalum. Kwa mfano, ikiwa mtu anataka kununua **ng'ombe** au **nyama** kuna siku maalum ambazo zimetengewa uuzaji wa ng'ombe na pia siku maaalum ambapo wenye **vichinjio** hununua na kuwa**chinja** ng'ombe . Kuna hata masoko maalum ya **mbwa** katika baadhi ya sehemu za nchi kwa mfano, huko Kakamega, mahali panapoitwa Lubao nchini Kenya kuna soko maalum la mbwa na watu husafiri kutoka sehemu **mbalimbali** kwenda kuwatafuta mbwa wanaowapenda.
normally *gather/ to auction* *customers* *fresh / farm* *clothes*	**Kwa kawaida** kila sehemu huwa na siku ya soko. Watu kutoka sehemu mbalimbali **hukusanyika** na kuanza kuuza au **kunadi** bidhaa zao. **Wateja** nao hutoka sehemu mbalimbali ili kujipatia bidhaa **mbichi** kwa mfano za kutoka **shambani** na ikiwa ni bidhaa kama **nguo**, pia wateja huzipata kwa bei nafuu ikilinganishwa na bidhaa za maduka makubwa mijini.
auctioneers *dometic animals* *goats / sheep* *to rear* *profit* *to slaughter*	**Wanadi** wengine huamka usiku wa manane ikiwa wanaishi mbali na soko ili wawahi kufika sokoni kabla ya jua kuchomoza na kuwa kali. **Mifugo** yao ambayo sana sana huwa ng'ombe, **mbuzi** na **kondoo,** hutembezwa hadi sokoni ambako wateja nao pia huamka mnamo saa kumi na moja alfajiri ili wawapate wanyama wa **kufuga** wenye afya na wale ambao wanaweza kuwaletea **faida**. Ni mahali kama hapa ambapo watu wenye vichinjio huenda ili kupata wanyama wa **kuchinja**.
in short *fair price/ freshness* *is encouraged* *some city* *popularity*	**Kwa ufupi** basi, mtu ye yote anayetaka vyakula ambavyo ni vya **bei nafuu** na vile ambavyo bado vina **ubichi** wake wa kutoka shambani **anahimizwa** kuyatembelea masoko haya ambayo hupangwa kutegemea na siku za juma. Kwa mfano, siku za soko katika kituo fulani cha biashara au **mji fulani** zinaweza kuwa Jumatano na Jumamosi au Jumanne na Alhamisi. Idadi ya siku za soko katika juma kwa kawaida hutegemea ukubwa na **umaarufu** wa kituo hicho cha biashara.

Zoezi la Sita: Maswali ya Ufahamu

1). Je, kutokana na maelezo katika kifungu hiki cha habari ulichokisoma bidhaa zinapatikana wapi?

2). Je, ni wanyama gani ambao wametajwa katika kifungu hiki?

3). Mwandishi anamhimiza mtu anayetaka vyakula vya bei nafuu na ambavyo bado vina ubichi wake kufanya nini?
4). Soko la Lubao karibu na mji wa Kakamega lina umaarufu gani?
5). Wateja wanaotaka kwenda sokoni huamka saa ngapi na kwa nini?

Soko wazi la kuuza bidhaa mbalimbali kama nguo

MAELEZO YA UTAMADUNI
Bargaining is a Norm

Except for a few stores such as supermarkets and convenient stores, most other outlets do have room for bargaining and every client expects the seller to give him/her that chance. At a clothing store, shoe store or at open market locations, customers ensure that they have loose money so that when they claim that they have a certain amount of money, they can actually produce it upon request from the seller. On the other hand, the seller would usually quote a slightly higher figure in anticipation of a lower quote from the buyer. What follows is a compromise between the two parties and whoever wins is the one who feels that s/he got a better bargain from the deal. The customer is usually more satisfied if s/he can buy an item at a slightly lower price than what is quoted or listed.

There are however other stores where customers are forewarned that the prices are fixed. Without such signs a customer will always engage the seller in a bargaining context.

Zoezi la Saba: Zoezi la Watu Wawili Wawili au Vikundi.

Rafiki yako amekwambia kwamba kuna mtu anayetaka kuuza gari lake. Wewe unatafuta gari na kwa hivyo, mnaenda kuliona gari hilo. Kwa sababu gari si jipya rafiki yako anakwambia ni muhimu mpatane/mpige bei ili muuzaji awapunguzie bei. Igiza sehemu hii ya kupiga bei na mwenzako darasani.

METHALI
Kukopa arusi, kulipa matanga

MSAMIATI

Kiswahili	**Kiingereza**
bei nafuu	fair price
bidhaa	products
chenji	change (n), balance
duka	store like a convenient store
enda	go
ghali	expensive
kabla	before
kamba	rope, string
katani	sisal
kazi za mkono	manual work
kichinjio	a butchery, slaughter house
kifungua mamba	first born child
kitinda mamba	last born child
kondoo	sheep
kunde	cow peas
kununua	to buy
kupatana bei	to bargain
kutokana na	as a result of
kusanyika	come together
kwa kawaida	usually
kwingine	other place: **nitaenda kwingine** *I will go to another place*
mbao	wood frame
mboga	vegetables
mbuzi	goat
mbwa	dog

mchuuzi	vendor
methali	proverb
mifugo	animals especially domesticated
mteja	customer
nafuu	fair
nanasi	pineapple
ndururu	five cents
ng'ombe	cow
nyama	meat
piga bei	bargain (v)
punguza	reduce
sherehe	celebration, fete
shitua	surprise, depending on context, may mean scare
siku ya soko	Market Day
sokoni	at the market
sukuma wiki	collard greens
taslimu	cash
thumni	fifty cents
umaarufu	popularity
usikubali	do not accept
wageni	guests, visitors
wanyama	animals
wikendi	weekend

Chuo Kikuu cha Nairobi, jijini Nairobi

Somo la Tano
Lesson Five

Madhumuni/Objectives

Topic: Elimu/Education
Function: To introduce the student to traditional ways of socialization and modern education among the Swahili.
Grammar: Prepositional verbs and object markers
Reading: Alijua Elimu ilikuwa jawabu kwake and Elimu ya Jadi na ya Kisasa.
Cultural Notes: Palipo na wazee hapaharibiki neno (Wherever there are elders nothing goes wrong)

Wanafunzi wa shule ya upili

MONOLOGIA

Alijua Elimu ilikuwa jawabu kwake

grew up in	Sauda alizaliwa na **kukulia** kijijini. Wazazi wa Sauda walifanya kazi za mkono. Sauda pamoja na ndugu zake wawili waliwategemea wazazi wao ambao hawakuwa na mali nyingi. Kila siku wazazi wake Sauda
taking care of them	waliamka asubuhi mapema na kumuacha Sauda **akiwatunza** wadogo wake kwa sababu alikuwa kifungua mimba. Amina ndiye aliyekuwa
naughty	kitinda mimba na Omari mvulana **machachari**, alikuwa wa katikati.

Kila siku, Sauda aliiona hali ya wazazi wake na yao kama familia na

it saddened her
manual
couldn't allow them
a solution/tuition
struggling
prayed to her God

ilimsikitisha sana. Hakutaka kuishi maisha yake yote kwa kazi za **sulubu**. Alijua kuwa kulikuwa na njia ya kuwasaidia yeye na ndugu zake pamoja na wazazi wake. Alifahamu kuwa umri wa wazazi wake **haungewaruhusu** kufanya kazi nzito nzito kila siku. Kwake Sauda, elimu ilikuwa **suluhisho** lakini ilibidi awe na **karo**. Kwa hivyo, wakati wazazi wake walipokuwa **wakipambana** ili watoto wao wapate chakula na pesa zikisalia waende shule, Sauda **alimuomba Mungu wake** huku akifanya bidii kwa kila jambo.

she concentrated
assurance or support
higher levels
to deny themselves
to educate them

Alipojiunga na shule ya msingi **alizingatia** sana masomo yake kila siku. Kwake masomo hayakuwa rahisi kwa sababu hakupata fursa ya kusoma nyumbani. Hata hivyo, alifahamu kuwa masomo yake ndiyo yaliyokuwa **nguzo** yake na alijikaza na kuitumia nafasi yo yote aliyoweza kuipata. Kijijini mwao si watu wengi waliokuwa wamesoma hadi **viwango vya juu**, kwa hivyo ni walimu wake tu ambao walikuwa mfano bora kwake. Aliwaiga lakini alitaka pia kuwa bora zaidi yao. Alipomaliza shule ya msingi na kupita mtihani wake wa darasa la nane, Sauda alijiunga na shule ya bweni ya mbali kidogo. Karo ilikuwa shida lakini wazazi wake walijitolea na **kujinyima** vitu vingi zaidi ili wawafae watoto wao kimaisha. Sauda alielewa na hakutaka kuwavunja nyoyo na aliwahimiza pia ndugu zake ambao walikuwa wameanza shule sasa. Mwisho wa yote Sauda alijiunga na chuo cha uuguzi kwa sababu alitaka sana kazi ambayo ingemsaidia **kuwaelemisha** watu wake juu ya afya bora.

who are respectable
money
she benefits

Baada ya miaka mingi ya kuvumilia na kufanya kazi kwa bidii, sasa Sauda ni mmoja wa watu **wanaoheshimika** sana katika jamii yake. Aliwatii na kuwaheshimu wazazi wake na walimu wake. Amina pamoja na wazazi wake sasa hawana shida ya **fedha**. Sauda ambaye anakaribia kumaliza masomo yake **anawafaa** wazazi wake na kamwe hasahau jinsi maisha yalivyokuwa.

Zoezi la Kwanza: Maswali ya Ufahamu

1. Sauda alizaliwa na kukulia wapi?
2. Wazazi wa Sauda walikuwa wakifanya kazi gani?
3. Sauda alikuwa na ndugu wangapi?
4. Mwandishi ana maana gani anaposema *kazi za mkono*?
5. Kwa nini masomo hayakuwa rahisi kwa Sauda alipoingia shule?
6. Katika kijiji cha Sauda ni watu kiasi gani ambao walikuwa wamepata elimu ya viwango vya juu?
7. Kwa nini wazazi wa Sauda walijitolea na kujinyima zaidi?

8. Baada ya miaka mingi ya shida Sauda alijiunga na chuo gani?
9. Kwa sasa Sauda anafanya nini?
10. Je, wazazi wa Sauda wana shida sasa?

Zoezi la Pili: Zoezi la Wanafunzi Wawili Wawili

1. Katika zoezi hili unapaswa kumwelezea mwanafunzi mwenzako kwa kifupi kuhusu maisha yako ya shule ya msingi.
2. Je, ulipenda shule ulipokuwa mtoto mdogo? Ikiwa uliipenda au kuichukia shule yako, mwambie mwenzako kwa nini hali ilikuwa hivyo?
3. Ni wakati gani ulianza kufikiria kuhusu ulichotaka kufanya baada ya masomo yako?
4. Hebu mweleze mwenzako umuhimu wa wazazi au walezi wako katika **uteuzi** (*choice*) wa masomo yako.

SARUFI

The prepositional verbs and object markers

Prepositional verbs or applicative verbs as they are sometimes called, are very important in Swahili sentence construction. Sentences which have prepositional verbs essentially mean that they cannot have independent preposoitions.

1. Expressing the idea of doing something for someone

If you want to express the idea that you have done something for someone, a prepositional verb can help you realize this. Observe how the following sentence changes from a regular construction to a prepositional verb sentence:

(i) **Maria ataandika barua** *Maria will write a letter.*
(ii) **Maria atamwandikia rafiki yake barua** *Maria will write to her friend a letter.*

In the second sentence just constructed the verb **andika** changes to **andikia.** By so doing, the verb introduces another person who is benefiting from Maria's action**.** What is added to the verb **andika** is the **i** suffix just before the final vowel. Let us see more examples that demonstrate this prepositional verb construction:

(i)	Leo Krista ataleta kitabu.	Leo Krista atamlet*ea* mwalimu kitabu
(ii)	Nitasoma hadithi.	Nitawasom*ea* wanafunzi hadithi.
(iii)	Mwalimu Margaret atafundisha leo.	Mwalimu Margaret atawafundish*ia* wanafunzi leo.
(iv)	Mwalimu Margaret atavipeleka vitabu shuleni.	Mwalimu Margaret atawapelek*ea* watoto vitabu shuleni.

All the examples given above show that one person is doing something for the other. The prepositional or applicative suffix serves the role of a preposition such as *for* in English. By introducing the suffix, a new object is added to the sentence and the verb is changed from a simple verb to a prepositional verb. Although it may not be the rule, it is rare to have sentences in Swahili that use independent prepositions such as *for* or *to* the way English does.

2. How do you know which vowel to use?

If the last vowel in the root of the verb is either **u**, **a**, or **i**, insert the suffix **i** before the final vowel in the verb. If the root verb has either **o** or **e**, insert **e** as the prepositional suffix. See the following examples:

(i)	cheka	*laugh*	chekea	*laugh for, at*
(ii)	lia	*cry*	lilia	*cry for, at, to*
(iii)	ona	*see*	onea	*see for, at*
(iv)	chukua	*take*	chukulia	*take for, at*
(v)	kata	*cut*	katia	*cut for, at, with*

3. If the verb root has two vowels following each other you must insert the consonant *l* before the vowel. For example,

(i)	Juma **atamlea** mtoto.	Juma atamle*le*a Ngina mtoto.
(ii)	Mvulana **atamtoa** msichana kwao.	Mvulana atamto*le*a Abdul msichana kwao.
(iii)	Mtoto **analia**	Mtoto anamli*li*a mama yake
(iv)	Maria alivaa nguo nzuri.	Maria alimva*li*a Juma nguo nzuri

4. Using Object Markers on verbs

In English, a sentence such as *The teacher taught the students*, has the object marker, *the students.* In Swahili, object markers form part of the verb and are usually placed right before the verb root. The form of the object marker is determined by the noun class and number of the object noun.

Nina*i*penda. *I like* ***it*** . (referring to the n- n- noun class (9/10))
Nina*wa*penda. *I like* ***them.*** (referring to people)

If the object of a verb is a human being, an animal or an insect, an object marker must be used whether the object noun is mentioned or not. This is because a human being is an animate object. If the object is inanimate, however, the use of the object marker is optional when the object noun is mentioned, but obligatory if the object noun is not mentioned.

Ata*m*fundisha.	*He/she will teach* ***him/her.***
Ata*m*fundisha mtoto.	*He/she will teach* ***[him]*** *child.*
Tuta*vi*nunua.	*We will buy* ***them.*** (referring to the ki-/vi- noun class(7/8))
Tuta*vi*nunua vitabu.	*We will buy* ***[them]*** *books.*
Tutanunua vitabu.	*We will buy books.*

Object pronouns in commands come at the beginning of the verb.

***Ni*jibu kwanza!**	*Answer* ***me*** *first!*
***Li*someni shairi hili!**	*(You all) read this* ***poem!***

Object pronouns in certain constructions refer to very specific nouns.

Una*ki*jua anacho*ki*taka?	*Do you know what she/he wants?* Lit. *Do you know* ***[it]*** *which she/he wants?* (*It* here can only refer to *a thing* **[kitu]** which belongs to the ki- vi- noun class or 7-8)
Siyapendi haya.	*I do not like* ***these.*** (*These* can only refer to *matters/issues/affairs* **[mambo]** which belong to the **-ma-** noun class or 5-6, unless the context is so specific as to refer to another noun in the same noun class.)

Zoezi la Tatu: Zoezi la Kisarufi

Fikiria juu ya mtu unayempenda(anaweza kuwa mzazi, rafiki, au ndugu). Andika insha fupi kuhusu vitu ambavyo unaweza kumfanyia baada ya kumaliza elimu yako kwa sababu ya mapenzi yako kwake. Tumia vitenzi vya kufanyia (prepositional verbs).

Hawa ni wanafunzi wa lugha na isimu katika chuo kikuu

MAZUNGUMZO

Aisha anapata ushauri kutoka kwa Bw. Matano

Gloss	Speaker	Text
	Bw. Matano:	Hujambo binti? Ninaweza kukusaidia na nini?
you advise me	Aisha:	Sijambo bwana. Mimi ni mwanafunzi mgeni hapa chuoni na ninataka **unishauri** katika uchaguzi wa masomo yanayoweza kunifaa.
to join	Bw. Matano:	Vizuri sana. Mimi ni mshauri wa wanafunzi katika kitivo hiki. Kwanza kabisa ninataka uniambie jambo moja. Kabla ya **kujiunga** na chuo kikuu, ni kitu gani ambacho ulipenda sana kufanya au ni kitu gani ambacho kilikuwa kikikuvutia zaidi?
literature	Aisha:	Nilipenda sana kusoma magazeti na vitabu kuhusu maisha ya watu. Kwa hivyo katika shule yangu ya upili nilipenda zaidi **fasihi**, lugha, hesabu kidogo tu na historia.
think *comparative*	Bw. Matano:	Vizuri sana. Ninafikiri ikiwa bado unataka kuendelea na masomo hayo unaweza **kufikiria** juu ya masomo kama ya fasihi **linganishi**, isimu, mawasiliano, elimu jamii au hata historia. Masomo haya yote yamo katika kitivo chetu cha Sanaa na Sayansi.
	Aisha:	Bw. Matano ikiwa nitasoma mawasiliano, ni aina gani ya kazi ambayo ninaweza kufanya nikimaliza elimu yangu ya chuo?
organization	Bw. Matano:	Vitu ni vingi ambavyo unaweza kufanya. Unaweza kufanya kazi katika **mashirika** ya magazeti, unaweza kufanya kazi katika kampuni za biashara, unaweza kufanyia kazi vyombo vya habari na kadhalika.
	Aisha:	Hm! Basi labda nitaijaribu kozi ya ya mawasiliano.
sociology	Bw. Matano:	Bila shaka. Ikiwa utaamua kuchagua mawasiliano, itakuwa vizuri kuchukua somo la **elimu jamii** na isimu au lugha. Katika mwaka wako wa kwanza na wa pili unahitaji kuchukua masomo matatu, na mwaka wa tatu na wa nne utahitaji masomo mawili.
	Aisha:	Ni sawa. Nafikiri nitachagua isimu, mawasiliano na elimu jamii. Basi asante sana kwa msaada wako Bw.
	Bw. Matano:	Matano.
	Aisha:	Kila la heri katika masomo yako hapa chuoni.
		Asante sana.

Zoezi la Nne: Sema kama ni KWELI au SI KWELI.

1. Aisha anazungumza na Bw. Matano kwa sababu yeye ni mgonjwa. [ ]
2. Aisha alipokuwa katika shule ya upili alipenda kusoma magazeti na vitabu kuhusu maisha ya watu. [ ]
3. Bw. Matano anawashauri wanafunzi katika kitivo cha Sanaa na Sayansi. [ ]
4. Aisha anasema anataka kusoma sayansi na hesabu. [ ]
5. Bw. Matano anamshauri Aisha achukue elimu jamii na isimu au lugha. [ ]
6. Kulingana na mazungumzo haya Aisha anataka kufanya kazi ya sayansi. [ ]
7. Kwa kufuata ushauri wa Bw. Matano Aisha anaamua kuchukua isimu, mawasiliano na elimu jamii. [ ]

Zoezi la Tano: Zoezi la Vikundi Vidogo Vidogo

1. Katika vikundi vyenu kila mtu asimulie masomo anayoyachukua.
2. Kila mtu aseme ni kwa nini aliamua kusoma masomo yake ya sasa pamoja na somo la Kiswahili?
3. Je, masomo unayoyasoma sasa **yatakufaa** (*benefit you*) kwa namna gani baada ya elimu yako ya chuo kikuu?
4. Ni kazi gani ambazo unafikiria kufanya baada ya kumaliza masomo yako?
5. Ikiwa unaweza kubadili uamuzi wako wa masomo unayoyachukua sasa, ni masomo gani mengine ambayo unafikiri unaweza kuchukua na kwa nini?
6. Je, unafikiri Aisha aliamua kusomea nini katika chuo kikuu? Toa sababu kwa jawabu lako.

Wazee na vijana

Elimu ya Jadi na ya Kisasa

colonialism
ethnic groups
customs

Miaka ya hapo nyuma, sehemu nyingi za Afrika ya Mashariki hazikuwa na shule za kisasa. Elimu ya kisasa ilitokea baada ya kipindi cha **ukoloni**. Kabla ya hapo **makabila** mbalimbali yaliishi pamoja na yalikuwa na **desturi** zao pamoja na namna za kuielemisha jamii. Wasichana walifundishwa na akina mama na shangazi zao. Wavulana walifundishwa mambo muhimu kuhusu jamii yao na wazee.

but or rather
to show them
special
although
teachings
to take care of - oneself
reach puberty

Elimu ambayo watoto wa kale walipatiwa na jamii haikuwa ya kujua namna ya kusoma na kuandika, **bali** ilikuwa elimu ya kuwafaa maishani na **kuwaonyesha** jinsi walivyopaswa kuishi na wenzao. Ingawa mafunzo yaliendelea kila wakati, kulikuwa pia na wakati **maalum** ambapo wavulana walifundishwa mambo muhimu kuwahusu, kuhusu jamii zao na mambo waliyopasa kufanya wakiwa katika nyumba zao. Wasichana nao pia walikuwa na mafunzo yao. **Ingawa** siku hizo jamii zilitofautiana sana, kuna **mafunzo** kama ya kujua namna ya kuilinda jamii yako na jinsi ya kumtunza mke wako ambayo wavulana walifundishwa. Wasichana nao walifundishwa namna ya **kujitunza**, namna ya kuwatunza waume zao, namna ya kuwalea watoto wao na namna ya kufanya mambo kama wasichana. Mafunzo haya yalikuja wakati vijana walikuwa **wakibaleghe**.

they were expected
mentally

Baada ya mafunzo haya, waliofuzu **walitarajiwa** kuwa wamekomaa **kiakili** na tayari kuanza nyumba zao kwa kuoa au kuolewa. Aina hii ya jadi ya kuwaelimisha wanajamii hasa vijana bado inaweza kupatikana katika jamii chache lakini kwa kiasi kikubwa elimu ya kisasa ya shule imeanza kuchukua nafasi hiyo.

to pay attention to
internet
to teach them

Kuja kwa Waarabu na wageni kutoka Ulaya kulileta tofauti katika namna ya kuwapa vijana elimu. Elimu ilihusu kuandika na kusoma. Sasa hivi pamoja na kwamba elimu ya shule inawafundisha watoto namna ya kusoma na kuandika na taaluma mbalimbali, pia inawafundisha wasichana maswala kama ya **kuzingatia** usafi wa miili yao. Kwa sababu watoto wengi wanakaa shuleni kwa muda mrefu vitu vingi sasa vinapatikana katika maandishi na **mtandao**. Matokeo ya hali hii ni kwamba wazazi wengi wamepoteza nafasi yao ya **kuwafundisha** na kuwaelimisha watoto wao kuhusu jamii zao hasa katika sehemu za miji. Ingawa hali iko hivyo, bado kuna baadhi ya familia ambazo

steps; will benefit them; clans

zinazingatia elimu hiyo ya jadi na mababu hupata muda mdogo wa kuwafundisha wajukuu wao namna ya kuwa na busara maishani na kuchukua **hatua** ambazo **zitawafaa** pamoja na familia zao. Hawataki kizazi cha sasa kisahau **koo** zao na kila mara huwakumbusha watoto umuhimu wa lugha zao.

are dealing with; to assure them; universe; ends up

Jambo muhimu na ambalo jamii za kisasa **zinakumbana nalo** ni namna ya kuwakumbusha na **kuwahakikishia** watoto wao ya kwamba licha ya mabadiliko ya kijamii na teknolojia, tamaduni zao bado zina nafasi kubwa katika **ulimwengu** wa kisasa. Elimu wanayoipata shuleni ni muhimu lakini elimu wanayoipata kutoka kwa wazee wao nayo ni muhimu pia. Vijana ambao huwa ndio watu wanaobadili vitu haraka haraka huwa wana haja ya kujaribu vitu vipya na vigeni na mara nyingi hali hii **huishia** katika kusahau misingi na mizizi yao.

to contrast/ apart from

Kwa wanafunzi wengi elimu ya vyuo ni ya kuwaandaa kupata kazi kubwa na ya pesa nyingi. Ukweli ni kwamba chuo kikuu na sehemu nyingine zote za elimu ni muhimu kwa sababu zote zinawaandaa wanafunzi wawe raia wanaoweza **kubainisha** kati ya mema na mabaya **mbali na** kuwapa nafasi ya kupata kazi nzuri.

Zoezi la Sita: Maswali ya Ufahamu

1. Je, kabla ya ukoloni makabila mengi yaliishi namna gani?
2. Elimu ambayo jamii iliwapa watoto hapo kale ilikuwa ya namna gani?
3. Katika elimu ya jadi, wasichana walifundishwa nini na nani?
4. Je, wavulana walifundishwa nini?
5. Ni tofauti gani ambazo ziliGletwa na waarabu na wageni kutoka Ulaya?
6. Kwa nini wazazi wengi katika jamii ya kisasa wamepoteza nafasi yao ya kuwaelimisha watoto?
7. Kulingana na taarifa uliyoisoma, elimu ya shuleni na ya jadi zina nafasi gani katika maisha ya mtu?
8. Umuhimu wa elimu ya vyuo ni nini?
9. Je, kulingana na mwandishi umuhimu wa elimu kwa jumla ni nini?
10. Ipe taarifa hii kichwa chako mwenyewe kutokana na vile ulivyoisoma na kuielewa.

Zoezi la Saba: Kuandika

1. Andika aya tatu *zisizopungua maneno mia moja* kuhusu somo unalolipenda. Kumbuka kusema kwa nini unalipenda somo hilo na litakusaidia kwa namna gani maishani?

2. Andika insha ya nusu ukurasa kuhusu umuhimu wa elimu katika maisha yako.
3. Andika insha ambayo inaonyesha ukweli wa usemi kwamba **'elimu ni ufunguo wa maisha'**(*Education is the key to life*)

MAELEZO YA UTAMADUNI

Palipo na wazee hapaharibiki neno

In many Swahili speaking communities, the old people are highly respected. Even if they are not trained in the modern school systems, their word is very important and even young people with very high academic credentials must listen to their elders because they are wise and their word can carry more weight in resolving complex issues.

	SHAIRI
Mercy	Mama, mpendwa mwenye **huruma**, mchunga wa roho yangu
be enlightened	Mama nikue **nikaramke** , unitie na chuoni
	Mama, nisome nielemike, niwe mtu duniani
you relax/peace	Mama, **upowe** ufurahike, ili upate **amani**
to surpass/status	Hakuna wa **kuipita**, **hadhi** yako duniani

MSAMIATI

Kiswahili	**Kiingereza**
acha	leave
alijikaza	s/he put in effort, worked hard
anawafaa	s/he benefits them
bidii	effort, **weka bidii** *put in effort*
bora	better
busara	wisdom
desturi	manners, custom
elimu	education
elimu jamii	sociology
fahamu	be aware of, understand
fasihi linganishi	comparative literature
haja	need
hali	condition
haraka	hurry (adverb, noun)
huruma	mercy

ilibidi	it behooved, it was necessary; **ilibidi niende** *it was necessary I go.*
ilimsikitisha	it saddened her/him
iliwafaa	it benefited them
isimu	linguistics
jadi	traditional
kabila	ethnic group
karibu	near, welcome
katikati	middle, central
kifedha	financially
kifungua mimba	first born
kijijini	in the village
kisasa	modern
kitinda mimba	last born
kitivo	faculty, school
kizazi	generation
koo (9/10)	clans
kubadili	to change
kubainisha	to contrast, to differentiate **,** to distinguish
kuelemika	to be educated, enlightened
kuelewa	to understand
kufikiria	to think about
kufundisha	to teach
kuishi	to live
kujaribu	to try
kujitunza	to take care of oneself
kukulia	to grow from a place: **nilikulia Marekani** *I grew up in the US*
kupapia	to rush into things
lea	take care of
linda	guard
mababu	grandparents
machachari	naughty
mafunzo	teachings
mali	material wealth
mashirika	corporations, organizations
mawasiliano	communication
mbalimbali	different, varied
mbali na	apart from, besides
mchunga	caretaker, shepherd
misingi	foundations
Mola	God
mtandao	internet

ndiye	s/he is the one (emphatic pronoun)
pamoja	together
pasa	suppose: **ninapasa kurudi** *I am supposed to return*
ruhusu	allow
salia	remain
shida	problem
sikitisha	sadden
suluhisho	solution
tunza	take care of
uamuzi	decision
ulimwengu	the universe, the world
umri	age
unatokana	is as a result of …
uuguzi	nursing profession
uwezo	ability
vigeni	new things (adj)
walijitolea	they sacrificed, they volunteered
waliwategemea	they depended on them
wenzake	colleagues, fellows

Somo la Sita
Lesson Six

Madhumuni/Objectives

Topic: Vyakula tunavyovila kwetu/the foods that we eat.
Function: To talk about our favorite foods and recipes.
Grammar: The **imperative** and the **subjunctive moods**.
Reading: 'Sukuma wiki kipenzi changu' and 'vyakula vya Afrika Mashariki'.
Cultural Notes: The love for Chai among East Africans.

Vyakula vya Afrika Mashariki: Je, unaweza kuvitambua vyakula hivi?

MONOLOGIA

Sukumawiki kipenzi changu

I was born/in the village

Jina langu ni Rosa. **Nilizaliwa kijijini** Mwanza lakini tulihamia mjini Dar-es-Salaam miaka minne baada ya kuzaliwa kwangu. Tulipokuwa watoto wadogo tulikula vyakula vingi na mama yangu alipenda sana kupika vyakula vya kienyeji. Tulikula mihogo, ndizi na viazi vitamu mara kwa mara. Kwa sababu tuliishi karibu sana na ziwa Victoria, baba yangu alipenda sana

to prepare
side dish
light
irish potatoes
cornmeal
same as ugali
always

kuleta samaki akitoka kazini na mama alipenda **kuwaandaa** samaki kama **kitoweo** cha chakula cha jioni. Kwa kawaida tulikula vyakula mara tatu kwa siku. Tulikunywa uji au chai asubuhi na mkate, mahindi au mahamri. Mchana tulikula chakula **chepesi** kama wali na maharagwe, mahindi ya kuchemshwa, viazi vitamu, ndizi au **viazi ulaya**. Jioni mama alijaribu sana kupika vyakula tofauti tofauti kama vile **ugali** na mboga, kuku, samaki, nyama, maharagwe, na kadhalika. Mimi nilipenda sana **sima** na mboga na hata sasa bado ninapenda sima na mboga. Sukumawiki ni kipenzi changu **daima**.

be satiated
they were staring at me

Ingawa ndugu zangu walipenda samaki sana, mimi sikuwafurahia sana. Nilikula aina nyingi ya samaki mpaka **nikakinai**. Sikutaka tena kula samaki hasa dagaa ambazo niliogopa zilikuwa **zikinikodolea** macho. Mimi nilipenda sana mboga na sima hasa sukumawiki. Sukumawiki haikuwa na harufu ya kunikera moyoni na mamangu alijua sana namna ya kuitayarisha. Wakati mwingine angeikaanga kwa mchuzi, na wakati mwingine angeikaanga na pia kuiongezea maziwa. Ladha yake ilibadilikabadilika na sikuchoka kuila kama ambavyo nilikinai samaki.

measurement/ to irritate you

Kwa hivyo, tofauti na watu wengine ambao walichukia sukuma wiki, mimi niliipenda sana sukumawiki na kuwachukia samaki. Ni hivi sasa tu ninaweza kula samaki tena lakini mara moja moja tu. Ninafikiri mtu usipotaka kuchoka na kitu ni vizuri ukile kwa **vipimo** la sivyo kitaanza **kukukera** moyoni.

Zoezi la Kwanza: Maswali ya Ufahamu

1. Mwandishi anasema alizaliwa wapi?
2. Ni vyakula vipi ambavyo mama ya Rosa aliwapikia?
3. Je, katika familia ya Rosa walikula mara ngapi kwa siku?
4. Kwa nini Rosa alikinai samaki?
5. Ni chakula gani ambacho Rosa anasema eti alikipenda na kwa nini?
6. Je, ndugu zake Rosa walipenda nini?
7. Kwa nini Rosa anasema aliogopa samaki aina ya dagaa?
8. Rosa anasema mtu asipotaka kuchoka na kitu ni lazima afanye nini?
9. Nini maana ya ***kubadilikabadilika***? Toa maana kwa kutumia maneno yako mwenyewe halafu utunge *(construct)* sentensi moja ambayo inalitumia neno hili.
10. Eleza kwa sentensi mbili chakula unachokipenda sana na kwa nini?

Zoezi la Pili

Katika zoezi hili unahitaji kuwa na mwenzako. Unaweza kuyaandika majibu yako au kumsimulia mwenzako. Baada ya kumweleza mwenzako kuhusu chakula, mwambie naye akupe majibu yanayohusiana na maswali haya.

1. Mweleze mwenzako chakula unachokipenda zaidi ya vyote na kwa nini?
2. Mweleze rafiki yako ratiba ya vyakula unavyokula katika siku moja ya kawaida?
3. Umeulizwa na rafiki yako kuwa wikendi inayokuja, atalala kwako. Mwambie ni vyakula gani utamwandalia *(prepare)* siku kutwa.

SARUFI

The Imperative and the subjunctive moods of Swahili verbs

1. The imperative verb in Swahili is usually presented as a simple present tense indicative verb with an implicit subject pronoun.

(a) In the affirmative form of the sentence, the subject is implicit. For example,

(i) **weka!** *put!*
(ii) **ongeza!** *add!*
(iii) **gawa!** *divide!*
(iv) **ondoka!** *get out/leave!*

The reason why we cannot see the pronoun or the person doing the action is because it is only logical to give a command to a second person. It is however possible to identify the person being given the command by putting her/his name before the verb. For example, **Ali, ondoka!** *Ali, get out!*

(b) In the negative form of the verb, the subject prefix is explicit. For example,

(i) **Usilie!** *Do not cry!*
(ii) **Usilie mwanangu!** *Do not cry my child!*
(iii) **Usipike mchele wote!** *Don't cook all the rice!*

Notice however, that the first two sentences in (b) have different moods. The first sentence, (i) may or may not be a command depending on the intonation contours and tone. The second sentence, (ii) however, is more like a request from a mother to her child.

Other examples:

(i) **Usikaange kwa mafuta mengi.** *Do not fry in a lot of oil.*
(ii) **Usichemshe kwa muda mrefu.** *Do not boil for a long time.*

2. The subjunctive mood is one of the most common forms that are used in interpersonal communication in Swahili. You should therefore try to understand how it is constructed and used.
Here are some examples of how you can use the subjunctive mood:

(i) **Tupike wali mchana.** *Let us cook rice during the day.*
(ii) **Ninataka tumteue wakili.** *I want us to nominate a lawyer.*
(iii) **Rita, tafadhali wapikie watoto chai.** *Rita, please cook tea for the children.*
(iv) **Tusiende nyumbani.** *Let us not go home.*

One of the easiest things to remember about the subjunctive is that unlike the regular imperative form of the verb, the subjunctive has an explicit subject. This form of verb is sometimes referred to as the **polite imperative**. Whereas regular verbs in Swahili end in vowel **a**, when they are used in reference to singular forms, the subjunctive always ends in **e** except in verbs that are borrowed from other languages such as Arabic. Such verbs end in either **e**, **i**, or **u**, for example, **fahamu, fikiri, samehe, baleghe.**

Note: You will note that cetain words necessarily trigger a subjunctive verb. Such words include **lazima**, **ili**, For example,

Lazima nisome *I must read.*
Nitakuja ili nisome *I will come so I can read.*

Zoezi la Tatu

(a) Rafiki yako anataka kupika chai ya maziwa kwa sababu ana wageni kutoka Afrika ya Mashariki. Mpe maagizo ya jinsi ya kupika chai. Tumia mfano wa kutayarisha pilau. (Your friend wants to prepare East African tea with milk because she has visitors from East Africa. Direct her on how to prepare tea using the example of the *pilau* recipe on page 115).

(b) Rafiki yako anataka kununua vitu ambavyo atatumia kupika wali. Andika sentensi kumi ambazo zinatumia vitenzi aina ya *subjunctive* kuhusu vitu ambavyo hapaswi kununua au kufanya katika kuandaa pilau.

Kwa mfano:
***Usinunue* mchele mchafu.** *Do not buy dirty rice.*

MAZUNGUMZO YA KWANZA

Tule nini leo?

Jamila na Neema ni wasichana wawili ambao wanafanya kazi katika idara ya **forodha** (*customs*) mjini Mombasa na wanakaa katika nyumba moja mtaa wa Tudor mjini Mombasa. Katika mazungumzo yanayofuata wanataka kuamua watakula nini.

I am hungry	Jamila:	**Nina njaa** lakini sijui nitakula nini?
	Neema:	Mimi nimechoka tu. Kuna joto jingi leo. Naona leo ujaribu kupika wali wa nazi?
	Jamila:	Lakini mimi sijui kuupika. Nilikuwa mvivu mama alipokuwa akiwafundisha dada zangu.
I'll direct you	Neema:	Usijali, **nitakuelekeza** namna ya kupika lakini tutasaidiana. Ni saa ngapi?
	Jamila:	Ni saa mbili kasoro dakika ishirini.
let us hurry up	Neema:	Basi hebu **tuharakishe** twende pale kibandani pa mama Tabi kununua kitunguu saumu na nyanya. Nadhani mchele tulio nao utatosha.
wait	Neema:	Labda.Wajua ni siku nyingi tangu tuupike wali. **Subiri** nichukue mkoba wangu ili tununue maziwa ya chai. Ninafikiri
	Jamila:	tutahitaji chai. Siku hizi mimi hutamani chai kweli.
	Neema:	Na wewe jamani! Na joto hili lote, utatamanije chai moto? Heri maji ya matunda au maji.
an addict	Jamila:	Hiyo ni kawaida lakini kiu cha chai hakitulizwi na maji au maji ya matunda. Labda nimekuwa **mraibu** wa chai tangu utoto wangu. Na kama ujuavyo dawa ya moto ni moto.
know that	Neema:	Haya basi, lakini **ujue ya kwamba** tutatengeneza saladi ya matunda ili tule kesho wakati wa chakula cha mchana. Ni nzuri kwa afya yako.

Zoezi la Nne: Upatanishi Kutokana na Mazungumzo Baina ya Jamila na Neema.

Kwa zoezi hili lifuatalo, ambatanisha sentensi za A na za B ili kupata mpatano mwafaka kutokana na mazungumzo baina ya Neema na Jamila *(Match the phrases in A with those in B in order to make a logical match based on the conversation between Jamila and Neema).*

A	B
a) Kiu cha chai	1) kwa sababu kuna joto jingi.
b) Ili kupika wali wa nazi	2) amekuwa mraibu tangu utoto wake.
c) Saladi ya matunda	3) alikuwa mvivu mama yake alipokuwa akiwafundisha dada zake.
d) Jamila hajui kupika wali wa nazi kwa sababu	4) hakitulizwi na maji au maji ya matunda.
e) Neema na Jamila	5) wanafanya kazi katika idara ya forodha.
f) Neema angependelea maji au maji ya matunda	6) ni siku nyingi tangu Neema na Jamila wapike wali.
g) Ingawa Neema anajua kupika	7) ni muhimu kwa afya yao.
h) Jamila anafikiri kwamba	8) yeye alikuwa amechoka.
i) Kutokana na taarifa hii	9) unahitaji mchele na nazi.

MAZUNGUMZO YA PILI

Lila na Fatuma wamekwenda kula mkahawani

Lila na Fatuma ni marafiki wawili wanaosoma katika chuo cha uhasibu jijini Nairobi. Wanatafuta mahali pa kula chakula cha mchana wakisubiri madarasa yao ya alasiri.

	Lila:	Mwenzangu sina nguvu za kutembea hadi bwenini kula.
	Fatuma:	Haya basi tutafute mahali pa kwenda tule haraka haraka
my colleague		kisha turudi kumalizia zoezi letu la **takwimu** la darasani.
statistics	Lila:	Twende tuujaribu ule **mkahawa** ulioko mtaa wa Kijabe.
	Fatuma:	Upi huo?
restaurant	Lila:	Kuna ***Baraka*** na ***Mama Lily!***
	Fatuma:	Ninafikiri ni bora ***Mama Lily***, hawapiki nyama ya

		nguruwe.
	Lila:	Haya basi twende.
		(A few minutes later)
	Mhudumu:	Karibuni dada. Kuna nafasi pale kwenye meza ndogo ya pembeni.
	Fatuma:	Asante.
	Mhudumu:	Je, mngetaka kula nini leo?
	Lila:	Tutahitaji menu yenu kwanza.
I am sorry	Mhudumu:	Oh! **Samahani** sana. Ndiyo hii hapa.
when we are	Fatuma:	Asante, tutakuita **tukiwa** tayari.
	Lila:	Mbona sioni ninachokihitaji?
	Fatuma:	Ulikuwa unatafuta chakula cha aina gani?
liver		Hiba aliniambia ya kwamba hapa wana **maini** mazuri na wali wenye ladha nzuri. Pia, alisema sambusa zao ni nzuri sana ingawa ni za mboga tu.
	Lila:	Oh! Zimeorodheshwa katika ukurasa wa pili wa menu.
mushroom		Mimi nitajaribu viazi vilvyokaangwa , mchuzi wa **uyoga** na labda maji ya matunda ya mapera.
let me see	Fatuma:	Naona kweli ulikuwa na njaa. **Hebu nione**. Nafikiri nitakula samaki wa kukaangwa na wali wa kukaangwa pia.
passion fruit		Nitakunywa maji ya **matunda ya karakara.**
watch out	Lila:	**Tahadhari** na vitu vya mafuta mengi na vilivyokaangwa. Wanasema vinaweza kukuletea ugonjwa.
once in a while	Fatuma:	Ni **mara moja moja tu**. Lakini nitajitunza.
	Mhudumu:	Aha! Je, mko tayari kuagiza mnachotaka kula?
	Lila:	Naam! Nafikiri nitajaribu viazi vya kukaangwa. Nitataka pia mchuzi wa uyoga na maji ya matunda ya mapera.
	Mhudumu:	Viazi hivyo utataka viandamane na nini? Kuna kuku, nyama ya mbuzi, nyama ya kondoo na nyama ya ng'ombe.
	Fatuma:	Nipo nyama ya mbuzi tafadhali.
	Mhudumu:	Sawa. Na wewe dada?
fried rice	Lila:	Mimi ninataka uniletee **wali wa kukaangwa** na samaki wa kukaangwa pia. Ni aina gani ya samaki mnapika hapa?
	Mhudumu:	Hapa tunapika samaki aina ya tilapia.
	Fatuma:	Sawa basi.
	Mhudumu	Utakunywa cho chote?
bring for me	Lila:	Naam. Tafadhali **niletee** maji ya matunda ya karakara na uongeze barafu.
	Mhudumu:	Usijali dada, nitafanya hivyo. Kuna kitu kingine ambacho
you'd like		**mngetaka** niwaletee?
No/ we're dying	Lila:	**Hata**. Basi mwenzetu tuharakishie kidogo **tunakufa** kwa njaa.

Zoezi la Tano: Zoezi la Ufahamu

1. Kwa nini Lila hawezi kwenda bwenini?
2. Lila na Fatuma wanataka kwenda mkahawani kula chakula cha wakati gani?
3. Wasichana hawa wawili hufanya nini katika maisha yao ya kawaida?

4. Walipokuwa mkahawani Lila alikula nini?
5. Kati ya wasichana hawa wawili, ni nani aliyekunywa maji ya matunda ya **mapera** (*guavas*)?

UFAHAMU

Vyakula vinavyopikwa Afrika ya Mashariki

Mama anapika chakula. Je, mama huyu anapika chakula kipi na anakipikia wapi?

Waswahili ni watu waoneao mapishi yao fahari. Vyakula vya Waswahili vinategemea mazingira yao lakini pia utamaduni wao. Ukikaribishwa katika nyumba ya Mswahili kwa sababu ya chakula cha mchana au **chajio**, ni bora uwe tayari kula mpaka ukinai. Katika mikahawa yao, utapata vyakula vyenye ladha na vyenye **lishe** na **hutajuta** kamwe kutumia muda wako na pesa ukiwa mkahawani kula chakula cha Kiswahili.

Kwa kawaida Waswahili huanza siku kwa **chamshakinywa**. Meza **huandaliwa** kwa vinywaji tofautitofauti lakini kwa wasemaji wengi wa bara chai ni kinywaji muhimu. Chai hii huandaliwa kwa kuongezwa maziwa na wakati mwingine **tangawizi** ili kuipa ladha. Kwa muda mrefu, **imeaminika miongoni** mwa wenyeji wengi wa Afrika ya Mashariki kwamba chai bila maziwa huashiria umaskini na kwa hivyo watu hufanya bidii kuandaa chai ya maziwa. Katika sehemu nyingi za pwani, unaweza pia kupata vinywaji vya kahawa.

chajio	*dinner*
lishe	*nutrutious*
hutajuta	*you won't regret*
chamshakinywa	*breakfast*
huandaliwa	*is usually prepared*
tangawizi	*ginger*
imeaminika miongoni	*it is believed among*

Ingawa kahawa hii hutumika asubuhi kama chamshakinywa katika baadhi ya familia, pia inaweza kutumika wakati **mwingine wo wote** kama kinywaji cha kustarehe na pia katika sehemu za biashara. Katika **hafla** kama hizi, huwa na kahawa mara nyingine ambayo haina maziwa na huitwa 'kahawa tungu' katika lafudhi ya Kimvita. Inaitwa kahawa tungu kwa sababu ya kahawa nyingi inayotumiwa kukiandaa **kinywaji** hicho.

any other
parties or ceremonies
drink

Kwa wasemaji wa Kiswahili kama lugha ya pili, na kutegemea na tabaka la watu, uji ni kinywaji ambacho pia hutumiwa kama chamshakinywa. Uji huu unaweza kutengenezwa kutokana na unga wa mahindi, mihogo, wimbi au mawele. Hivi ni vinywaji vya kimsingi lakini pia **kutegemea** na uwezo wa kila familia, vitoweo huweza kuandaliwa pia. Waswahili wa pwani wanapenda sana mahamri, mandazi na sambusa. Wanaweza pia kutumia mkate ambao ndio hasa hutumika sana katika sehemu za bara. Vyakula vingine vya **kienyeji** pia hutumika sehemu za bara kuandamana na chai au kahawa kwa mfano, viazi vitamu, mihogo, mahindi yaliyochemshwa au ya kuchoma, makande, njugu na kadhalika.

depending
traditional

Kwa chakula cha mchana na chajio kuna aina mbalimbali za vyakula ambavyo huandaliwa. Wali ni muhimu kwa wenyeji wa pwani. Kuna wale ambao hupenda kuandaa wali wa nazi na pia wale ambao wanapenda sana kuandaa pilau ambacho ni chakula kinachotengenezwa kwa kutumia mchele, nyama, kitunguu saumu na **viungo** vingine vya kuufanya wali unukie vizuri na pia uwe na **ladha** nzuri. **Mbali na** aina hii ya vyakula kuna chapati, chakula ambacho kinapendwa sana na wakazi wa pwani na wa bara kwa jumla. Sima au ugali ni chakula cha **kimsingi** cha watu wa Afrika Mashariki na hupikwa na takriban watu wote wa Afrika ya Mashariki lakini unapikwa zaidi katika sehemu za bara. Vitoweo vyake huwa ni mboga za sampuli mbalimbali kama vile sukuma wiki, kabeji, maharagwe, kunde, mchicha, samaki, nyama ya nguruwe, nyama ya mbuzi, nyama ya kondoo au nyama ya ng'ombe na pia kuna kuku ambao hutumiwa kama kitoweo na vyote hivi huongezwa mchuzi mzito ulioandaliwa kutokana na **viungo** kama Roiko, Knor, bizari, vitunguu na nyanya.

spice
taste / apart from
basic
spices

Hatimaye baada ya vyakula hivi vyote vya mchana na jioni kuandaliwa, walaji wanaweza kunywa chai, kahawa, maji ya matunda, au hata maziwa lala ili kuteremsha chakula walichokila.

Zoezi la Sita: Maswali ya Ufahamu

1. Mwandishi anasema kuwa Waswahili wanaonea fahari nini?
2. Je, vyakula vya Waswahili vinategemea nini?
3. Katika jamii ya Waswahili ni kitu gani ambacho huandaliwa kwa ajili ya chamshakinywa?
4. Kahawa tungu ni aina gani ya kinywaji na hutumiwa wakati gani?
5. Katika sehemu za bara ambako wasemaji wengi husema Kiswahili kama lugha ya pili ni vinywaji gani wanavyovitumia kwa chamshakinywa?
6. Je, kwa ufupi mwandishi anasema kuwa chakula cha mchana na chajio ni vyakula ambavyo vinajumuisha(include) nini katika jamii ya Waswahili?
7. Taja baadhi ya mboga ambazo mwandishi anasema zinapikwa katika sehemu wanapokaa Waswahili.
8. Tangawizi ni nini na hutumiwa kufanya nini?
9. Ni kitu gani ambacho hufuatia chakula kikuu katika jamii ya Waswahili?
10. Kutokana na taarifa uliyoisoma, Waswahili hula mara ngapi kwa siku?

Zoezi la Saba: Kuzungumza

Katika vikundi vya watu wawili wawili, jadilini kuhusu vyakula ambavyo ninyi hula katika jamii yenu kama chamshakinywa, chakula cha mchana na chakula cha jioni(chajio).

KUPIKA PILUA

Katika maelezo yafuatayo Neema na Jamila wanajadili jinsi ya kuandaa pilau, chakula ambacho kinapendwa sana wakati wa sherehe.

Picha ya mahitaji ya kupika pilau

Neema: Ili kupika pilau ya kuwatosha watu watano unahitaji vitu vifuatavyo:
Mahitaji
Mchele vikombe vitatu au kilo moja
Maji vikombe sita
Chumvi ya kutosha
Nyama ya ng'ombe isiyo na mifupa nusu kilo
Kitunguu saumu kimoja
Nyanya mbili
Vitunguu vya maji viwili
Tangawizi
Pilau Masala
Mafuta ya kupikia

Hatua za kufuata wakati wa kuandaa pilau

1. Katakata nyama vipande vidogo vidogo halafu uichemshe katika sufuria hadi maji yaishe.
2. Baada ya maji kwisha, kaanga nyama hiyo katika mafuta, vitunguu maji, vitunguu saumu na tangawizi uliyobambua na kukatakata.
3. Ongeza viungo kama vile pilau masala halafu mchuzi wa nyama.
4. Ongeza mchele ambao umeuosha katika sufuria.
5. Ongeza maji kulingana na kiwango cha mchele unaoupika.
6. Changanya vitu hivi vyote kwenye sufuria.
7. Ongeza chumvi mpaka uone kwamba imekolea.
8. Kisha funika chakula ili mvuke usitoke.
9. Wacha chakula kipikike kwa muda wa kama nusu saa hadi kimeiva.
10. Epua na pakua baada ya kupoa.

Zoezi la Nane: Zoezi la Kuandika

1. Je, ni vitu gani muhimu ambavyo utahitaji ikiwa unataka kupika pilau?
2. Pilau huchukua takriban muda gani kuwa tayari?
3. Unaanza kuchemsha maji au unaanza kwa kuongeza chumvi katika maji?
4. Tafuta maneno mengine ya Kiswahili ambayo yanarudiwarudiwa kama neno *uliyokatakata*. Andika katika daftari lako na useme maana yake kwa kifupi:
5. Je, kuna tofauti gani baina ya wali na pilau?

Zoezi la Tisa

Fanyeni zoezi lifuatalo katika vikundi vya watu wawili wawili. Mwulize mwenzako akupe majibu ya maswali yafuatayo kisha na wewe uchukue nafasi yake na umpe majibu.

1(a) Mwanafunzi wa Kwanza: Unapenda chakula gani?
Mwanafunzi wa Pili:
Mimi ninapenda____________________________________.
Mwanafunzi wa Kwanza:
Kwa nini unapenda_______________________________?
Mwanafunzi wa Pili:
____.

(b) Sasa ni wakati wa kubadilisha nafasi za kuigiza kama mlivyofanya katika hapo juu.

2. Kila mmoja wenu aeleze kwa ufupi namna ya kuandaa chakula hicho ambacho amesema anakipenda.

3(a) Je, kuna chakula cho chote ambacho hamkipendi? Kila mmoja wenu aelezee chakula asichokipenda na kwa nini?
Mwanafunzi wa Kwanza: Je, ni chakula gani hukipendi?
Mwanafunzi wa Pili:
Mimi sipendi____.
Mwanafunzi wa Kwanza:
Kwa nini hupendi__________________________________?

(b) Sasa ni wakati wa kubadilisha nafasi za kuigiza kama mlivyofanya katika (3a).

4. Baada ya kumsikiliza mwenzako, kila mmoja aliambie darasa aliyoambiwa na mwenzake.

Zoezi la Kumi: Zoezi la Kuandika

Rafiki yako ana sherehe ya kuwafundisha wanafunzi wa shule ya msingi kuhusu vyakula vya Kiswahili. Amekutumia ujumbe akikuuliza umtumie maelekezo ya namna ya kuandaa mojawapo ya vyakula unavyofahamu. Mwandikie maelekezo hayo kwa njia ya barua ya kawaida au barua pepe ukimwelezea kila hatua atakayohitaji kufuata.

Zoezi la Kumi na Moja: Zoezi la Kusoma na Kuandika

Katika menu zifuatazo kuna vyakula tofauti tofauti. Rafiki yako hali nyama wala chochote kinachohusiana na maziwa. Anataka kwenda mjini Nairobi kwa muda wa siku mbili na ataishi karibu na Mtaa wa Biashara, karibu na msikiti wa Jamia. Kuna mikahawa mitatu maarufu, Semeni Restaurant, Wakulima Restaurant na mama Safi Restaurant. Mpendekezee mahali pazuri anapoweza kula chakula bila wasiwasi na akafurahia.

Semeni Restaurant		
	Menu ya kila siku **Aina ya Vyakula**	**Bei**
1	Ugali na kuku	35.00
2	Maharagwe na nyama	30.00
3	Ng'ombe na wali	35.00
4	Ng'ombe na ugali	34.00
5	Nyama choma na ugali	40.00
6	Makoroni na jibini	30.00
7	Viazi vitamu	20.00
8	Makoroni na mchuzi	25.00
9	Glasi ya maziwa lala	20.00

	Wakulima Restaurant **Orodha ya Vyakula**	**Bei**
1	Saladi ya mboga	40.00
2	Mahindi na maharagwe	30.00
3	Wali na kuku	35.00
4	Chapati na mboga	35.00
5	Chapati na nyama	40.00
6	Saladi ya matunda	35.00
7	Mchuzi wa mboha	25.00
8	Mchuzi wa nyama	25.00
9	Mchuzi wa uyoga	25.00

Menu ya kila siku **Aina ya Vyakula**	**Bei**
1. Bia kubwa	**56.00**
2. Chai kikombe kidogo	**20.00**
3. Birika ya chai	**35.00**
4. Maji ya matunda	**23.00**
5. Kikombe cha uji	**20.00**
6. Kinywaji cha mpishi	**25.00**
7. Sambusa ya nyama	**25.00**
8. Sambusa ya mboga	**20.00**
9. Saladi za mboga	**35.00**

2). Andaa *(prepare)* menu ya vyakula ya wiki yote kwa familia yako au yako na marafiki zako. Hakikisha unaonyesha *(show)* zaidi ya aina moja ya chakula kwa kila chakula kikuu *(main meal)*.

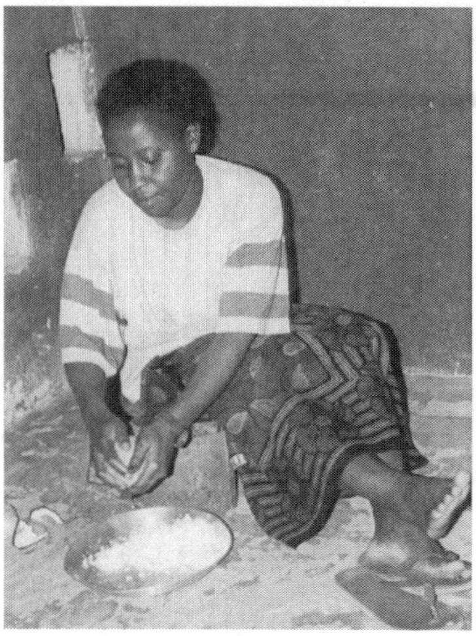

Mama anakuna nazi

Mama anakula ugali na watoto

UTAMADUNI

The love for Chai among East Africans

"Chai" is the equivalent of tea in English. It is a beverage that is liked and loved by East Africans. As opposed to Americans or people in the west, East Africans love their tea hot. Tea is usually brewed in a pot for several minutes to a boiling point with all the necessary ingredients before it is served. Kenyans, Tanzanians, and Ugandans alike, prefer tea with milk. Among many families tea without milk and sugar symbolizes poverty and so many people work pretty hard to have milk and sugar in their tea. If a family does not have milk or sugar, it may actually prefer to prepare fermented porridge and serve instead of serving black tea or what it commonly known as strong tea; **hudhurungi**, **turungi** or **chai ya rangi**.

Tea is so popular such that sometimes someone can ask you to do him/her a favor in return for chai(appreciation money). Any time is tea time in East Africa: morning, lunch time, evening, dinner time and before bed time tea can be served with pleasure. Some people may even complain of a headache if they have not had tea for a long time. A day without a cup of tea is a wasted day!

Whereas in other places of the world people take herbal tea, East Africans prefer their regular black tea but may occasionally add to it ginger or **tangawizi** to enhance its flavor. You can certainly sit back and enjoy East African tea any time you are among East Africans.

Je, katika picha iliyopo hapo juu, ni kitu gani kinachoendelea?

Zoezi la Kumi na Mbili: Jadili zoezi hili na mwenzako darasani.
Je, katika jamii yako mna kinywaji chenu cha kitamaduni?

METHALI
Pilipili usiyoila, yakuwashia nini?

KITANZA ULIMI	
Wali wa liwali huliwa na wanawali wasio wanawali hawali wali.	*The rice of the headman is eaten by maidens and those who are not maidens do not eat rice.*

MSAMIATI

Kiswahili	**Kiingereza**
andaa	prepare
afya	health
birika	kettle
chai	tea
chajio	dinner
chakula kikuu	main meal
chamshakinywa	breakfast
changanya	mix
chumvi	salt
dagaa	sardine(s)
hafla	party, feast

maini	liver
kaanga	fry
karakara	passion fruit
kausha	dry
kijiko	spoon
kikombe	cup
kinai	be satisfied
kitanza ulimi	tongue twister
kitunguu	onion
kitunguu saumu	ginger
kodolea	to stare at someone or something
kolea	be sufficient, **chumvi imekolea** *the salt is enough*
kondoo	sheep
kuwasha	to irritate, to itch
maandazi	donuts
mahamri	donuts made out of wheat flour, similar to **mandazi**
maharagwe	beans
mahindi	corn
maini	liver
maji	water
mala	sour milk, yoghurt, fermented milk
mawele	millet
mapera	guavas
matumbo	intestines
matunda	fruits
maziwa	milk
mboga	vegetables
mbuzi	goat
mchele	uncooked rice
mchuzi	stew, soup
mkahawa	restaurant
mkate	bread
mkoba	a handbag, suitcase, purse
moto	fire
mraibu	an addict of something
msikiti	a mosque
muhimu	important
muhogo	cassava
mazi	coconut
ng'ombe	cow, cattle
nguruwe	pig
njugu	groundnuts

nyama	meat
nyanya	tomatoes
ongeza	add
pilipili	pepper
saladi	salad
samaki	fish
sambusa	a donut stuffed with beef or vegetables
saumu	garlic
sufuria	pan, pot
sukari	sugar
tahadhari	watch out, be careful
tangawizi	ginger
tilapia	a type of fish
ugali	cornmeal
uji	porridge
uyoga	mushroom
viazi	potatoes
vitoweo	side dish or dish that goes together with the main meal
viungo	spices
wali	cooked rice

Somo la Saba
Lesson Seven

Madhumuni/Objectives

Topic: Magonjwa/Sickness or illness.
Function: Talking about different diseases, body parts, feelings.
Grammar: The use of the passive extension **-w-**.
Reading: Shingo yangu inauma sana and Malaria katika sehemu zetu.
Cultural Notes: Matibabu ya kienyeji (Umuhimu wa mwarubaini *The Neem tree*)

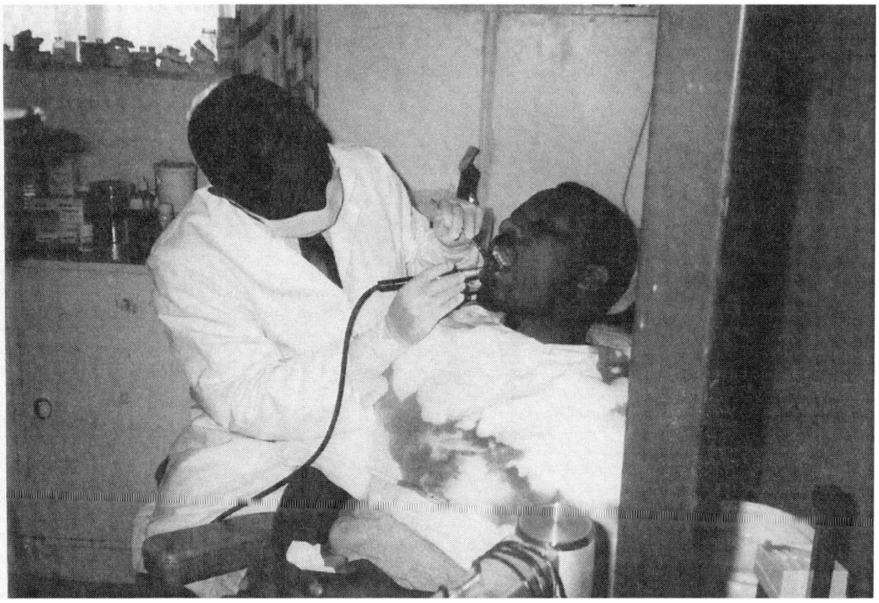

Picha ya mgonjwa na daktari wa meno

MONOLOGIA

Shingo yangu inauma sana

Jina langu ni Neema. Mimi ni mwanafunzi wa chuo Kikuu na nina kazi nyingi sana za kusoma. Jana usiku nilifanya kazi ya kusoma kwa muda mrefu sana. Sikuenda kulala mapema kwa sababu sikuwa nimemaliza kazi yangu ya shule. Nilipoenda kulala ilikuwa saa saba usiku na **nilikuwa nimechoka sana.**

I was very tired

Niliamka leo asubuhi kama saa moja na nusu lakini nilikuwa

I feel/ in the back	**ninahisi** maumivu makali **mgongoni** na shingoni. Sijui ni kwa nini? Labda ni kwa sababu nilienda kitandani nikiwa nimechoka na sikulala vizuri halafu nikaiumiza shingo yangu. Sasa siwezi hata kugeuza kichwa changu upande wa kushoto kwa sababu ninahisi uchungu sana. Baada ya kunywa chai nitamuuliza rafiki yangu Rosa anipake linimenti mgongoni na
if not	shingoni ili nipate nafuu kidogo, **la sivyo**, sitaweza kufanya kazi yangu vizuri leo.
pains	**Maumivu** yakizidi itabidi niende kumuona daktari wangu
dispensary	katika **zahanati** ya wanafunzi. Ni muhimu nifanye hivyo kwa sababu mitihani itaanza wiki ijayo na sitaki kuwa na matatizo wakati wa mitihani.

Zoezi la Kwanza

1. Kwa nini Neema hakulala mapema jana usiku?
2. Neema anasema alikwenda kulala saa ngapi?
3. Neema alipoamka leo asubuhi alikuwa na tatizo(problem) gani?
4. Rosa atamfanyia nini Neema baada ya kunywa chai?
5. Kwa nini Neema anazungumzia kumuona daktari?

SARUFI

The passive form in Swahili

1. In order to change an active sentence into a simple passive sentence in Swahili you will need to introduce a **w** extension after the root of the verb. You can also optionally introduce **na** which is equivalent to *by* in passive sentences in English if you want to specify the agent of the action. Examine the examples provided below to see how the passive works:

Sentensi katika hali ya kawaida	*Sentensi katika kauli ya kutendwa*
The verb 'cheza':	**The active form changes to 'chezwa'.**
(i) Wanafunzi wa Illinois walicheza mpira wa kikapu vizuri.	**Mpira wa kikapu ulichezwa vizuri na wanafunzi wa Illinois.**
(ii) Petero aliandika barua ya arusi.	**Barua ya arusi iliandikwa na Petero.**
(iii) Lily aliumega mkate.	**Mkate ulimegwa na Lily.**

2. There are other forms of verbs which you do not introduce **w** alone but a vowel first. Such verbs are usually already in another form such as the prepositional (the verb contains a prepositional extension), or its nature simply demands that you introduce a vowel and the **w**. For example,

Sentensi katika hali ya kawaida	*Sentensi katika kauli ya kutendewa*
(i) Daktari alimtibu mtoto wangu. *'The doctor treated my child.'*	**Mtoto wangu alitibiwa na daktari.** *'My child was treated by a doctor'.*
(ii)Daktari wake Baba Mtakatifu Yohana wa Pili alimtibu mjini Roma. *Pope John Paul II's doctor treated him in Rome.*	**Baba Mtakatifu Yohana wa Pili alitibiwa na daktari wake mjini Roma.** *Pope John Paul II was treated by his doctor in the city of Rome.*
(iii) Daktari alimtibia mama mtoto. *The doctor treated the child for the mom.*	**Mama alitibiwa mtoto na daktari.** *The child was treated for mom by the doctor.*

3. There is yet another passive form that involves a prepositional verb that has more than one vowel following each other. This type of passive incorporates more than the **w**. It requires you to insert For example:

Sentensi katika hali ya kawaida	**Kauli ya kutendewa au kutendwa**
(i) Mama aliwa**nunulia** watoto dawa. *Mom bought the children medicine.*	Watoto walinunu**liw**a dawa na mama. *The children were bought medicine by mom.*
(ii) Muuguzi alim**chukua** mgonjwa. *The nurse took the patient.*	**Mgonjwa alichukuliwa na muuguzi.** *The patient was taken by the nurse.*
(iii) Mgonjwa alimchagua daktari mzuri. *The patient chose a good doctor.*	Daktari mzuri alichagu**liw**a na mgonjwa. *A good doctor was chosen by the patient.*
(iv) Daktari wangu alimu**oa** muuguzi. *My doctor married a nurse.*	Muuguzi alio**lew**a na daktari wangu. *The nurse was married by my doctor.*

In these types of sentences, the choice of a given vowel in the passive extension depends on the type of vowel in the root of the verb. The choice of a vowel behaves in a similar manner like the prepositional verbs which depend on the vowel in the root. One of the best ways to understand how these constructions work is to keep using different prepositional verbs with different vowels. As a rule, the prepositional suffix must precede the passive suffix when both appear in a verb.

Zoezi la Pili: Matumizi ya Kauli ya Kutendwa na Kutendewa

Change the following sentences to be in their passive forms: For example,
Malaria yalimshika rafiki yangu
Jawabu: ***Rafiki yangu alishikwa na Malaria***

1. Daktari atamtibu mgonjwa hospitalini.
Passive:____

2. Mtoto ananifinya mkono.
Passive:____

3. Mama alininunulia dawa ya homa.
Passive:____

4. Mwalimu aliwaeleza wanafunzi kuhusu ugonjwa katika Afrika.
Passive:____

5. Muuguzi anamlinda mama mkongwe.
Passive:____

6. Mkunga anamsaidia mama mjamzito kumpa mtoto chakula.
Passive: ____

7. Nitamwandikia mtoto wake Maria dawa ya macho.
Passive:____

8. Mama aliwashauri watu wasile vyakula vya mitaani kwa sababu vina uchafu.
Passive: ____

9. Jino la Maria linamuuma sana.
Passive:____

10. Tunawatahadharisha watu kuhusu ugonjwa wa UKIMWI
Passive:____

MAZUNGUMZO YA KWANZA

Ninahisi maumivu

	Juma:	Mama, leo mimi sidhani nitakwenda shule.
my child	Mama:	Kwa nini **mwanangu**?
	Juma:	Ninahisi maumivu ya kichwa na nina mafua. Pia nina
dizziness		**kizunguzungu**.
	Mama:	Pole mwanangu. Jana nilikwambia usicheze nje
rain/you didn't listen to me		wakati wa **mvua** lakini **hukunisikiliza**.

	Juma:	Lakini mvua haikuwa nyingi mama.
tablets / to swallow	Mama:	Basi kaa hapa niende katika duka la dawa kukutafutia **tembe** za **kumeza**.
	Juma:	Nitasubiri mama.

Zoezi la Tatu: Maswali ya Ufahamu

1. Kwa nini Juma hawezi kwenda shule leo?
2. Mama anaenda kufanya nini katika duka la dawa.
3. Jana Juma alifanya nini?
4. Kutokana na taarifa uliyoisoma, neno ***kizunguzungu*** linaweza kuelezwaje kwa maneno mengine ya Kiswahili?
5. Eleza maana ya neno ***kuhisi*** kwa kutumia maneno ya Kiswahili tu? Tumia neno hili katika sentensi yako mwenyewe.

MAZUNGUMZO YA PILI

Duka la Dawa

Mama Juma anakwenda katika Duka la Dawa.

	Mwenye Duka:	Habari mama?
	Mama Juma:	Nzuri.
	Mwenye Duka:	Nikusaidie nini?
he is in pain/ cold	Mama Juma:	Mtoto wangu **anaumwa** kichwa na **mafua**. Sijui una dawa gani nzuri ya kumsaidia.
age	Mwenye Duka:	Ana **umri** wa miaka mingapi na alianza kuumwa lini?

	Mama Juma:	Ana umri wa miaka sita. Ameanza kuuumwa leo
		asubuhi.
	Mwenye Duka:	Hebu nione ni nini kitamfaa. Mpatie hizi tembe
		za *paracetamol,* tembe moja kila baada ya masaa
one spoon		manne. Pia mpatie **kijiko kimoja** cha *Piriton*
		asubuhi na jioni baada ya chakula. Maumivu
aggrevates		**yakizidi** mpeleke kwa daktari.
	Mama Juma:	Asante. Ni pesa ngapi?
	Mwenye Duka:	Ni shilingi mia moja zote mbili.
	Mama Juma:	Aah! Nilikuwa nimesahau. Je, una dawa ya
I feel tired/muscles		kusugua misuli? **Ninahisi uchovu** katika **misuli**
	Mwenye Duka:	yangu.
		Ndiyo, nitapendekeza linimenti ya kawaida. Ni
cents		shilingi thelathini na sita na **senti** hamsini chupa
together		ndogo. Zote **pamoja** zitakuwa shilingi mia moja,
	Mama Juma:	thelathini na sita, na senti hamsini.
		Haya basi, ndio hizi hapa na kwaheri, tutaonana
	Mwenye Duka:	siku nyingine.
		Karibu tena.

Zoezi la Nne

1. Kwa maneno yako mwenyewe eleza kwa nini mama Juma alienda katika duka la dawa na ni nini alichopatiwa na mwenye duka.

2. Chunguza picha ifuatayo kwa makini. Ni kitu gani ambacho unafikiri kinaendelea kati ya mgonjwa na daktari? Eleza kadiri unavyoweza mambo yanayoendelea katika picha hii.

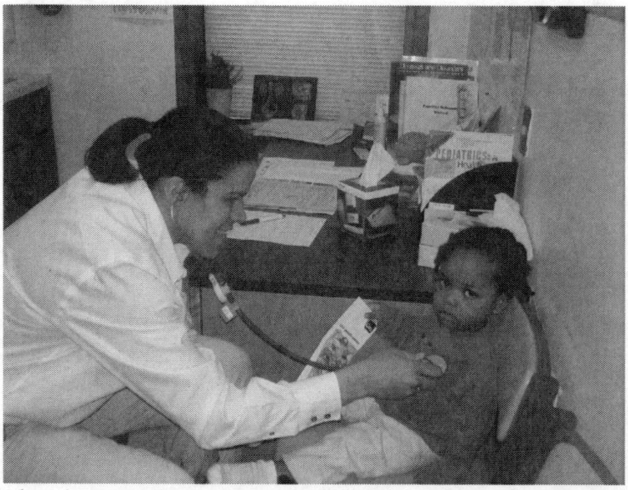

Daktari anampima mtoto kuhakikisha kuwa hana shida.

Msamiati wa muktadha

daktari	doctor
duka la dawa	pharmacy
kizunguzungu	dizziness
mafua	cold
maumivu	pains
misuli	muscles
saidia	help (v)
senti	cents
shindano	injection
tembe	tablet(s)
uchovu	fatigue, tiredness
umwa	be hurt, be in pain (passive)

MAZUNGUMZO YA TATU

Kumwona daktari katika kituo cha afya

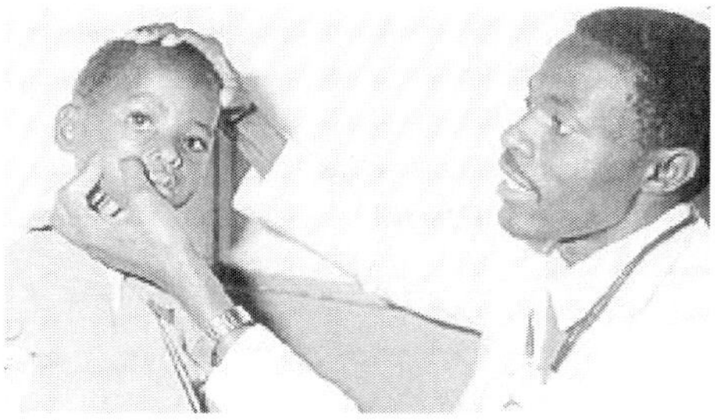

Daktari anachunguza macho ya mtoto.

Baada ya siku moja, Mama Juma aliamua kumpeleka Juma kwa daktari ili apate kuchunguzwa na matibabu kupendekezwa.

	Daktari:	Habari mama, leo mna shida gani?
he has a headache	Mama Juma:	Nimemleta mtoto wangu. Amekuwa na joto na anasema **anaumwa na kichwa**.
	Daktari:	Ameanza kuumwa tangu lini?
he was complaining	Mama Juma:	Tangu jana asubuhi. Jana **alikuwa akilalamika** kuhusu homa na kichwa. Jana jioni hakula na leo asubuhi amekunywa maji tu.
young man	Daktari:	**Bwana mdogo**, unahisi namna gani leo?
dizziness	Juma:	Ninahisi baridi, kichwa kinaniuma na **kisunzi**.
	Daktari:	Ulikula kitu kibaya? Wakati huu kuna

the weather *do you have diarrhoea*		mabadiliko katika **hali ya hewa**. Labda hiyo ndiyo sababu. Je, **unaharisha**?
	Juma:	Hapana. Sijaenda haja kubwa tangu jana.
you continue *glucose*	Daktari:	Ninataka uende katika maabara ili damu yako itolewe. Tutaipima kuona ikiwa kuna virusi vyo vyote katika damu yako. Kwa sasa, nitapendekeza **uendelee** kuzitumia tembe za kupunguza joto, na ninataka unywe maji mengi. Mama unaweza pia kumpa maji ya **glukolini**, yanapatikana katika duka la dawa na huhitaji idhini ya daktari. Kesho, rudi hapa baada ya matokeo ya vipimo vyako kuletwa.
	Mama Juma:	Asante daktari.
	Daktari:	Karibu na usiwe na wasiwasi ni kawaida ya wakati huu watoto kushikwa na homa.
I'll take him	Mama Juma:	Haya basi. **Nitampeleka** kwenye maabara na kisha tutasubiri kukuona kesho.

Zoezi la Tano: Maswali Kutokana na Mazungumzo

1. Kwa nini mama Juma alimpeleka Juma kwa daktari?
2. Daktari alisema kwamba wakati huu kuna nini katika hali ya hewa?
3. Je, daktari alimpatia Juma dawa? Kwa nini?
4. Maabara hutumiwa kufanya nini katika vituo vya afya?
5. Je, Juma ameenda haja tangu jana?
6. Juma na mama yake watarudi kumuona daktari lini?
7. Daktari alimwambia mama Juma asiwe na wasiwasi kwa sababu gani?

Zoezi la Sita: Zoezi la Kuzungumza

Kuigiza nafasi ya daktari na mgonjwa.

Mwanafunzi mmoja awe mgonjwa na mwingine awe daktari. Kukiwa na mwanafunzi mwingine anaweza kuwa muuguzi. Kwanza, muuguzi amuulize mgonjwa maswali ya kimsingi, halafu ampime uzani, joto, na urefu. Baadaye, daktari aanze kumhoji juu ya maumivu yake.

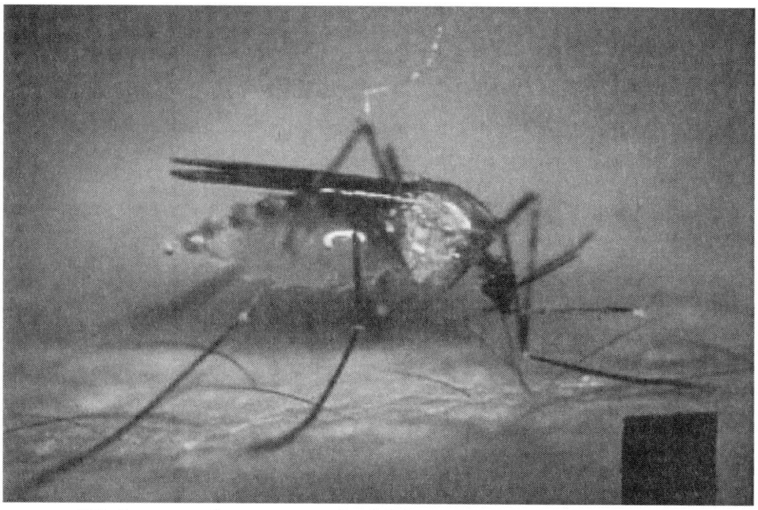

Picha ya mbu anayesababisha ugonjwa wa malaria

UFAHAMU

Malaria katika sehemu za kwetu

other

Jina langu ni Amina. Nilizaliwa Arusha Tanzania lakini jamaa zangu **wengine** wanaishi Dar-es-Salaam na wengine mjini Mombasa, Kenya. Mara kwa mara mimi huwatembelea jamaa zangu Mombasa kwa sababu ninapenda maisha ya huko na hali ya hewa ya Mombasa ni nzuri pia.

they bite
I apply oil on myself
she usually sprays
mosquito net

Ingawa ninaipenda miji hiyo miwili, tatizo kubwa katika miji hiyo ni mbu ambao **wanauma** na kuufanya mwili wangu uwe na alama nyingi kwa sababu ya kujikuna baada ya kuumwa. Shangazi yangu Rita wa Mombasa hunishauri **nijipake mafuta** ya kuwafukuza mbu.
Usiku **yeye hupuliza** dawa ya mbu ya *Super Doom* na pia hunihimiza nitumie **chandarua** ili mbu wasiniume ninapokuwa nimelala.

to cause
we light a candle

Na ninapowatembelea binamu zangu mjini Dar, pia wao hunikumbusha kutumia chandarua ili nisiumwe. Tunapokaa nje jioni tukibarizi inabidi tujikinge dhidi ya mbu ambao ni hatari sana kwa sababu wanaweza **kusababisha** ugonjwa wa malaria. Kwa hivyo ama **tunawasha mshumaa** au tunajipaka mafuta ya kuwafukuza mbu.

he migrated to
his medical clinic
environment
usually recommends

Daktari wetu mjini Arusha anaitwa Dkt. Otieno na anaelewa sana magonjwa ya sehemu hizi za Afrika ya Mashariki. Dkt. Otieno alizaliwa na kusomea nchini Kenya lakini **alihamia** Arusha kuanzisha **zahanati yake ya utabibu**. Kila mara Dkt. Otieno hutuhimiza kumeza tembe za kinga ya malaria kabla ya kusafiri sehemu za malaria kama vile pwani, sehemu za ziwa Victoria na kanda za juu za sehemu kama Kisii na Kericho huko Kenya. Pia, daktari hutuambia tuishi katika **mazingira** safi ambayo hayawafichi mbu hatari. Dawa ambazo Daktari Otieno **hupendekeza** ni *Metakelfin, Fansider,* na *Comaquin.* Kujikinga dhidi ya malaria wiki mbili kabla ya kusafiri na wiki mbili baada ya kufika sehemu za malaria ni muhimu sana.

Zoezi la Saba: Zoezi la Ufahamu

Sema ikiwa sentensi zifuatazo ni **KWELI** au **SI KWELI** kutokana na monologia ya Amina

1. Amina alizaliwa Mombasa, Kenya ☐
2. Rita ni shangazi ya Amina ☐
3. Tatizo kubwa katika miji ya Mombasa na Dar-es-Salaam ni mbu ☐
4. Shangazi wa Amina humhimiza atumie chandarua usiku ili mbu wapate nafasi ya kulala ☐
5. Daktari Otieno anakaa mjini Arusha na ana ujuzi mwingi kuhusu magonjwa ya Afrika Mashariki ☐
6. Daktari Otieno huwataka watu waishi katika mazingira safi ☐
7. Metakelfin, Fansider, na Comaquin ni dawa za kutibu ugonjwa wa malaria ☐

Zoezi la Nane: Maswali ya Mjadala

a. Je, katika sehemu unakoishi kuna ugonjwa wa malaria?

b. Je, ni magonjwa gani ambayo ni hatari sana katika sehemu yako? Mnayazuia na kuyatibu magonjwa hayo vipi?

c. Jadili na rafiki yako ugonjwa ambao mnafikiri ni hatari sana kote duniani na mpendekeze namna za kuuzuia na kuutibu.

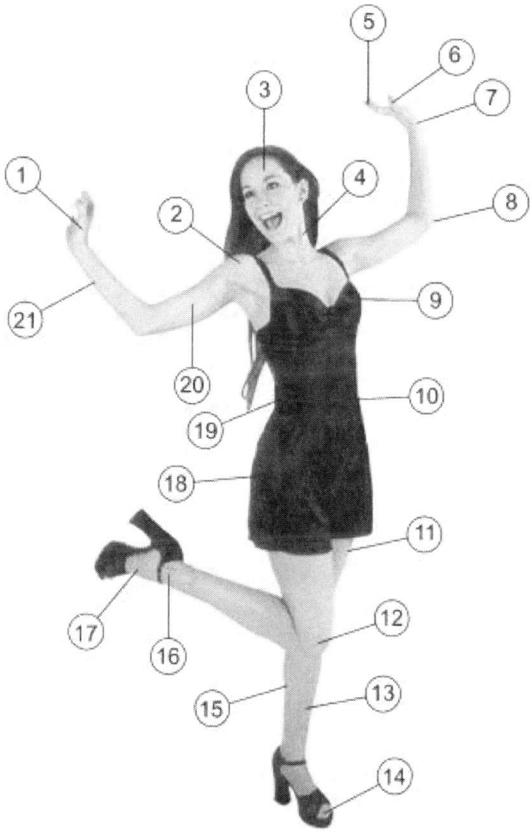

1	**kiganja**	palm
2	**bega**	shoulder
3	**kipaji**	forehead
4	**shingo**	neck
5	**kidole**	finger
6	**kidole gumba**	thumb
7	**kiwiko**	wrist
8	**kiko**	elbow
9	**titi**	breast
10	**tumbo**	belly
11	**paja**	thigh
12	**goti**	knee
13	**mguu**	lower leg
14	**kidole cha mguu**	toe
15	**chafu**	calf
16	**kifundo cha mguu**	ankle
17	**sehemu ya juu ya uwayo**	foot
18	**tako**	buttock
19	**mgongo**	back
20	**kilimbili**	upper arm
21	**mkono**	hand

Some of the parts of the body have not been named. They are provided for you in Swahili in the following list. Can you identify them?

(i) nywele
(ii) kiuno
(iii) pua
(iv) mdomo

(v) kwapa
(vi) kifua
(vii) kidevu
(viii) sikio
(ix) mbavu
(x) shavu

Baadhi ya msamiati wa magonjwa katika Afrika ya Mashariki.

glakoma	glaucoma
harara	pimples, rashes
homa ya manjano	yellow fever
homa ya matumbo	typhoid
homa	fever
jipu	a boil
kabdhi	constipation
kaswende	syphilis
kichaa	insanity
kichocho	bilharzias
kidonda	a wound
kidonge	lump (e.g., **kidonge kwapani** *a lump in the armpit*)
kifafa	epilepsy
kifua kikuu	tuberculosis
kikohozi	a cough
kipindupindu	cholera
kisonono	gonorrhea
kisukari	diabetes
kufura	swelling
kuharisha, kuendesha	diarrhea
kufa ganzi	numbness
kutapika	vomiting
kutetereka	to sprain
kuumwa na jino	toothache
kuumwa na kichwa	headache
kuumwa na koo	sore throat
kuumwa na tumbo	stomachache
kuwasha	itching
lengelenge	blister
mafua	cold
malaria	malaria
malale	sleeping sickness
matumbwitumbwi	mumps

mzio	allergies
ndui	smallpox
nimonia (umapafu)	pneumonia
nyongo	jaundice
saratani	cancer
shurua(surua)	measles
tetekuanga, tetemaji	chickenpox
tezi la koo	tonsillitis
tibakemikali	chemotherapy
UKIMWI(ukosefu wa kinga mwilini)	AIDS
umanyeto	hysteria
upele	scabies, itch, rashes

Zoezi la Tisa: Maswali ya Mjadala

1. Katika makundi ya watu wawili wawili chagueni magonjwa manne kutoka katika orodha mliyopewa. Jadili na mwenzako kila aina ya ugonjwa mliochagua **kwa kuzingatia** (*by focusing*): Mahali ugonjwa huo unapopatikana, dalili za ugonjwa huo, hatari za ugonjwa huo, kinga za ugonjwa huo, na tiba ya ugonjwa huo.

2. Umewahi kuwa mgonjwa? Taja ugonjwa wenyewe. Ukiwa na rafiki yako zungumzieni **tajiriba** *(experience)* zenu mliposhikwa na mojawapo ya haya magonjwa yaliyotajwa hapo juu. *(Have you ever been sick? Name the disease that attacked you. With your friend, share your experiences when you suffered from one of the ailments listed above)*

Zoezi la Kumi

Kuna sentensi mbili katika kila swali. Unganisha sentensi hizo mbili ili moja ya hizo sentensi itegemee sentensi nyingine. (Tumia mojawapo ya viunganishi vifuatavyo: kwa sababu *because*, ili *so that*, ikiwa *if*, baada ya *after*, kabla *before*, kwa hivyo *therefore*, au *or*)

Kwa Mfano:
Sijihisi vizuri leo. Homa imenishika leo.
Sijihisi vizuri kwa sababu nimeshikwa na homa leo → *I don't feel well today because I have a cold*

1). Kunywa maji machafu. Ugonjwa wa bilhazia utakupata.

2). Daktari wangu ataniona. Atanichunguza uti wa mgongo siku ya Ijumaa.

3). Nina miadi. Daktari wangu ataniona saa nne na dakika thelathini asubuhi kesho.

4). Jane alianguka kwa theluji. Aliumiza mkono wake

___

5). Dada yangu anataka kuwa muuguzi. Anataka kupata mafundisho.

___

6). Mpwa wangu alipata homa ya matumbo mwezi uliopita. Mpwa wangu alienda kumwona daktari.

___

7). Binti yangu alipata shindano. Binti yangu alikuwa na malaria miezi mitatu iliyopita.

___

8). Mwambie amwone daktari. Yeye ana tatizo la jicho.

___

9). Meza tembe tatu. Masaa manne.

___

10). Dalili nyingi. Ugonjwa wa umapafu.

___

MAELEZO YA UTAMADUNI

Mwarubaini ~The neem tree

In East Africa traditional herbal medicine is as important as modern medicine. Many people go to the hospital to seek treatment but there are traditional healers who are respected among most East African communities to treat special illness which are believed not to respond to modern medicine. Quite often a patient can be encouraged to seek medication from such renowned traditional medicinemen and medicinewomen who have been known to cure diseases such as asthma, gonorrhea, stomachache, high blood pressure, etc. People therefore travel long distances sometimes across borders to seek such treatment.

Some families which have been known to have traditional healers pass on the work of healing to their young ones. A grandfather can pass on the tradition of healing to his grandson or a father can pass it on to his son or a mother to her daughter . It is a practice that is passed on within the family circles and it takes a long time as the young person is trained to handle different types of maladies.

This practice should not be confused with sorcery or witchcraft which is practiced in different parts of the world. The medicine that the herbal medicinemen use is genuine and it must be seen as one of the best ways that people in different communities used to use before the advent of modern medicine.

Among the Swahili people, especially north of Mombasa, there is a very important tree which is known by the name **mwarubaini** which can be translated to mean *forty.*

This tree is believed to have the ability to cure forty different types of diseases. It is mostly found along the coastal zone of East Africa. However, because of its popularity, many people from the interior of the country have been transplanting it in areas where it was not originally grown. The leaves and the cover of the trees are boiled in water and then its juice extracted and drunk. Some of the diseases that this tree is said to cure include malaria, sexually transmitted diseases, stomachache, skin diseases, etc.

Zoezi la Kumi na Moja

Je, katika jamii yenu dawa za miti zinatumika? Eleza kwa kifupi dawa ambazo mnatumia.

Zoezi la Kumi na Mbili

Today you will not attend your Swhaili class because you are sick. Write to your teacher a brief e-mail message describing to him/her your condition. Request him/her to send you your homework and suggest when you can meet him/her to make up for the missed class.

METHALI
Mganga hajigangi
Dawa ya moto ni moto

MSAMIATI

Kiswahili	Kiingereza
barizi	relax together, sit together in a quite place
dalili	signs, symptoms
damu	blood
dawa	medicine
dhidi	against
ficha	hide
funika	cover
glukolini	glucose
haja	need (n)
hali ya hewa	weather condition
hisi	feel
jipake	apply e.g., ointment on yourself
joto	temperature
kisunzi	dizziness
kizunguzungu	dizziness
kovu	scar

kujikuna	to scratch oneself
kusugua	rub e.g., ointment
labda	perhaps, maybe
linimenti	liniment
maabara	laboratory
mazingira	environment
mbu	mosquito
mgongo	back
mitihani	exams
mwarubaini	neem tree believed to cure forty different ailments. Also known as 'wonder tree'.
mwili	body
nimechoka	I am tired, exhausted
nyavu	nets
pendekeza	recommend, suggest
sababisha	cause
safi	clean
shingo	neck
sikulala	I did not sleep
tembe	tablets
tujikinge	let's guard ourselves
tumia	use
ugonjwa	sickness, malady, illness
uma	bite, ache, hurt (v)
umwa	aching, hurting
virusi	viruses
zuia	prevent

Somo la Nane
Lesson Eight

Madhumuni/Objectives

Topic: Wakati wa starehe/Leisure time activities
Function: How to talk about leisure time activities
Grammar: Different functions of **na** and the **-an-** verbal extension
Reading: Ninapenda sana kwenda ufukoni and Ngoma na historia ya Taarab

Ninapenda sana kwenda ufukoni

Hapa ni ufukoni Zanzibar.

MONOLOGIA

Jina langu ni Chovi, nina miaka kumi na mitano na nina vitu **kadhaa** ambavyo mimi hupenda kufanya katika wakati wangu wa **kujistarehesha**. Kwa mfano, ninapenda sana **kuvua samaki**, kucheza karata, **kuogelea,** kuunda magari kutokana na **senge'nge** na mbao, na kuunda mipira ya kandanda na kucheza kandanda na marafiki zangu.

several
to entertain myself/ to fish/ to swim
barbed wire

Kwa muda mfupi tuliishi sehemu ya bara ya Kenya na kaka zangu wakubwa walipenda kwenda kuvua samaki kwenye mto **uliopakana** na shamba letu. Wakati huo nilipenda **kuandamana** nao kuona walivyokuwa wakivua. Nilianza kujifunza kuvua na nikawa nataka kwenda kuvua sio kwa sababu tulihitaji samaki kwa chakula, lakini kwa sababu nilifurahia kufanya hivyo. Wakati mwingine ningepata samaki wakubwa na

which bordered/ to accompany

empty handed	wengi na wakati mwingine ningetoka huko mtoni **mikono mitupu** ila ndoana zangu. Hiyo ndiyo hali ya uvuvi na nilikuja kuizoea
this way/nets *where they fish* *in life*	Hapa tulipo sasa, ni karibu sana na bahari. Bado ninapenda kuvua samaki lakini **huku** unahitaji mashua na **nyavu** kubwa ili uwafikie samaki na mimi sina vifaa hivyo. Ningekuwa navyo labda ningejaribu. Kwa hivyo, ni mara moja moja tu ndio mimi huenda **wanakovua** samaki wavuvi wa sehemu hizi. Wengi wao ni wazee na wana ujuzi mkubwa na kwa hivyo uvuvi si starehe kwao, ni namna ya kupata pato la kuwafaa **maishani.**
waves *fine* *sand* *would have been*	Kila wikendi mimi huja hapa ufukoni kwa sababu ninakutana na marafiki zangu na tunaogelea baharini. Mimi na rafiki yangu Saleh tunapenda kupiga mbizi na kushindana na **mawimbi** wakati hali ya anga ni **shwari**. Kwa hivyo kama sina kazi ya shule na sifanyi kazi nyingine ya nyumbani, mimi hujiunga na marafiki zangu katika uogeleaji na kucheza kandanda kando ya bahari kwenye **mchanga**. Tumekuwa waraibu wa majini na labda siku moja tutaanza kuishi majini kama samaki na viumbe vingine wa majini. Tungalikuwa kama samaki maisha ya wanadamu **yangalikuwa** ya ajabu sana.

Zoezi la kwanza: Maswali ya Ufahamu

1. Chovi anapenda kufanya nini?
2. Chovi na familia yake waliishi wapi kabla ya kuja hapa wanapoishi sasa?
3. Kwa nini Chovi aliandamana na kaka zake wakubwa?
4. Ni vifaa gani unahitaji ili kuvua samaki katika bahari?
5. Chovi na marafiki zake hufanya nini wakati wa wikendi?
6. Wale watu ambao Chovi ameona wakivua baharini ni watu wa aina gani?
7. Chovi na marafiki zake huchezea wapi mchezo wa kandanda?

SARUFI

Matumizi ya 'na'

1. If you want to coordinate two ideas in a sentence you will need to use 'na'. For example,

a) **Ninataka kucheza *na* kusoma.**	*I want to play* **and** *study/read.*
b) **Juma *na* Maria ni marafiki.**	*Juma* **and** *Maria are friends.*

c) **Juma *na* Maria watacheza *na* kuimba.** — *Juma* **and** *Maria will play* **and** *sing.*
d) **Alienda *na* kurudi tena.** — *S/he went* **and** *came back again.*

2. However, you can also use 'na' if you want to imply 'with' or 'by' as used in English. For example,

When your intention is to use 'with' in a sentence, then adopt the method used in the following examples:

a) **Juma alienda *na* rafiki.** — *Juma went* ***with*** *his friend.*
b) **Ninacheza *na* watoto.** — *I am playing* ***with*** *the children.*
c) **Sikuandika *na* kalamu yako.** — *I did not write* ***with*** *your pen.*
d) **Mama anataka kusema *na* wewe.** — *Mom wants to speak* ***with*** *you.*

When your intention is to use 'by' in a sentence adopt the method used in the following examples:

a) **Juma aliletwa hapa *na* Salim.** — *Juma was brought here* **by** *Salim.*
b) **Timu yangu ilishindwa *na* timu yako.** — *My team was beaten* **by** *your team.*
c) **Sikupenda kuchekwa *na* watoto.** — *I didn't like being laughed at* **by** *kids.*
d) **Mimi na Maria hatutashindwa *na* wao.** — *Maria and I will not be defeated* **by** *them.*

Zoezi la Pili

Tafsiri sentensi 1 – 6 kwa Kiingereza na sentensi 7 – 10 kwa Kiswahili

1) Mimi niliishi na watoto wengi mjini.
2) Farida hakupenda kucheza na Maria.
3) Safari yangu na Maria ya Afrika Mashariki itakuwa mwezi wa Desemba.
4) Leo nina mkutano na mwalimu wangu wa Kiswahili.
5) Maria alipendwa na mwalimu wake wa Historia sana.
6) Timu yetu ya mpira wa kikapu ilishindwa na timu ya Ujerumani.
7) I will play with you on Saturday.
8) John and I will have fun this Saturday.
9) I was hit by a ball.
10) I have a problem with this homework.

Matumizi ya -an- (each other)

When you want to show that the activity you are talking about was done or is being done in a reciprocal manner you usually insert the -an- extension after the root of the verb. For example,

a) **Juma *na* Maria walipendana sana**	*Juma and Maria loved each other a lot.*
b) **Ninataka tubadilishane anwani.**	*I want us to exchange contacts with each other.*
c) **Timu zetu zitashindana leo.**	*Our teams will compete each other today.*
d) **Tutaonana siku nyingine.**	*We will see each other another day.*

Vijana hawa wanashirikiana darasani.

Zoezi la Tatu: Maswali ya Sarufi

Mulwa na Zainabu ni mme na mke. Vitu wanavyofanya huwa ni vya aina moja. Mulwa akimpikia Zainabu chakula, Zainabu naye anampikia Mulwa chakula.
Kwa mfano: Leo jioni Mulwa na Zainabu wanapikiana chakula. *Today evening Mulwa and Zainabu are cooking food for each other.*

Je, utasemaje vitendo vifuatavyo katika **hali ya kufanyiana?**

a) Zainabu anamwimbia Mulwa wimbo na Mulwa anamwimbia Zainabu wimbo.
b) Mulwa anamsaidia Zainabu. Zainabu naye anamsaidia Mulwa.
c) Mulwa anamwandikia barua ya mapenzi. Zainabu naye anamwandikia Mulwa barua.
d) Mulwa anamfulia Zainabu nguo naye Zainabu anamfulia Mulwa nguo.
e) Zainabu anamsomea Mulwa habari na Mulwa anamsomea Zainabu habari.
f) Zainabu anamshika Mulwa mkono na Mulwa anamshika Zainabu mkono pia.
g) Zainabu anamtuma Mulwa dukani na Mulwa naye anamtuma Zainabu dukani.
h) Zainabu anamsamehe Mulwa na Mulwa naye anamsamehe Zainabu.

Baaada ya Wangu na Muthoni kuona Mulwa **akishirikiana** *(cooperating)* na Zainabu katika kuandika barua, na wao walianza kushiriki kwa njia moja. Je tutasemaje katika hali ya kufanyiana vitendo hivi ambavyo Muthoni na Wangu walifanya?

a) kubeba vitabu vya shule
b) kudanganya
c) kusuka nywele
d) kusindikiza
e) kununua zawadi ya siku ya kuzaliwa

Zoezi la Nne: Mazungumzo Kati Yako na Rafiki Yako.

1. Muulize rafiki yako ni nini alipenda kufanya alipokuwa mtoto mdogo. Hakikisha anakwambia alikuwa na umri gani, ilikuwa wapi, alifanya ki (vitu) hicho (vyo) na nani na kama bado anavifanya vitu hivyo. Badilishaneni nafasi ili yeye akuulize maswali hayo.

2. Ukiwa pamoja na mwenzako,darasani someni tena monologia kuhusu Chovi. Je, ni mambo gani katika monologia hii ambayo yanaweza kutokea katika jamii zenu pia?

3. Katika umri wenu wa sasa na maisha yenu ya sasa, ninyi hufanya nini wakati wa kupumzika? Jadili mambo haya na rafiki yako ili uone ni kwa namna gani vitu unavyovipenda ni tofauti au ni sawa na vitu rafiki yako anavyovipenda.

4. Ungekuwa na rafiki ungetaka apende vitu vya aina gani? Na ikiwa hapendi vitu unavyopenda, mngeendelea kuwa marafiki? Jadili maswala haya na rafiki yako wa darasani.

MAZUNGUMZO

Twende kutazama mechi ya leo

	Mustafa:	Vipi Musa?
	Musa:	Salama bwana. Kuna nini leo?
they are full	Mustafa:	Ni mechi ya leo tu. Unaona barabara **zimejaa** sana.
	Musa:	Ah! Nilikuwa nimesahau bwana. Hivi unaona ni nani ambaye ana nafasi kubwa ya kufuzu kuendelea mbele kati ya Mwenge na Yanga.
have prepared them	Mustafa:	Swali hilo ni gumu bwana. Makocha wote wawili wanasema **wameziandaa** timu zao sawasawa kabisa, lakini sijui. Ninaona Mwenge wana nafasi nzuri zaidi

		ya kushinda. Wana mlinda lango mzuri sana na beki
he plays for		wao mmoja anacheza vizuri sana. Yeye **anaichezea**
		timu moja kule Mashariki ya Kati.
	Musa:	Inaonekana itakuwa mechi kali sana lakini nzuri. Je
to cheer		unaenda uwanjani **kuwashangilia** vijana wako au
		utaitazama mechi nyumbani kwenye runinga?
	Mustafa:	Ndiyo sababu nimekuja kukuona. Mimi naona ni
today's match		bora twende kwenye **mechi ya leo**
		ili tufurahie. Ni siku nyingi hatujaona timu nzuri
		kama hizi zikicheza hapa jijini kwetu.
let me rush	Musa:	Basi **hebu niharakishe** ili tuwahi tiketi la sivyo
		tutapata nafasi mbaya uwanjani. Ninataka kama
players/ you know		tunaweza, tuwe karibu na **wachezaji. Unajua** mechi
		kama hizi hujaa sana.

Zoezi la Tano

1. Kutokana na mazungumzo haya ni nini ambacho kitafanyika katika sehemu wanakoishi Musa na Mustafa?
2. Ni timu gani ambazo zitacheza mpira wa kandanda?
3. Kulingana na maoni ya Mustafa, ni timu gani ambayo ina nafasi nzuri ya kupata ushindi na kwa nini?
4. Kwa nini Mustafa amekuja kumwona Musa?
5. Mustafa na Musa wataitazama mechi uwanjani au wataitazama nyumbani kwenye runinga?

Zoezi la Sita: Zoezi la Kuzungumza

Utahitaji kulifanya zoezi hili na mwenzako darasani!

1. Badilishaneni nafasi za kuuliza na kujibu maswali yafuatayo. Wewe anza kwa kumuuliza maswali rafiki yako halafu yeye apate nafasi ya kukuuliza maswali hayo.

a) Unapenda mchezo gani?
b) Unaucheza huo mchezo au wewe ni shabiki tu?
c) Je, huo mchezo unahitaji wachezaji wangapi?
d) Je, huo mchezo unachezewa wapi?
e) Ni timu gani ambayo unaipenda sana?
f) Ni mchezaji yupi unayefikiri ni bora zaidi katika mchezo huo ulimwenguni?

2. Sasa ni wakati wa rafiki yako kukuuliza maswali hayo.

3. Mweleze rafiki yako aina moja ya mchezo ambao umewahi kuuangalia wikendi.

UFAHAMU

Ngoma na Historia ya Taarab[8]

Arabic; that is; exceptional fetes; pulling together

Asili ya neno taarab ni *twarab*, neno la **Kiarabu** ambalo lina maana ya neno sherehe katika Kiswahili. **Yaani** watu hukusanyika mahali pamoja baada ya shughuli na kujifurahisha kwa ala za kinanda na ngoma na kuimba kwa sauti za kuvutia. Kwa kawaida taarab huchezwa kwenye **sherehe za kukata na shoka** kama vile harusi, za kutoa posa, **harambee** na hata katika vyama vya kina mama.

popular; according to; poem; including

Taarabu ni aina ya muziki **maarufu** sana katika pwani ya Afrika ya Mashariki na nyimbo zake hutungwa **kulingana na** sheria za utunzi wa **shairi**. Kulingana na wataalam kama Sheikh Nabhany wa Mombasa, taarab katika kisiwa cha Lamu ilianza katika miaka ya 1800. Hata hivyo, wataalam wengi wanasema kuwa taarab ilianzia kisiwa cha Zanzibar halafu ikasambaa sehemu nyingine za pwani ya Afrika ya Mashariki **zikiwemo** Mombasa na Lamu.

long ago; hall; curtain

Zamani, katika sehemu za Waswahili wakati wa harusi watu walikutana katika nyumba ya Kiswahili ya mawe iliyojengwa kwa kumbi, waume walikaa katika **ukumbi** wa mwanzo na wanawake katika ukumbi wa pili na kati yao paliwekwa **pazia** ili wasionane kuambatana na mila na desturi za Waswahili za wakati ule.

fee

Upande wa wanaume palikuwa na sheha na upande wa wanawake palikuwa na sheha wao. Masheha hawa wawili walishindana kwa mashairi ya mafumbo na kujibizana na aliyeshindwa kufumbua mafumbo alilipa **ada** na watu wakashangilia kwa furaha wakipiga vigoma. Waswahili waliunda ala au kibangala.

origin; intermingling

Mchipuko wa taarab ulitokea Afrika ya Mashariki kutokana na mienendo ya maisha ya watu wenyewe kuishi pwani ya Waswahili hata baada ya wao **kuingiliana** kimaisha na zile jamii za watu kutoka Ulaya, Asia, na Amerika.

mixtures

Katika taarab kuna **michanganyiko** ya midundo ya Kiswahili kama vile vugo (upigaji wa pembe za nyati na ngoma huku sanduku la vitu kama zawadi likipelekewa bibi harusi), msondo (ngoma kubwa za

---

[8] Part of the text extracted from Kizondo jamila, "Historia ya Taarab pwani." *Taifa Leo*[Nairobi] 2 June, 2005: pp.8.

hide (noun) **ngozi** za ng'ombe) na chakacha (upigaji wa msondo ukiandamana na ala nyingine za muziki kama vile ngoma ndogo ya tarumbeta na sinia za chuma nyembamba).

the idea of **Dhana ya** wanawake mjini Mombasa kuwa wapigaji ngoma na hata kuingia katika midundo ya uimbaji taarabu, ilianzishwa na mama mmoja maarufu mwenye sauti nyororo, jina lake Zuhura Swaleh. Muundo huu wa taarab za wanawake sasa ni mzizi wa kuweko kwa nyimbo za mipasho au tweta au rusha roho (salamu za kuchomana *to bother* roho juu ya mambo fulani yenye **kuwakera** wanawake wenyewe kwa wenyewe). Umaarufu wa nyimbo za taarab umehusishwa sana na ala kama kibangala(mfano wa zeze yenye nyuzi saba), kinanda, gitaa, beni na ngoma zenye sauti tofauti.

taboo Katika utunzi wa taarab, ilikuwa ni **mwiko** kwa watunzi wa nyimbo kutumia maneno ya matusi tofauti na utungaji wa kisasa. Nyimbo za *they followed culture* zamani **zilizingatia utamaduni**, wasifu wa Waswahili na utunzi *above all* wenye heshima. **Zaidi ya yote** waimbaji wote, wanawake kwa wanaume walipewa beti zao za kuimba kulingana na maandalizi ya *songs* **nyimbo** zenyewe.

Zoezi la Saba: Maswali ya Ufahamu

1. Neno taarab lina maana gani katika lugha ya Kiswahili?
2. Kwa kawaida taarab huchezewa wapi?
3. Nini maana ya kukata na shoka? Eleza maana ya usemi huu na uutumie katika sentensi yako mwenyewe.
4. Kulingana na taarifa hii, taarab ilianzia au ilitokea wapi katika Afrika ya Mashariki?
5. Taarab inachezwa wapi na inachezwa na watu gani?
6. Taja baadhi ya michanganyiko ya midundo ambayo unaweza kupata katika taarab?
7. Wakati wa harusi ni nini ambacho kilikuwa kikitokea?
8. Kwa nini kulikuwa na pazia baina ya wanawake na wanaume katika ukumbi?
9. Mwandishi anasema nini kuhusu Zuhura Swaleh?

Zoezi la Nane: Zoezi la Kuandika

1. Rafiki yako anatoka Afrika ya Mashariki na atakutembelea wakati wa likizo ya kiangazi. Mwandikie aya mbili za ujumbe wa barua pepe ukimjulisha vitu ambavyo umepanga mfanye pamoja atakapowasili kwa muda wa miezi mitatu.

2. Wikendi ni wakati wa kupumzika na watu hufanya vitu tofauti tofauti. Andika aya mbili za mambo ambayo wewe hufanya wakati wa wikendi unapokuwa mapumzikoni.

3. Umepatiwa jukumu la kuwatumbuiza watoto wadogo ambao wanaitembelea familia yako. Eleza kwa ufupi mambo unayokusudia kufanya kuwafurahisha watoto hawa.

4. Eleza katika aya mbili, aina za muziki ambazo zinapatikana katika jamii yako. Watu wanapendelea aina gani ya muziki? Je inategemea umri na jinsia ya watu?

METHALI
Mcheza kwao hutunzwa
Mahaba ni tamu, mahaba ni sumu

MSAMIATI

Kiswahili	**Kiingereza**
ada	fee
ala	instrument
ambatana	according, go together
bara	mainland, away from the coast
beti	stanza
chama	party, organization
cheza	dance, play
dini	religion
fumbo	symbolism
fuzu	succeed
gari	car
gauni	gown, dress
harambee	fundraising, a term used mostly by first President of Kenya. Pulling together.
ingiliana	enjoin, intermingle
jamii	society, community
kamari	a game played with bottle tops, or sometimes coins and one aims in a small hole.
kandanda	soccer
kera	bother
kibangala	a seven string lute, a traditional musical instrument.
kinanda	radiogram

kinyume	opposite
kisiwa	island
kukata na shoka	a phrase showing the intensity of something
kukera	to bother
kulingana	according to,
kusanyika	to gather, e.g., **watu wanakusanyika hapa kila siku**
Mashariki ya Kati	Middle East
mashua	small boat
mbizi	dive (verb) **sipendi kupiga mbizi** *I do not like to dive*
mbao	wood
mchanga	sand
mdundo	beat
mila	customs, manners
mpasho	songs through which singers attack others verbally
msondo	a musical instrument
mtaalam	specialist, expert
muundo	structure
muziki	music
mwimbaji	singer
ndoana	fish hook
ngoma	drum
nyati	buffalo
nyavu	nets (sg. **wavu**)
pazia	curtain
posa	marriage proposal
pwani	coast
-raibu	addict
remba	make smart; do/wear make up.
runinga	television
salamu	greetings, regards
samaki	fish
seng'enge	barbed wire
shairi	poem
sheha	headman, old person, head of
sherehe	fete, celebration
shindana	compete
sindikiza	escort
starehesha	make someone have fun/feel comfortable
taarab	one of the genres of Swahili music
tazama	watch
timu	team

tofauti	different
tunga	compose
tusi	insult
tweta	songs through which singers attack others verbally
uchumi	economy
ufuko	beach **ufukoni** *at the beach*
ukumbi	stage, hall, veranda
unda	construct
uvuvi	fishing
vingirisha	vibrate; make something roll, shake your body when dancing
vua	fish (verb), undress
vugo	a horn instrument used by women in their dance
weka	put
wimbi	wave
wimbo	song
zingatia	bear in mind, consider

Matatu jijini Nairobi

Somo la Tisa
Lesson Nine

Madhumuni/Objectives

Topic: Usafirishaji na Kusafiri/Transportation and traveling
Function: To introduce the student to the local public Transport system
Grammar: The **Habitual Tense** and the conditional **ki**.
Reading: Ni Bora Kutumia Basi and Usafiri wa Matatu jijini Nairobi.
Cultural Notes: The matatu culture in Kenya.

Matatu ndogo nchini Kenya

MONOLOGIA

Ni Bora Kutumia Basi Asubuhi

elementary school — *east of*

Mimi ni mwalimu wa Lugha na Fasihi katika **shule ya msingi** ya Kilimani mjini Nairobi. Ninaishi mtaa wa Buruburu ambao uko **mashariki mwa** jiji la Nairobi. Kazi yangu huanza saa moja na dakika kumi na tano asubuhi hadi saa kumi na nusu kila siku kuanzia Jumatatu hadi Ijumaa. Jumamosi na Jumapili mimi hupumzika.

Nikitaka kufika shuleni wakati mzuri kabla ya saa moja na robo,

wake up very early *usually prepare myself* *it's not far*

ni lazima **niamke mapema**. Kwa hivyo saa yangu huniamsha saa kumi na mbili kamili kila siku. Mimi **hujiandaa** katika muda wa dakika ishirini. Kituo cha basi **hakiko mbali** na nyumba yangu na kwa hivyo mimi huchukua basi la saa kumi na mbili na dakika ishirini na tano. Basi hili huvuka mji na hunishukisha umbali wa mita mia mbili kutoka shuleni ninapofanya kazi. Wakati huo huwa kama saa moja kasoro dakika kumi. Ikiwa kwa bahati mbaya basi hili limeniacha mimi hulazimika kupanda matatu hadi katikati mwa mji halafu huchukua matatu nyingine hadi shuleni. Ni ghali zaidi kupanda matatu mbili na kwa hivyo mimi **huhakikisha** ya kwamba nimeliwahi basi lile la asubuhi.

I usually make sure

Jioni mimi huwa sina haraka sana kama asubuhi na huanza safari yangu ya kurudi nyumbani kama saa kumi na moja kasoro dakika ishirini. **Nikilichukua** basi la wakati huu, mimi hufika nyumbani saa kumi na moja na nusu, wakati mzuri wa kupika chai na kupumzika kabla ya kuanza shughuli za jioni.

if I take

Kwa sababu hakuna haja ya kupambana na usafiri wakati wa wikendi mimi hulala hadi saa tatu halafu **ninaamka** na kuanza shughuli zangu za wikendi.

I wake up

Zoezi la Kwanza: Maswali ya Ufahamu

1. Mwandishi wa makala haya anakaa wapi?
2. Je, mwandishi anasema yeye huamka saa ngapi na huchukua basi la saa ngapi?
3. Kutokana na makala haya, mwandishi anapenda kutumia matatu au basi kwenda shule kwa nini?
4. Mwandishi akikosa basi la asubuhi inambidi afanye nini?
5. Basi la mwandishi la asubuhi humshukishia wapi?
6. Mwandishi huchukua basi la saa ngapi akitoka shuleni?
7. Yeye hufika nyumbani saa ngapi jioni?
8. Mwandishi hufanya nini anaporudi kutoka shuleni?
9. Mwandishi huamka saa ngapi wikendi na kwa nini?

Zoezi la Pili

Zoezi hili linawahitaji muwe katika makundi ya watu wawili wawili.

1. Mwambie mwenzako jinsi unavyofika shuleni au kazini.
2. Sasa ni nafasi yako kumsikiliza mwenzako akikwambia jinsi anavyokwenda shuleni au kazini.

3. Baada ya kuambiana jinsi mnavyokwenda shuleni au kazini, jadili na rafiki yako njia bora zaidi za usafiri katika mji ambako unakaa. Kumbukeni kuzungumzia, muda ambao mnachukua kwa basi, baiskeli, na kutembea. Pia zungumzieni wakati ambapo mnaweza **kutegemea** *(depend)* huduma za basi za **umma** *(public)*.

SARUFI

A. The Habitual Use

1. If your intention is to express an idea that happens on a regular basis, use the habitual tense which is represented by the 'hu' prefix on the verb. For example,

(i)	**Mimi *hu*enda kazini saaa mbili kila siku.**	*I go to work at 8 AM every day.*
(ii)	**Yeye *hu*endesha gari la baba yake.**	*S/he usually drives his/her father's car.*
(iii)	**Watoto *huli*panda basi la shule.**	*The children usually board the school bus.*
(iv)	**Mimi hulipanda basi la shule.**	*I usually board the school bus.*

2. You can also negate sentences which are in the habitual tense. We will use the same sentences given above to express negation.

(i)	**Mimi huwa siendi kazini saa mbili kila siku**	*I do not usually go to work at 8 AM every day.*
(ii)	**Yeye huwa haendeshi gari la baba yake**	*S/he does not usually drive his/her father's car.*
(iii)	**Watoto huwa hawalipandi basi la shule**	*The children do not usually board the school bus.*

3. What do you notice about the habitual tense from the sentences given above? Well, in its affirmative form you do not see the subject explicitly marked. Just insert **'hu'** at the beginning of the verb and then the object marker if you want. In its negative form it behaves exactly like the present tense. The only thing you must remember to do is to precede the verb with **huwa**.

Zoezi la Tatu:

Wewe na rafiki yako mna vitu ambavyo ninyi hufanya kila siku ya wiki. Hata hivyo vitu unavyofanya havifanani na vyake. Umepewa maneno ya rafiki yako na sasa ni lazima wewe uigize nafasi yako kwa kutokubaliana na rafiki yako. Fuata mfano:

Mfano:
Rafiki yako: Mimi hunywa chai kila asubuhi.
Wewe: Mimi huwa sinywi chai kila asubuhi lakini mimi hunywa uji kila asubuhi.

(i) **Rafiki yako: Mimi hukaa nyuma ya basi nikienda shuleni.**
Wewe: ____

(ii) **Rafiki yako: Mimi hulipa shilingi ishirini kwa matatu.**
Wewe: ____

(iii) **Rafiki yako: Mimi huachwa na basi langu kila Jumamosi.**
Wewe: ____

(iv) **Rafiki yako: Mimi huendesha gari la rafiki yangu.**
Wewe: ____

(v) **Rafiki yako: Mimi huendesha gari langu kwa kasi.**
Wewe: ____

B. The conditional 'ki'

To express the conditional idea such as 'if' in English, you can use the prefix 'ki' on the verb immediately after the subject prefix. If your sentence has two verbs following each other put the 'ki' on the first verb.

(i)	**Ni*ki*chelewa asubuhi nitapanda teksi.**	*If I am late in the morning I will take a taxi.*
(ii)	**Ni*ki*muona mtoto nitamwambia.**	*If I see the child, I will tell him/her.*
(iii)	**Wanafunzi wa*ki*enda Chicago atafurahi.**	*If the students go to Chicago s/he will be happy.*
(iv)	**A*ki*panda matatu si ghali.**	*If s/he boards the matatu it is not expensive.*
(v)	**Ni*ki*wa na muda nitaenda safari.**	*If I have time, I will go on a trip.*
(vi)	**I*ki*wa basi limechelewa nitatembea.**	*If the bus is late, I will walk.*
(vii)	**Sijui *kama* unataka kutumia basi leo.**	*I don't know if you want to use the bus today.*

In the foregoing examples, (vi) and (vii) use different forms of *if.* Thus you can also use **ikiwa** or **kama** as independent markers that represent *if* instead of **ki** on the verb.

4. To negate conditional sentences you need to change the conditional 'ki' to 'sipo' in addition to adding the appropriate negation marker. Observe the examples provided below:

(i)	**Ni*sipo*chelewa asubuhi sitapanda teksi.**	*If I am not late in the morning I will not take a taxi.*
(ii)	**Ni*sipo*muona mtoto sitamwambia.**	*If I do not see the child, I will not tell him/her.*
(iii)	**Wanafunzi wa*sipo*enda Chicago hatafurahi.**	*If the students don't go to Chicago s/he will not be happy.*
(iv)	**A*sipo*panda matatu si ghali.**	*If s/he does not board the matatu it is not expensive.*

Zoezi la Nne

Katika zoezi lifuatalo, kitendo kimoja kinategemea kitendo kingine. Unganisha sentensi hizi ili zionyeshe hali hii. Kumbuka kwamba zoezi hili ni la sentensi za masharti (conditional sentences).

1. Nitamuona. Nitamwambia aje.
2. Nauli ya kwenda Mombasa ni rahisi. Tutakuja sote.
3. Nina mpango mzuri wa safari. Nitaondoka Jumapili.
4. Sijui. Wanafunzi wote wanaenda Chicago kiangazi hiki.
5. Candisse ataenda chuo kikuu cha Stanford. Sitapanda ndege.
6. Tutataka kuendesha gari kubwa. Tutanunua mafuta ya petroli kwanza.
7. Lily atakutembelea. Utamnunulia baiskeli mpya.
8. Nitasomea Sheria. utanipeleka shuleni kwa gari.
9. Tuamue kusafiri alasiri ya leo. Tutaondoka mapema.
10. Hakuna ndege ya nauli ya chini. Unataka kwenda Nairobi.

Remmy Ongala is a very popular musician from Tanzania. One of his songs is entitled Muziki *(Music)*. Below is an excerpt from the song. Study it and identify the use of the conditional markers used.

Muziki
Muziki asili yake wapi eh?.
Muziki ni wa nani eh?
muziki hakuna mwenyewe.
muziki ni mwito.
muziki ni fundisho.
Muziki maombolezo, kilio.
Usinione nikiimba ukadhani ninayo furaha kumbe ninayo huzuni moyoni.

Hata kukiwa na sherehe za serikali mbele ya mgeni wa heshima kuhutubia ni muziki huanza kuwatumbuiza watu.

Ukiwa na sherehe utaimba nyimbo za furaha.
Ukiwa na taabu utaimba nyimbo za masikitiko.
Ukifa leo utapelekwa kaburini na nyimbo za maombolezo.
Kama muziki ni uhuni kwa nini unaomba nyimbo redioni?
Kama muziki ni uhuni kwa nini unanunua rekodi?
Kama muziki ni uhuni kwa nini unacheza muziki ee?
Kama muziki ni uhuni kwa nini unacheza 'captain show'?

Feri mjini Mombasa

MAZUNGUMZO

Chausiku na Halima wanazungumza kuhusu safari

Chausiku: Hodi hapa!
Halima: Karibu. Pole sana kwa safari.
Chausiku: Asante. Nimepoa.
Halima: Habari za safari mwenzangu?
Chausiku: Nzuri tu ingawa tulichelewa kidogo.
Halima: Ulisafiri kwa basi?
Chausiku: Naam. Kutoka Arusha hadi Nairobi nilitumia basi. Kutoka Nairobi hadi Mombasa mjini niliamua kutumia gari la moshi. **Nilipanda feri** ya kunivusha bahari hadi Likoni halafu kutoka Likoni mpaka hapa Diani nimepanda matatu.

I boarded a ferry

Halima:

to cool you		Basi, kweli umechoka. Karibu kinywaji cha **kukutuliza**
	Chausiku:	kidogo.
	Halima:	Asante. Koo limekauka kweli!
fare of	Chausiku:	**Nauli ya** gari la moshi ni afadhali siku hizi?
it depends		**Inategemea**. Mimi nilitumia behewa la kiwango cha pili,
		nikalipa shilingi elfu moja mia tano. Kwa basi ningelipa
from Arusha		shilingi mia saba. **Kutoka Arusha** hadi Nairobi nililipa
	Halima:	nauli ya shilingi mia nne.
is better		Kwa hivyo gari la moshi **ni afadhali** kwa sababu unaweza
accidents		kulala. Pia hakuna wasiwasi wa **ajali** za barabarani ingawa
	Chausiku:	si kwamba hazitokei.
		Mimi sikutaka kurushwarushwa na mabasi haya ambayo
usually speeds	Halima:	**huenda kasi**. Barabara zenyewe mbovu! Ah maskini! Ni
		kweli. Haya, karibu upumzike.

Zoezi la Tano: Maswali ya Ufahamu

1. Chausiku alipanda magari mangapi kabla ya kufika mwisho wa safari yake?
2. Safari ya Chausiku ilianzia wapi?
3. Je Chausiku alilipa nauli kiasi gani kutoka Arusha hadi Nairobi?
4. Kwa nini Chausiku alipanda gari la Moshi kutoka Nairobi hadi Mombasa?
5. Mwisho wa safari ya Chausiku ulikuwa wapi?

Zoezi la Sita

Zoezi hili ni la kufanywa katika vikundi. Wanafunzi watahitaji kuwa katika vikundi vya watu wawili wawili.

1. Jadili na mwenzako chanzo cha ajali za barabarani katika nchi yako.
2. Jadili na rafiki yako aina za usafiri ambazo zinapatikana katika sehemu mnakotoka.
3. Muulize rafiki yako, kama angekuwa anapanga safari ya kwenda mbali angependa kutumia aina gani ya usafiri?
4. Nawe mwambie rafiki yako jawabu lako la swali la (3) hapo juu.

UFAHAMU

Usafiri wa Matatu jijini Nairobi

to carry	"Matatu" ni aina ya gari linaloweza **kubeba** watu kumi na
	wawili hadi watu ishirini na wanne. Chanzo cha neno matatu
it is suspected/ passengers	**kinakisiwa** kuwa ni nauli ambayo **abiria** walilipa wakati aina
	hii ya usafiri ilipokuwa ikiwahudumia abiria hasa sehemu za

noun class

wazungumzaji wa lugha ya Kikikuyu. Maana yake ni senti tatu ambazo watu walilipa ili kupanda matatu na kwa hivyo kwa lugha ya kikikuyu *ma-* ni silabi inayowakilisha **ngeli** na *-tatu* ni idadi ya senti hizo.

costs / value

Kwa sasa nauli za kusafiri kwa gari zimepanda mara kadhaa lakini jina *matatu* bado linatumika. Hii ni kwa sababu kadiri **gharama** za maisha zinavyozidi kupanda, ndivyo **thamani** ya shilingi ya Kenya inavyoendelea kushuka.

in the dead of the night

Kitu ambacho ni muhimu kwetu ni kwamba usafiri wa Wakenya wengi umetegemea sana matatu hata ingawa kuna mabasi, na teksi pia. Katika majiji mikubwa kama Nairobi, Mombasa na Kisumu, matatu hufanya kazi mchana kutwa na baadhi ya matatu hufunga kazi **usiku wa manane**. Kwa sababu hii, matatu ni magari ambayo watu wengi huyategemea sana.

reputation
are served

Licha ya kuwa matatu ni njia muhimu kwa wasafiri wengi wa Kenya mijini na vijijini, usafiri wa matatu umepata **sifa** mbaya kwa sababu ya jinsi abiria **wanavyohudumiwa** katika baadhi ya matatu.

complaints
is short of / conductor
to stop the car
dirty
spoils
business

Malalamishi mengi yametokea katika vyombo vya habari kama vile magazetini na redio, watu wakiwalaumu wenye matatu na wafanyikazi wao kwa kuwa na tamaa kubwa ya pesa bila kuyajali maisha na maslahi ya wateja wao. Kwa mfano mwandishi mmoja alililalamika ya kuwa ikiwa abiria **amepungukiwa** shilingi tano **utingo** anaweza kumwambia dereva **asimamishe gari** na kumshukisha abiria huyo. Wakati mwingine hata maneno **machafu** hutumiwa bila kujali ni nani wamebebwa katika matatu hiyo. Jambo hili **linaiharibia** sifa **biashara** ya usafiri wa matatu ingawa kwa jumla tunajua kwamba ni huduma muhimu sana kwa wakazi wa mijini na kwa taifa kwa jumla.

employment/production
robbery
as a result of

Kwa upande mwingine, usafiri wa matatu umewapa vijana wengi sana **ajira** na hivyo kuisaidia serikali katika **uzalishaji**. Bila ajira kama hizi visa vya **ujambazi** vinaweza kuzidi katika sehemu zetu **kutokana na** kuwa na raia wengi ambao hawana pato.

to be encouraged

Ni muhimu basi serikali **kuhimizwa** kuendelea na mpango

to improve	wake wa **kuboresha** huduma hizi kwa kuweka sheria ambazo
which guide	zinawalinda abiria na vile vile, sheria zile **zinazoongoza**
workers	maadili ya **wafanya kazi** katika kuwahudumia abiria. Tayari
great	serikali ya Kenya imeweka sheria **kabambe** zinazowataka
	wenye magari kuweka mikanda katika magari yao, wafanya kazi
	kuvaaa nguo sare, madereva kuendesha magari kwa muda wa
not to pack	masaa manane kwa siku, na **kutowapakia** abiria wengi katika
	magari jinsi walivyokuwa wamezoea kufanya.

Zoezi la Saba: Maswali ya Ufahamu

1. Neno matatu lina maana gani? AU, Ni nini chanzo cha neno matatu?
2. Je, watu bado wanalipa senti tatu wanapopanda matatu? Kwa nini?
3. Hebu eleza kwa aya moja kazi ya matatu na faida zake.
4. Kwa nini mwandishi anasema matatu zina sifa mbaya pia?
5. Je, ikiwa abiria amekosea nauli utingo wa matatu anaweza kufanya nini?
6. Usafiri wa matatu unawasaidia vijana kwa njia gani?
7. Ni mambo gani ambayo serikali imefanya kuimarisha usafiri wa matatu?
8. Mwandishi anaihimiza serikali iendelee kufanya nini kuhusu usafiri wa matatu?
9. Je, kutokana na taarifa hii, Kenya ina aina gani za usafiri?

Zoezi la Nane: Kuzungumza

Pamoja na rafiki yako, jadili usafiri unaopatikana katika miji yenu.

Je, kuna uzuri gani katika kuwa na usafiri wa umma au usafiri wa binafsi.

Fanya utafiti mdogo kuhusu usafiri wa *daladala* nchini Tanzania au usafiri wa *kamunye*[9] nchini Uganda. Jadili na rafiki yako vipi huduma hizi ni tofauti na huduma ya matatu nchini Kenya au huduma ya usafiri katika nchi yako.

Zoezi la Tisa: Mjadala: Tumieni Lugha ya Kiswahili Kujibu Maswali Haya

1. Pair up with a friend and discuss the adventures of any bus ride that you have ever been on. What did you like about it and what didn't you like?

2. You both come from a country where as you drive along highways. You pass through several places which have very interesting scenery. Tell your friend the places you have been to and what is good about them. Let your friend take the

[9] 'Kamunye' is a Kiganda word for a bird that flies fast and snaps chicks. It is a term used for minibuses that operate in Kampala and other cities in Uganda.

opportunity of telling you the places s/he passed through while driving and s/he liked most about those scenic sites.

3. Some people like to be driven while others like to drive long distances by themselves. What is your preference? Share your ideas with a friend and have each one of you say why you would prefer one to the other.

4. Discuss with your friend public transport in your cities or country. Does the transporation system resemble the one described by the author in the text you just read?

Zoezi la Kumi: Kuandika

1. Rafiki yako yuko Tanzania na wewe unakaa mjini Mombasa. Ungetaka kumtembelea kabla ya likizo yako Afrika ya Mashariki kwisha. Mwandikie barua umwambie akupe maelezo muhimu ya namna ya kuchukua basi lako la kukufikisha hadi kituo cha mabasi cha Dar-es-Salaam.

2. Rafiki yako yuko jimbo la Indiana, nchini Marekani. Wewe umerudi tu kutoka Afrika ya Mashariki kwa masomo ya muhula mmoja ya nje ya nchi *(Study Abroad Program).* Mwandikie rafiki yako barua pepe ukimsimulia mojawapo ya safari ulizoenda na vitu ambavyo vilikuvutia wakati wa safari hiyo.

3. Kumekuwa na malalamishi mengi kuhusu kuchelewa kwa mabasi ya abiria kufika vituo vyake kama ilivyokuwa imekusudiwa. Mwandikie ujumbe mkurugenzi wa huduma za mabasi ili aweze kulitatua tatizo hilo.

4. Kufika shuleni ni dakika ishirini kwa basi na ni saa moja kwa miguu. Una darasa saa tatu asubuhi. Kwa bahati mbaya, unachelewa tu kidogo na basi linakuacha. Sasa ni saa tatu kasoro dakika ishirini na basi jengine litapita saa tatu na dakika tano. Simulia hatua utakazochukua ili ufike shuleni bila kuchelewa au bila kuchelewa sana.

5. Erin ni mwanafunzi kutoka Chicago nchini Marekani. Yeye anapanga safari ya kwenda nchi za Afrika ya Mashariki mwezi wa Desemba hadi mwezi wa Januari. Kwa sababu hii ni mara yake ya kwanza kusafiri Afrika ya Mashariki, anataka ushauri wako kuhusu namna rahisi na salama ya kusafiri akifika huko. Tunga mazungumzo ya ukurasa mmoja kati yako na yeye ukizingatia usafiri wa ndege, baharini, barabarani, baiskeli na gari la moshi anaposafiri miji mikubwa ya Afrika ya Mashariki pamoja na kisiwa cha Zanzibar.

MAELEZO YA UTAMADUNI
The Matatu Culture in Kenyan cities

The matatu which is a public service van operates throughout the country providing the most cnvinient form of transportation to Kenyans and visitors to the country. Every city has matatus. The word matatu is closely related to the word ***tatu****(three)* with ***ma-*** as the noun class marker. It is noted that at one time in Kenya, in order to board a matatu one needed to have three pennies. Although the fare is no longer three pennies, the name has remained in use in public transport in Kenya.

The most interesting thing about the matatu is that in cities, it is operated by young people who like music and usually play their music at a very high volume. Whereas young passengers appreciate this, older passengers are not always comfortable with the music. Matatus are very important for most Kenyans who rely on public transport because their crew can find short cuts, they can pick and drop passengers anywhere in the city, and they are usually fast. Although they can get you on time to where you want to go, this usually gets them into trouble with the law enforcing agencies.

Since matatus are privately owned, they also vary in their comfort and beauty. The more comfortable and beautiful a matatu is the more customers it is likely to attract and the more profit it is likely to bring in at the end of the day. So be adventurous and take a ride on one of the most exciting and fascinating forms of public transportation when you are visiting Kenya next.

SHAIRI: Madereva

caution	Madereva nawambia, wawe nayo **tahadhari**,
overlimit/ danger	Mwendo wa **kupindukia**, ni kiini cha **hatari**,
should be able	**Waweze** kuzingatia, kama silo jambo zuri,
speed	**Mwendo** uwe wa salama.
competition	Wakumbuke **mipishano**, ya magari kwa magari,
when they increase	Kukosa maelewano, mbio **zinapokithiri**,
collisions/ to think	Hutokea **migongano**, wazeni **kutafakari**,
	Mwendo uwe wa salama.

MSAMIATI

Kiswahili	**Kiingereza**
abiria	passenger/s

ajira	employment
amsha	cause to wake up
baiskeli	bicycle
basi	bus
biashara	business
chanzo	beginning
dereva	driver
funga	close
ghali	expensive
gharama	cost
habari	news
huchukua	usually takes
huduma	service/s
hulazimika	is forced to…
kituo cha basi	bus station
kuboresha	to improve
kupanda	to board a bus, a car
kushuka	go down in value, to a light from a van, a bus etc
lalamika	complain
machafu	dirty
malalamishi	complaints
matatu	a public service van used for public transport in Kenya
muda	period, time
nauli	fare
pakia	pack (v)
sare	uniform
serikali	government
shukisha	drop off a passenger from a bus or a matatu
sifa	reputation
thamani	value
umma	public
usafiri	transportation
usiku wa manane	in the dead of the night
usiku	night
utingo	the driver's assistants on the matatu or public bus
uzalishaji	production of something
vyombo	instruments
wazeni	think (plural)

Somo la Kumi
Lesson Ten

Madhumuni/Objectives

Topic: Kuwalea watoto/Raising children.
Function: Talking about growing up.
Grammar: The use of **-sh** extension and **-z-** extension on the verb.
Reading: Malezi yangu and Babu na nyanya walikuwa na jukumu kubwa.
Cultural Notes: Umuhimu wa mababu katika malezi (The importance of grandparents in child upbringing).

Picha ya jamaa katika nyumba yao

MONOLOGIA

Malezi yangu

Jina langu ni Aisha. Nilizaliwa Pwani katika mji wa Mombasa. Nina miaka kumi na minane. Mimi ni mtoto wa pekee katika familia yangu. Ninaishi na baba, mama, nyanya na babu. Baba ni daktari na mama ni mwalimu. Babu na nyanya ni wakulima hodari wa minazi.

raised and took care of me

Nilipokuwa mtoto mdogo nyanya yangu **alinilea** na **kunitunza** mama na baba walipokuwa kazini. Nyanya

they escorted me
good foundation

alinilisha, akaniogesha na akanifunza desturi za watu wetu. Wakati wa kwenda shule ya msingi babu au nyanya **walinisindikiza** hadi shuleni na pia kuja kunichukua jioni baada ya shule kwisha. Ingawa nyanya na babu hawakuwa na elimu ya kiwango cha juu, bado walinisaidia sana wakati wa kufanya kazi zangu za shule nilizokuja nazo nyumbani. Kwa sababu yao, nilifanya vizuri sana shuleni na walimu wangu walifurahishwa na kazi zangu. Kwa sababu ya ratiba ngumu ya kazi, baba na mama hawakuweza kupata wakati mwingi wa kuwa nami lakini ninafurahi ya kuwa babu na nyanya walikuwepo maishani mwangu na kuwasaidia wazazi wangu kunipa **msingi mzuri** maishani.

how she contributed to
with her/ to try

Ninakumbuka nyanya yangu **alivyochangia** sana katika maisha yangu. Kwa kuwa mimi ni msichana, wakati mwingi nilikaa **naye** na alichukua muda wake mwingi **kujaribu** kunipa mafunzo mengi sana ya usichana. Alitaka kuhakikisha kwamba ninaelewa vipi kuweka usafi wa mwili, nguo, nyumba na kadhalika.

especially
sly like a hare

Sasa mimi ni msichana mkubwa na bado ninapata mawaidha mengi kutoka kwa nyanya **hasa** kuhusu wavulana. Kila wakati nyanya huniambia nijihadhari na wavulana kwa sababu wanaweza kuwa **wajanja kama sungura**!

Zoezi la Kwanza: Maswali ya Ufahamu

1. Aisha alizaliwa wapi na ana miaka mingapi?
2. Wazazi wa Aisha hufanya kazi gani?
3. Babu na nyanya wa Aisha hufanya kazi gani?
4. Nani alimsindikiza Aisha shuleni na kumchukua kutoka shuleni alipokuwa mdogo?
5. Kwa nini Aisha alifanya vizuri shuleni?
6. Nyanya wa Aisha alimfundisha Aisha nini kuhusu usafi?
7. Kwa nini nyanya humwambia Aisha ajihadhari na wavulana?

Zoezi la Pili: Zoezi la Kujadili/Kuzungumza.

1. Mkiwa katika vikundi vya watu wawili wawili, kila mtu asimulie kwa ufupi nafasi ya wazazi wake au babu na nyanya zake na mchango wao katika malezi yake.

2. Je, ni kwa namna gani jamaa ya Aisha ya Mombasa inaweza kuwa tofauti au kufanana na jamii yako katika malezi ya watoto?

SARUFI

The -sh- extension on the Swahili verb

1) The role of the **-sh-** extension on the Swahili verb is to show that someone has the role of causing something to be in a certain state. For example, if you want to show that a teacher is causing a student to be educated or knowledgeable then you will need to use the **-sh-** extension on the verb **soma**. The -sh- extension is preceded by a vowel which is in harmony with the verb root. This is similar to the behavior of vowels in applicatives. Let us see some examples in Swahili. The italicized part on the verb shows the complete causative extension.

(i) **Lily alisoma kitabu cha Kiswahili.** (Regular sentence)
→**Mwalimu alimsom*esh*a Lily kitabu cha Kiswahili** (Causative form)

(ii) **Maria anakula chakula cha mchana** (Regular sentence)
→**Mama anaml*ish*a Maria chakula cha mchana** (Causative form)

(iii)**Baba anarudi nyumbani saa tisa jioni** (Regular sentence)
→ **Kaka anamrud*ish*a baba nyumbani saa tisa jioni** (Causative form)

(iv) **Lily atavaa nguo mpya** (Regular form)
→ **Mama atamval*ish*a Lily nguo mpya.** (Causative form)

(v) **Kwa nini mtoto analia?** (Regular verb)
→ **Salima anaml*iz*a mtoto.** (Causative form)

2) The causative form in Swahili can be realized in another way. Usually this is realized through the incorporation of a **-z-** extension on the verb. Therefore, instead of **-sh-** extension you will need to use **-z-**. The choice between the two extensions depends on the type of verb. For example,

(a) **Mtoto anatembea polepole**	*The child is walking slowly.*
→**Mama alimtem*bez*a mtoto polepole**	*Mom is causing the child to walk slowly.*
(b) **Mtoto analia**	*The child is crying.*
→**Fatuma anaml*iz*a mtoto**	*Fatuma is causing the child to cry.*

3) It is important to do more practice with these types of constructions. A good point to bear in mind is that some verbs are in their causative form by default and so you do not need to change them to express the idea of causation. For example,

End*esh*a gari lako vizuri	*Drive your car carefully.*
Mal*iz*a kazi yako.	*Finish your work.*

Zoezi la Tatu

Badilisha sentensi zifuatazo ziwe katika hali ya kufanyiza (causative).

Kwa mfano:
Swali: Mama akimfanya mtoto alale kitandani anamfanyia nini?
Jawabu: Mama anamlaza mtoto kitandani 'Mom is causing the child to sleep in the bed'.

1. Mtu akimfanya mtoto acheke tunasema anamfanyia nini?
2. Mwalimu akimfanya mwanafunzi ajue kusoma tunasema anamfanyia nini?
3. Mtu akimfanya mwenzake achelewe tunasema anamfanyia nini?
4. Mzazi akimfanya mtoto wake afurahi tunasema anamfanyia nini?
5. Shangazi akimfanya mama yake arudi nyumbani tunasema anamfanyia nini?
6. Mtu akitoa nakala nyingi kwa kuzipiga chapa tunasema anazifanyia nini?
7. Mtoto akifanya viatu vyake viwe safi tunasema anavifanyia nini?
8. Dereva akifanya gari lake liende tunasema analifanyia nini?
9. Mfanyakazi akilifanya dirisha liwe safi kwa kutumia **kitambaa** *(rug)* tunasema analifanyia nini?
10. Mama akiifanya nguo yake iwe safi tunasema anaifanyia nini?
11. Kenitra akimtaka Jabari ampe pesa kama **mkopo** (*loan*) kwa muda tunasema Jabari anamfanyia nini Kenitra?
12. Bosola akimfanya dada yake avae nguo tunasema amemfanyia dada yake nini?
13. Ukipenda shati zuri dukani tunasema shati hilo linafanya nini?

MAZUNGUMZO

Mama na Juma wanazungumza kuhusu shule

	Mama:	Habari za shule Juma?
	Juma:	Nzuri mama.
	Mama	Shule ilikuwaje?
	Juma:	Shule ilikuwa nzuri lakini kuna mvulana mmoja shuleni ambaye hunichokoza kila siku.
	Mama:	Anakufanyia nini?
he scares me	Juma:	Yeye **hunitisha** kila siku ati mimi sijui kuogelea
	Mama:	baharini?
about	Juma:	Je, umemwambia mwalimu **kuhusu** mambo hayo?
	Mama:	Hapana, bado sijamwambia.
		Je, utamwambia au unataka nizungumze na wazazi wa
	Juma:	mvulana huyo.
		Mimi sijui. Lakini nitamwambia mwalimu kesho halafu
to talk		asipowacha kunisumbua unaweza **kuzungumza** na

	Mama:	wazazi wake. Na unawajua wazazi wake?
		Nitamuuliza mwalimu wako. Haya, kunywa maji ya
		machungwa halafu ukae chini ufanye kazi ya shule
to send you		upesi ninataka **kukutuma** kwa Mama Tabi kabla ya jua
	Juma:	kutua.
		Haya mama. Na maji ya machungwa yako wapi? Mimi
	Mama:	siyaoni hapa mezani.
look for it	Juma:	**Yaangalie** maji ya machungwa katika friji.
	Mama:	Ni sawa mama. Nimeyapata.
when you finish		Sawasawa. **Ukimaliza** kunywa maji hayo ya
inform me	Juma:	machungwa **nijulishe** ili nikusaidie na kazi zako za
	Mama:	shule.
I have finished	Juma:	Haya mama **nimemaliza.**
	Mama:	Umemaliza haraka sana Juma!
		Ndiyo, nimeyamaliza!
	Juma:	Haya, anza kazi za shule halafu unipelekee mfuko huu
	Mama:	kwa mama Tabi.
		Sawasawa mama, nitafanya hivyo.
		Asante mwanangu.

Zoezi la Nne: Mazoezi ya Vikundi. Kila Mwanafunzi Apate Fursa ya Kuzungumza.

1. Katika makundi yenu kila mwanafunzi awaeleze wanafunzi wenzake baada ya shule yeye alikuwa akifanya nini alipokuwa mdogo.

2. Kila mtu awaeleze wenzake wakati huu katika chuo kikuu yeye hufanya nini jioni baada ya shule.

3. Mwisho, kila mtu awaambie wenzake wikendi hii inayokuja yeye atafanya nini.

Hawa ni nyanya wawili

Babu na nyanya walikuwa na jukumu kubwa

among the · *others*

Miongoni mwa jamii za Waswahili na jamii za Kiafrika kwa jumla hasa za mashambani, mtoto huwa ni wa jamii yote. Yaani mtoto si wa wazazi wake pekee bali jamii nzima. Hii ndio maana babu, nyanya, wajomba, mashangazi na **wengine** katika jamii huwa watu muhimu sana katika maisha ya mtoto.

they made sure

Wakati wa jadi babu na nyanya walikuwa walezi wakuu wa wajukuu wao. **Walihakikisha** kuwa mtoto amepata malezi mazuri kufuatana na mila na desturi za jamii yake. Nyanya aliwafundisha wajukuu wake wa kike tabia za kike na babu aliwafundisha wajukuu wa kiume tabia za kiume. Daima babu na nyanya walikuwa watu muhimu sana katika maisha ya wajukuu wao.

light

Baba alihakikisha kwamba watoto nyumbani walikuwa na chakula cha kutosha, kwamba walienda shule, na kwamba walivishwa vizuri. Mama naye alifanya kazi za nyumbani kuhakikisha watoto wamekula vizuri, wamefanya kazi **nyepesi** nyepesi za nyumbani na kadhalika kulingana na uwezo wao wa kimwili.

to rectify them

Pia mashangazi na wajomba waliwasaidia wazazi katika kuwalea watoto kwa **kuwakosoa** kila walipokosea katika jambo fulani. Ilikuwa ndiyo namna ya kuwaelemisha watoto kufuata njia za kijadi.

gender · *domestic livestock*

Watoto pia walikuwa na majukumu mbalimbali kulingana na umri na **jinsia** zao. Wasichana walifanya kazi za nyumbani kama vile kuwalea wadogo zao, kuteka maji, kuokota kuni, kusaidia mama kupika chakula, kufagia nyumba na kusafisha vyombo nyumbani na kadhalika. Wavulana nao walifanya kazi kama vile kuchunga **mifugo**, kuvua samaki, kulima shambani, kupalilia mimea na kadhalika.

was involved · *to migrate to* · *are the ones*

Kwa hivyo katika ulezi wa watoto kila mtu wa jamii **alihusika** kwa njia moja au nyingine. Mabadiliko ya kisasa na mahitaji ya maisha ya siku hizi yamezifanya baadhi ya familia **kuhamia** mijini ambako watu kila mara wamo mbioni kujitafutia riziki na kuwatafutia jamaa zao chakula. Kwa sababu hii shule zimekuwa **ndizo** zinawafundisha watoto mambo ya maisha.

individualistic — **kibinafsi**

to involve (them) — **kuwahusisha**

Babu na nyanya hawana nafasi kubwa sana katika maisha ya watoto wa mijini kwa sababu hawakutani mara kwa mara isipokuwa wakati wa likizo. Hali hii pia inawafanya watu waishi maisha ya **kibinafsi** zaidi na kuusahau ushirikiano ambao ndio msingi wa familia nyingi za kiafrika kwa jumla. Ni muhimu kwa wale wazazi ambao wanakaa mijini **kuwahusisha** babu na nyanya katika maisha ya watoto wao ili wasisahau kwamba familia yao ni pana na inawahusisha watu zaidi ya mama, baba, dada na kaka.

Zoezi la Tano: Maswali ya Ufahamu

Sema Ikiwa sentensi zifuatazo NI KWELI *(True)* au SI KWELI *(False)*

1. Katika jamii nyingi za Waswahili na Afrika kwa jumla mtoto si wa jamii. [ ]
2. Wakati wa jadi babu na nyanya walikuwa walezi wakuu wa wajukuu wao. [ ]
3. Nyanya aliwafundisha wajukuu wake wa kike tabia za kiume naye babu aliwafundisha wajukuu wa kiume tabia za kike. [ ]
4. Baba alihakikisha kwamba watoto nyumbani walikuwa na chakula cha kutosha na kwamba walienda shule. [ ]
5. Shangazi na wajomba waliwasaidia wazazi katika kuwalea watoto kwa kuwakosoa kila walipokosea katika jambo fulani. [ ]
6. Katika familia za mijini watu wanaishi maisha ya kibinafsi zaidi. [ ]
7. Maisha ya mijini yanawapa nyanya na babu nafasi kubwa katika maisha ya wajukuu zao. [ ]
8. Katika jamii ya jadi wavulana walifanya kazi kama kuteka maji na kupika chakula.
9. Neno *jadi* lina maana ya siku zilizopita. [ ]
10. Tunaweza kusema kuwa katika ulezi wa watoto kila mtu wa jamii alihusika kwa njia moja au nyingine. [ ]

Zoezi la Sita: Katika Vikundi Vya Watu Wawili Wawili Jadilini Semi Zifuatazo!

1. Je kuna tofauti gani kati ya jamii ya jadi ya Kiswahili na yako katika malezi ya watoto?

2. Jadili usemi kwamba katika jamii ya Waswahili na Waafrika kwa jumla mtoto ni wa jamii nzima.

BAADHI YA MAJINA YA NASABA

ami	a brother to your father
baba	father
baba mdogo	a younger brother to your father
baba mkubwa	father's older brother
baba mkwe	father in law
baba wa kambo	step father
babu	grandfather
bibi	grandmother (as used mostly in Tanzania and the coastal region)
binamu	cousin
binti	daughter
dada	sister
kaka	brother, usually older
kilembwe	great-great-grandchild
kining'ina	great-great-great-grandchild
kitukuu	great-grandchild
mama	mother
mama mkubwa	an older sister to your mom
mama mkwe	mother in- law
mama mdogo	a younger sister to your mom
mama wa kambo	step-mother
mchumba	fiancée
mjomba	maternal uncle
mjukuu	grand child
mke	wife
mke mwenza	co-wife
mpwa	nephew; niece
mume	husband
nyanya	grandmother (as used in most parts of Kenya and some parts of Uganda)
shangazi	a sister to your father
shemeji	brother in-law
wifi	sister in-law

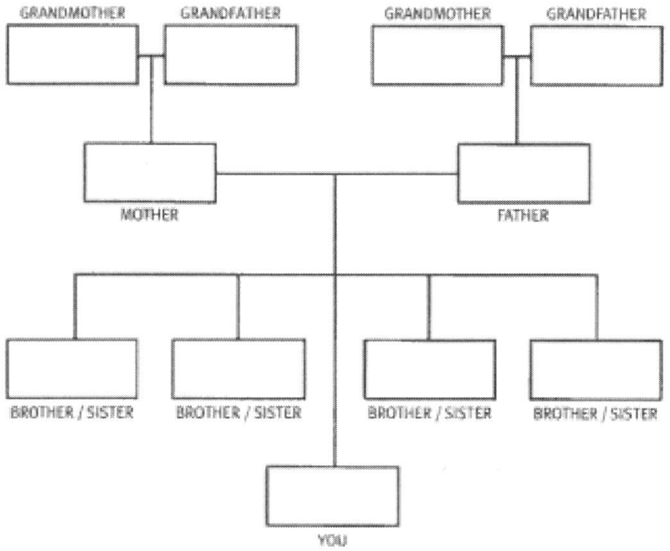

Reconstruct the family tree given above in Swahili to suit your family structure. Try to include other members such as uncles, aunts, cousins, nephews and nieces.

Zoezi la Saba: Msamiati wa Nasaba

Kwa mfano: Utamwitaje (*How would you call*) mama wa mama yako?
Jawabu: Nyanya au bibi.

1. Utamwitaje dada ya baba yako?
2. Utamwitaje dada mkubwa wa mama yako?
3. Utamwitaji mtoto wa kiume wa ndugu yako?
4. Utamwitaje msichana ambaye mmezaliwa naye kwa mama mmoja?
5. Utamwitaje mume wa dada yako?
6. Utamwitaje baba wa mama yako?
7. Mtoto wa dada yako atakuitaje?
8. Wewe utamwitaje mtoto wa mjomba wako?
9. Ikiwa wewe ni mvulana, dada yako mdogo atakuitaje?
10. Mama atamwitaje mtoto wake wa kike?
11. Ikiwa wewe ni mwanamke na una mtoto, utamwitaje baba yake mtoto wako?
12. Utamwitaje mzazi wa kike wa mke wako?
13. Ikiwa wewe ni msichana, dadake mume wako utamwitaje?
14. Kuna sehemu ambako mtu anaweza kuwa na wake wawili. Hawa wataitanaje?
15. Baba yako atamwitaje babu yako wa upande wa baba?

MAELEZO YA UTAMADUNI
The importance of grandparents

Rural East African families leave together. You can find a family living on the same compound but in different houses. A son can marry and raise his family on the same compound with his parents but in his own house. Sometimes the children get to move on to get bigger plots on which to do farming and build bigger and better houses. Even if they were to move, grandparents are important in helping their children raise their young ones. Grandparents love their grandchildren and tell them stories and remind them of how they lived as young children. If grandparents live away from their grandchildren, they occasionally visit them to spend time with them offering them knowledge that they cannot possibly get in the modern schooling system.

The good thing about grandparents is that they are so nice to their grandchildren that they always want to defend them and act as arbiters between children and their parents if there is a problem. Their role is still very important especially in the rural areas.

METHALI

1. Asiyefunzwa na wazazi hufunzwa na ulimwengu.
2. Titi la mama litamu lingine halishi hamu.

MSAMIATI

Kiswahili	Kiingereza
chakula	food
chukua	take
daima	always
desturi	customs
elemisha	educate
furahia	be happy with
hakikisha	make sure
isipokuwa	except
jamaa	family
jamii	society (much bigger than **jamaa**)
jioni	evening
jua	sun
kabla	before
kazi	work, job
kuketi	to sit down
kiafrika	African in character (adjective)
kijadi	traditional, old (adjective, adverb)
kuchunga	look after cattle
kufagia	to sweep, **Maria alifagia chumba chake** *Maria swept her room*
kuhakikisha	to make sure
kuhifadhi	to preserve, to reserve
kujua	to know
kulea	to raise a child
kulima	to till land, to farm
kuni	firewood
kuokota	to pick, e.g., **sisi huokota kuni** *we usually pick firewood*
kupalilia	to remove weeds
kuteka maji	to fetch water
kutua	to set e.g., **jua lilitua saa kumi na mbili** *the sun set at six*
kutuma	to send
kuvua	to fish
kulea	to raise (a child, etc.)
kulisha	to make someone eat, feed someone
mabadiliko	changes
mafunzo	teachings, instructions, socialization
mahitaji	needs (noun)
majukumu	obligations
malezi	socialization, care (e.g., baby care)

mawaidha	advice
mifugo	animals especially domesticated ones
miongoni	among
kupika	to cook
kusaidia	to help
samaki	fish
shuleni	at school
sindikiza	escort
sungura	hare, rabbit
tabia	manners
tunza	take care of someone or something
usafi	hygiene, cleanliness
ushirikiano	cooperation
usichana	girlhood
vyombo	utensils, vessels
wajanja	cunning or sly people
wazazi	parents

Kuna mito, miti, na nyasi kwa wanyama

Somo la Kumi na Moja
Lesson Eleven

Madhumuni/Objectives

Topic: Hali ya Hewa katika Afrika ya Mashariki /Weather seasons in East Africa.
Function: To introduce students to the different seasons in East Africa.
Grammar: The **a** of association.
Reading: Nayachukia majira ya mvua and Misimu mbalimbali katika sehemu za Afrika ya Mashariki.
Cultural Notes: Kuna wataaalam wa utabiri wa hali ya hewa wa kienyeji.

Mazingira ya Afrika ya Mashariki

MONOLOGIA

Nayachukia majira ya mvua

usually grow	Tunaishi katika sehemu ambako watu wengi **hukuza** miwa, mahindi na maharagwe na kwa hivyo wao hufurahia sana watabiri wa hewa wanapotabiri mvua sehemu zetu. Kwa bahati
season of	mbaya kwangu, **majira ya** mvua ndio wakati mimi ninachukia mno.
had covered	Leo asubuhi niliamka nikaona ukungu ulikuwa **umetanda** nje.

farmer/ the village	Nilipotazama chini nyasini sakafu ilikuwa imetanda umande. Sikujua nifanye nini. Huu ni mwezi wa tano na ni msimu wa masika. Ingawa kila **mkulima** katika **kijiji** changu anafurahia hali ilivyo, mimi sina furaha kabisa. Hali hii ya hewa huniharibia siku yangu yote na kunifanya nisitake kwenda shule au kutoka nje ya nyumba. Siwezi kufanya cho chote na kwa hivyo, ninakuwa
a prisoner	**mfungwa** kwa sababu hata kama ningetaka kwenda nje hali yenyewe hainiruhusu.

to rain (subjunctive)	Ninautazamia mwezi wa nane kwa hamu. Wakati huu ni afadhali kidogo kwa sababu kuna vipindi vya jua majira ya asubuhi na baadaye alasiri kunaweza kuwa na manyunyu ya mvua au hata ngurumo za radi. Lakini si lazima **kunyeshe**. Mimi ninapenda majira ya kiangazi zaidi ya misimu ya mvua na baridi. Pamoja na sherehe zinazoendelea wakati huu, hali ya hewa ni ya kuvutia
average	kwa sababu vipimo vya hali ya joto ni vya **wastani**. Mwezi wa kwanza, mwezi wa pili na mwanzo wa mwezi wa tatu huwa kuna joto jingi sana.

to cross (subjunctive)	Juzi tulienda mjini na tulipokuwa tunarudi, tulifika karibu na daraja moja na ikabidi tushuke kutoka garini ili dereva **avuke** mto kwanza. Barabara ilikuwa ikiteleza sana na dereva hakutaka kuyahatarisha maisha ya abiria. Ingawa mto haukuwa umefurika, fikra kwamba gari linaweza kuteleza halafu tujipate mtoni
anxiety	iliwafanya abiria wengi waingiwe na **wasiwasi** mkubwa. Abiria
they fear	wengine **wanaogopa** kiasi cha kwamba huhiari kutembea kwa miguu muda mrefu badala ya kubebwa ndani ya gari. Kwa sababu njia zetu huwa zimejaa maji ya mvua, baadhi ya mito
usually floods	**hufurika** na matope hutapakaa barabarani. Siku hizi nikienda mjini inabidi nirudi nyumbani mapema kwa sababu magari mengi hufunga kazi mapema yakihofia mvua ambayo hunyesha
be slippery/ impassable	kwa muda mrefu na kuzifanya barabara **ziteleze** na **kutopitika.**

Zoezi la kwanza: Maswali ya Ufahamu

1. Mwandishi anasema watu wengi hufurahia watabiri wa hewa wanapofanya nini?
2. Mwandishi anasema yeye huchukia nini sana?
3. Mwandishi alipoamka asubuhi aliona nini kimetanda nje?
4. Mwezi wa nane ni msimu gani katika kifungu hiki cha maneno?
5. Mwandishi anasema ni hali gani ambayo humharibia siku yake?
6. Mwandishi anasema mwezi wa nane una nini?
7. Kwa nini magari mengi hufunga kazi mapema msimu wa mvua?
8. Ni msimu gani ambao mwandishi anaupenda sana?
9. Ni wakati gani ambao kuna joto jingi?
10. Tunga sentensi mbili kwa kutumia neno *majira* na neno *msimu.*

Zoezi la Pili: Zoezi la Wanafunzi Wawili Wawili

1. Mwelezee mwanafunzi mwenzako juu ya hali ya hewa ya sehemu unakotoka. Kisha mwelezee ni aina gani ya misimu ambayo inapatikana katika mwaka.

2. Mwambie mwenzako hali ya hewa ya jana na mwenzako akuelezee hali ya hewa ya leo.

SARUFI

The use **a of association** in Swahili.

1. The use of **a** of association is what relates two items. One of the items may be considered the possesor and the other item or noun, the possessed. For example, if we want to say *a child of my teacher,* we would need to say **mtoto *wa* mwalimu wangu**. In this sentence, **wa** associates **mtoto** and **mwalimu wangu**.

2. The **associative a** shows agreement with the noun on the left. One must therefore try to understand the agreement patterns of all noun classes in Swahili. This will allow him/her to correctly relate one item with another. In the following table, you are provided with the **associative a** of each noun class. For other forms of concordial agreement, please refer to Appendix A at the end of the book.

Noun Class	Example of Noun	Associative 'a'	Second Item Or noun	Translation
1	Mtoto	**wa**	Salome	Child of salome
2	Watoto	**wa**	Salome	Children of Salome
3	Mkono	**wa**	kushoto	Left hand
4	Mikono	**ya**	kushoto	Left hands
5	Jino	**la**	mtoto	Tooth of the child
6	Meno	**ya**	mtoto	Teeth of the child
7	Kiti	**cha**	Rais	The chair of the president
8	Viti	**vya**	Rais	Chair of the president
9	Nguo	**ya**	Salima	Dress of Salima
10	Nguo	**za**	Salima	Dresses of Salima
11	Uji	wa	Liliy	Liliy's porridge
12	*	*	*	Not available in Swahili
13	*	*	*	Not available in Swahili
14	Utabiri	**wa**	leo	Today's forecast
15	kucheza	**kwa**	timu yetu	The playing of our team
16	Nyumbani	**pa**	Teresa	(at) Teresa's home
17	Nyumbani	**kwa**	wanafunzi	Students' home
18	Nyumbani	**mwa**	mama Subira	(in) Mama Subira's home

Let us explore more examples that relate two things.

(i) **Niliona vitabu *vya* Maria na Selena.**
I saw books of Maria and Selena.

(ii) **Wanafunzi wa mwalimu waliandika kuhusu mvua.**
The teacher's students wrote about rain.

(iii) **Watabiri wa hali ya hewa walisema kuwa leo kutakuwa na mvua ya mawe na ukungu.**
The weather forecasters said that today there will be hail stones and fog.

Vitabu vya Maria

Zoezi la Tatu: Maswali ya Kisarufi

Katika orodha ifuatayo kila kitu kina mwenyewe. Unapaswa kuandika jina la kila kitu na jina la mwenyewe ili mtu asichukue kitu cha mwingine. Tumia mfano. (In the following list, everything has to get to the owner. You are asked to write the name of each item and indicate the name of the owner so that no one takes what doesn't belong to him/her. Use the following example to carry out the exercise).

Mfano:
Viatu vyeusi
Jibu: Viatu vyeusi ni vya Omari. *The shoes are Omari's.*

(i) kalamu nyekundu
(ii) mfuko
(iii) gari dogo
(iv) kitabu
(v) meza ndogo
(vi) runinga
(vii) sahani zenye maua
(viii) ramani
(ix) baiskeli
(x) mwavuli
(xi) msimu
(xii) darasani
(xiii) msimu
(xiv) mwezi

MAZUNGUMZO

Sudi na Maimuna wanazungumza kuhusu utabiri wa hali ya hewa

	Sudi:	Vipi dada?
	Maimuna:	Salama mwenzangu. Habari za kwako?
I am enjoying the sun	Sudi:	Hamna mapya. **Nafurahia jua** tu. Leo ninafikiri litawaka siku kutwa.
	Maimuna:	Ni kweli. Siku nyingi tumekuwa mbioni kwa sababu ya mvua.
	Sudi:	Si waona hata leo sijavalia sweta yangu?
	Maimuna:	Si ndiyo. Lakini wamesema ni leo tu mvua haitanyesha. Kesho au keshokutwa kunaweza kuwa na mvua ya ngurumo na radi.
news broadcast *clouds*	Sudi:	Ah! Hawa wenzetu mimi siwaamini wakati mwingine. Mara nyingi wanatabiri kwamba hakutanyesha halafu hata kabla hawajamaliza **matangazo** yao unaona mbinguni kumetanda **mawingu** ya mvua?
don't blame them *farmer* *other*	Maimuna:	Ah jamani Sudi! **Usiwalaumu** sana. Babangu huwategemea sana na anawaamini. Unajua yeye ni **mkulima** hodari wa mboga na ingawa wakati **mwingine** mambo hayatokei jinsi walivyotabiri, yeye husema wao ni wanadamu na hakuna binadamu asiyefanya makosa.
you've been influenced	Sudi:	Naona kweli **umeathiriwa**. Lakini usijali nakutania tu.
	Maimuna:	Ndiyo, ninaelewa. Basi ninataka kumuwahi Chiriku kabla hajaondoka nyumbani. Unajua ilikuwa rahisi kumpata mtu majira ya mvua kwa sababu watu hawakutaka kutoka nje.
	Sudi:	Nami ni siku nyingi sijamwona. Mpe salamu zangu.
	Maimuna:	Nitafanya hivyo. Na wewe unaelekea wapi?
our store *to repair* *to harvest them*	Sudi:	Sasa hivi nakwenda uwanjani, tucheze kandanda kidogo halafu niende kwa Mzee Stefano, yule fundi wa Duka Moja. **Ghala letu l**ina shida na tunahitaji **kulikarabati** kabla hatujaanza **kuyavuna** mahindi na maharagwe yetu.
	Maimuna:	Haya basi wewe fika huko tutazungumza baadaye.
	Sudi:	Sawa kabisa. Usisahau kuwapa jamaa salamu.
	Maimuna:	Naam. Na wewe pia.

Zoezi la Nne: Maswali ya Ufahamu

1. Maimuna anasema siku nyingi wamekuwa mbioni kwa sababu gani?
2. Kwa nini Sudi hajavalia sweta yake?
3. Siku hii Sudi na Maimuna wanapokutana, kuna mvua au jua?
4. Kwa nini Sudi hawaamini wenzake(watabiri wa hali ya anga)?
5. Kwa nini babake Maimuna anawaamini na kuwategemea sana watabiri wa hali ya anga?
6. Kwa nini Maimuna anataka kumuwahi Chiriku?
7. Kutokana na haya mazungumzo unafikiri Sudi amemwona Chiriku hivi karibuni?
8. Je, Sudi anakwenda kwa fundi yupi na kwa nini?
9. Eleza kwa maneno yako maana ya *'mbinguni kumetanda mawingu ya mvua'*.
10. Eleza maana ya neno *'kukarabati'* na ulitumie katika sentensi yako mwenyewe.

Zoezi la Tano: Kazi za Vikundi

1. Kila mmoja katika kikundi awaelezee wenzake kile ambacho yeye hufanya kunapokuwa na:

(i) Baridi kali
(ii) Joto kali
(iii) Mvua ya ngurumo na radi
(iv) Jua kali
(v) Upepo mkali

UFAHAMU

Misimu mbalimbali katika sehemu za Afrika ya Mashariki

different
weather condition
to be generalized

weather condition
similar
Indian ocean

Sehemu za Afrika ya Mashariki zina aina **mbalimbali** za misimu ya **hali ya hewa** katika kipindi cha mwaka mmoja. Hata hivyo kuna baadhi ya sehemu ambazo misimu yake inaweza **kujumuishwa** kwa sababu tofauti zilizoko si kubwa sana. Kwa mfano, katika ukanda wa pwani kuanzia kusini ya Somalia hadi pwani ya Msumbiji **hali ya anga** inaweza kuwa ya **kufanana**. Hali ya anga huko inaathiriwa zaidi na hali zinazoendelea katika **Bahari Hindi**. Kwa upande mwingine sehemu za bara za Afrika ya Mashariki zinaathiriwa na milima, aina za mimea na masafa kutoka baharini.

Nchi za Afrika ya Mashariki zina milima kadhaa kwa mfano Mlima Kenya, Mlima Kilimanjaro, Mlima Elgon na kadhalika. Kuna pia

lakes

maziwa kama vile Ziwa Victoria, Ziwa Tanganyika, Ziwa Turkana,

changes / *they affect*

Ziwa Nakuru, Ziwa Elementaita na kadhalika. Baadhi ya sehemu za Kenya, Somalia, Sudan na Uganda zina hali ambazo ni nusu jangwa. Hali hizi zote pamoja na **mabadiliko** ya maisha na mbinu za ukulima **zinaathiri** hali ya anga na hivyo basi kuathiri misimu ya hali ya hewa.

Kwa jumla, katika sehemu za Kenya mvua ya masika huanza mwezi wa tatu hadi mwezi wa tano au wa sita. Wakati huu mvua huwa nyingi na watu wengi ambao ni wakulima huwa wanashughulikia mashamba yao. Baadhi ya mazao ambayo watu hupanda wakati huu ni mahindi, maharagwe, majani, kahawa, mboga za aina mbalimbali na miwa. Kati ya mazao haya,mengi huchukua baina ya miezi miwili na miezi sita kukomaa. Lakini mimea kama miwa na kahawa huchukua zaidi ya mwaka mmoja kukomaa.

which are planted

Majira ya mvua fupi huja mwezi wa tisa hadi katikati ya mwezi wa kumi na mbili. Majira haya ni ya vuli. Wakati huu wakulima wachache hupanda mimea yao wakitegemea maji ya mvua. Kwa sababu mvua huwa ya kiwango kidogo, mazao **yanayopandwa** ni yale ambayo huchukua muda mfupi kama mwezi mmoja hadi miezi mitatu.

levels / *clear* / *fans*

Msimu wa kiangazi ni kati ya mwezi wa kumi na mbili na mwanzo wa mwezi wa tatu. Wakati huu wakulima wengi hutumia muda wao kuyatayarisha mashamba. Huu ni wakati wa jua kali na **viwango** vya joto hufikia sentigredi thelathini (30 celsius) na zaidi. Sehemu za pwani huwa joto zaidi na hali ya unyevunyevu huwa **dhahiri** angani na watu huhitaji sana kutumia **vipepeo** na kunywa maji mengi kurudisha maji yanayopotea mwilini kupitia jasho.

mountain peaks / *who climb* / *moderate* / *cool season*

Afrika ya Mashariki haina theluji isipokuwa katika **vilele vya milima** kama vile Mlima Kenya na Mlima Kilimanjaro. Kwa sababu ni wenyeji wachache sana **wanaokwea** milima kama hii, ni watu wachache kutoka sehemu hizi ambao wana tajiriba ya theluji na baridi kali. Sehemu za nyanda za juu, huwa na viwango vya joto vya **kadiri** mchana lakini usiku viwango vya baridi hupanda na watu wengi huhitaji kujifunika blanketi ili kupata joto. Tunaweza kusema kwamba kati ya mwezi wa sita na mwezi wa nane ni **msimu wa kipupwe**. Wakati huu ni wa baridi kidogo na watu wanaweza kuvalia sweta tu.

report

Ingawa sehemu nyingi za Afrika ya Mashariki hazina shida kama za ulimwengu ulioendelea, **taarifa** kuhusu misimu ya hali ya hewa na habari kuhusu utabiri wa hali ya hewa ni muhimu sana kwa umma. Hii ni kwa sababu nchi zetu zinategemea sana ukulima ambao nao unategemea maji ya mvua ya kawaida. Kwa hivyo wakulima hutaka kuhakikisha kwamba wanapanda mazao yao wakati unaofaa kwa sababu wakichelewa kupanda itakuwa shida kupata maji ya kutosha na hiyo ni **hasara** kubwa. Kwa upande mwingine hawapaswi kupanda mimea yao kabla mvua kuja kwa sababu inaweza kuliwa na wadudu **ardhini.**

loss

in the soil

Kwa hivyo, ingawa nchi zetu hazina shida kama za kimbunga, tufani, theluji au baridi kali, majira ya mvua yanaweza kuleta hasara na madhara makubwa kwa umma na huhitaji uangalifu mkubwa ili **mafuriko** yasiharibu vitu au hata kusababisha vifo

floods

Zoezi la Sita: Maswali ya Ufahamu

1. Je, hali ya hewa ya ukanda wa pwani ya Afrika ya Mashariki inaathiriwa na nini?
2. Hali ya hewa ya sehemu za bara inaathiriwa na nini?
3. Ni milima ipi katika kifungu hiki cha habari ambayo inapatikana katika Afrika ya Mashariki?
4. Mvua ya masika katika nchi za Afrika ya Mashariki na hasa Kenya huwepo wakati gani?
5. Kati ya mwezi wa tatu na mwezi wa tano, wakulima hufanya nini?
6. Ni wakati gani tunaweza kutarajia msimu wa kiangazi katika Afrika ya Mashariki?
7. Ingawa Afrika ya Mashariki haina theluji, ni wapi ambapo mtu anaweza kuipata au kuiona nchini Kenya?
8. Katika sentensi moja, jaribu kueleza kile ambacho hutokea majira ya mvua ya masika!
9. Je, kwa nini habari kuhusu utabiri wa hali ya hewa ni muhimu kwa umma?

Zoezi la Saba: Kuandika

1. Wewe ni mwanafunzi wa Kiswahili lakini una marafiki Waswahili kutoka Afrika ya Mashariki. Rafiki yako atakuwa akisafiri kuja Marekani mwezi wa nne na tano na anataka kujua hali ya hewa ya huku. Mwandikie barua ukimwelezea hali ya hewa katika jimbo lako mwezi wa nne.

2. Jaribu kuandika aya mbili kuhusu mambo yale ambayo wewe hufanya wakati wa majira yafuatayo:
   (i) Baridi kali (ii) Kiangazi (iii) Mvua (iv) Upepo mkali (v) Kuanguka kwa majani(fall).

3. Ni hali gani za hali za hewa ambazo zinaogofya(scare) watu katika jimbo lako?

4. Chagua mbili ya hizo hali ulizozitaja katika swali la (3) na ueleze jinsi ambavyo hutokea.

Zoezi la Nane

Katika maelezo yafuatayo umepewa viwango vya joto vya miji sita. Jibu maswali yafuatayo kutokana na maelezo hayo.

Bujumbura
Kipimo cha Joto
Juu 31°Selsiasi
Chini 14°Selsiasi
Upepo 3 (Kusini)
Mawio 6:10
Machweo 18:06

Dar Es Salaam
Kipimo cha Joto
Juu 31°Selsiasi
Chini 19°Selsiasi
Upepo 13 (kusini)
Mawio 6:36
Machweo 18:21

Kampala
Kipimo cha Joto
Juu 26°Selsiasi
Chini 20°Selsiasi
Upepo 7 (Kusini Mashariki)
Mawio 6:51
Machweo 18:59

Kigali
Kipimo cha Joto
Juu 27°Selsiasi
Chini 6°Selsiasi
Upepo 5 (Kusini)
Mawio 4:04
Machweo 16:05

Kinshasa
Kipimo cha Joto
Juu 29°Selsiasi
Chini 19°Selsiasi
Upepo 8 (Kusini Magharibi)
Mawio 6:07
Machweo 18:00

Nairobi
Kipimo cha Joto
Juu 22°Selsiasi
Chini 10°Selsiasi
Upepo 5 (Kusini Mashariki)
Mawio 6:37
Machweo 18:40

1. Ni mji gani ambao una kipimo cha juu zaidi cha joto?
2. Ni mji gani ambao una vipimo vya chini zaidi vya upepo?
3. Jua litachomoza mapema zaidi wapi na saa ngapi?
4. Ni mji upi ambao jua linatua mwisho wa miji mingine yote?
5. Kwa jumla ni mji gani ambao mawio yake ni kabla ya saa kumi na mbili?
6. Kwa jumla ni mji gani ambao una upepo mkali kuliko miji mingine yote?
7. Ni mji gani ambao utakuwa na masaa mengi ya jua?
8. Ni mji gani ambao una masaa mengi bila jua angani?
9. Ni miji gani ambayo upepo wake ni wa kusini.
10. Ni miji gani ambayo upepo wake ni wa kusini magharibi?

Zoezi la Tisa

1. Rafiki yako unayemfahamu kutoka Afrika anakuja kusoma katika chuo Kikuu sehemu za Kati Magharibi(Midwest) nchini Marekani. Hebu mwandikie ujumbe ambao utamwezesha kununua nguo zinazofaa kwa ajili ya hali ya hewa huku baina ya mwezi wa Agosti na mwezi wa Februari.

2. Baadhi ya sehemu za nchi ya Amerika zina theluji, nyingine zina matukio (occurrences) ya tufani na kimbunga, na nyingine zina joto kali. Je, unaweza kueleza kwa ufupi hali hizi tofauti na useme ni sehemu gani ungependelea kuishi?

MAELEZO YA UTAMADUNI

Utabiri wa hali ya hewa

Weather forecasters in the developed world use several sophisticated equipments. In East Africa the weathermen also use meterological equipment for forecasting but they are not as sophisticated as the ones in the developed world. In some East African communities, people who have lived there for a long period of time can predict the weather for the day just by looking at how the day looks in the morning. It is not surprising to hear some old people telling you that, 'this sun is bringing rain,' or that, 'the direction of the wind will not allow rain to fall within this area.'

The landscape of East Africa is very scenic but what is also important is that this great landscape presents hills and valleys which help to create micro weather patterms. In places where there are several hills, inhabitants learn to predict if it will rain by looking at the hills which may be covered with rain. Though this may as welll be determined by the direction of the wind., residents can easily tell if it will rain or not. It is therefore fun listening to those people who know more about the weather patterns of a given area.

METHALI

Siku njema huonekana asubuhi.
Dalili ya mvua ni mawingu.

MSAMIATI

Kiswahili	Kiingereza
abiria	passengers
amini	believe
bahari	ocean
baina	between
barabara	road
barafu	ice
baridi	cold
bonde	valley
chimbuka	arise
daraja	bridge
dereva	driver
dimbwi	a small pothole with water, pool of water
gharama	costs
hasara	loss
hofia	fear for, e.g. **nilihofia usalama wake** *I feared for his safety*
huhitaji	needs
ikweta	equator
kahawa	coffee
kali	bitter, harsh
kanda	zone, strip (noun)
kilele(vi)	peak
kimbunga	typhoon, whirlwind
kukomaa	to mature, to be ready
kwama	get stuck
machweo	sunset
mafuriko	floods
maharagwe	beans
mahindi(pl)	corn
majani ya chai	tea leaves
majini	in the water
mapema	early
mfungwa	a prisoner
mawio	sunrise
mawe	stones
mboga	vegetables
miwa	sugarcane
mlima(mi)	mountain
mmea	plant

mmomonyoko	soil erosion
mto	river
mtoni	in the river
muda	time, period
mvua	rain
ngurumo	thunderstorm
nyando	a geographical zone
palilia	weed
panda(v)	plant
pwani	coast
radi	lightning
sababisha	cause
shughulikia	deal with
shuka	alight
taarifa	report
tegemea	depend
teleza	slide
theluji	snow
tope	mud
tufani	tornado
uangalifu	carefulness
udongo	soil
ufa(noun)	crack
ukulima	farming
umma	public
upepo	wind
utabiri	forecast
vuna	harvest
wasiwasi	confusion, unsettledness
watu	people
ziwa(ma)	lake

Somo la Kumi na Mbili
Lesson Twelve

Madhumuni/Objectives

Topic: Kazi mbalimbali /Different professions.
Function: Allowing students to talk about different professions.
Grammar: Abstract nouns and expressing *other* and *another*.
Reading: Unahitaji moyo kuwa muuguzi, Wanawake wetu wapewe nafasi pia.
Cultural Notes: Kazi ni Kazi. Why should you be choosy?

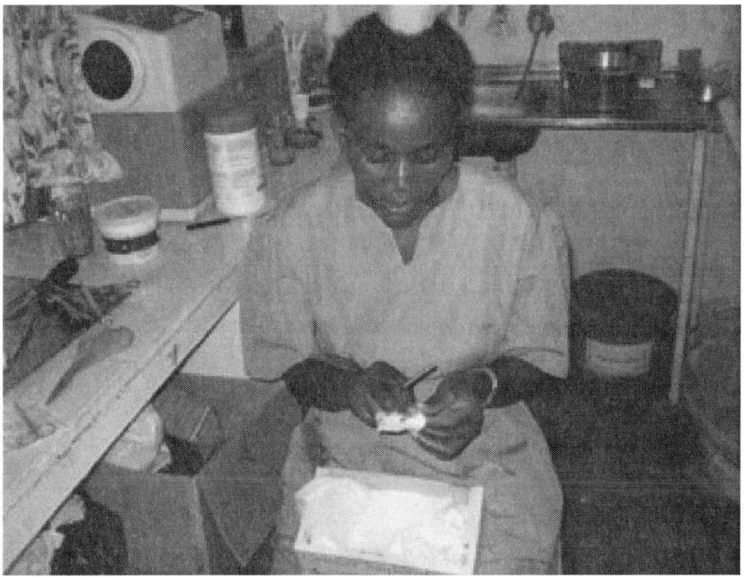

Muuguzi huyu anatayarisha vifaa vya kumtibu mgonjwa.

MONOLOGIA

Unahitaji moyo kuwa muuguzi

to be satisfied / *other people* / *main hospital* / *province*

Sijui ni kitu gani ambacho humfanya mtu aipende kazi yake na **kuridhika** nayo hata wakati ambapo inaonekana kuwa ngumu sana kwa **watu wengine**. Sauda ni shangazi yangu ambaye nimekaa naye kwa muda wa miaka kumi na miwili sasa. Yeye ni muuguzi katika **hospitali kuu** ya **mkoa** mjini Mombasa. Shangazi Sauda anaipenda kazi yake sana.

value/ traditional

Babu yangu, yaani babake shangazi Sauda, alikuwa mganga wa kienyeji na alitaka sana watoto wake **wauthamini** uganga wa **kienyeji**. Kwa hivyo, ingawa shangazi Sauda aliipenda sana kazi ya utabibu, hakutaka kujifunza utabibu wa kienyeji kama baba yake. Aliamua kusoma kwa bidii shuleni na kutilia mkazo masomo ya sayansi. Alisoma kwa bidii na hatimaye alifaulu na kujiunga na kitivo cha uuguzi cha chuo kikuu cha Nairobi. Baada ya miaka mitatu alifuzu kama **muuguzi msajiliwa**.

registered nurse

Kama mjuavyo kazi ya uuguzi na udaktari hufanywa wakati wote wa siku. Shangazi Sauda hufanya kazi yake kwa zamu. Wakati mwingine yeye huenda kazini mchana kuanzia saa moja asubuhi hadi saa kumi za jioni, wakati mwingine yeye huenda kazini kuanzia saa kumi na moja hadi saa sita za usiku na wakati mwingine kuanzia saa sita usiku hadi saa moja asubuhi. **Anapokesha** huko sisi hubaki peke yetu nyumbani lakini akifanya zamu ya usiku yeye hupata siku nyingi za kupumzika isipokuwa wakati wa **dharura** tu.

when she stays awake
emergency

Kitu ambacho hunishangaza ni ujasiri wake shangazi hasa anapokuwa na zamu katika idara ya dharura. Katika idara hii hutokea **visa** vingi ambavyo vinahitaji majeruhi kuhudumiwa kwa dharura. Majeruhi wengine huwa katika hali mbaya sana, **huhisi uchungu** na wakati mwingine huwa katika **hali mahututi**. Anapotusimulia kuhusu kazi ya idara hiyo ya dharura, wengine wetu hubaki tumeshika roho zetu mikononi na hata kulala huwa shida. Hata hivyo, shangazi **amezizoea** hali hizo na anachojua ni kwamba maisha ya watu wengi yamo mikononi mwao kama wauguzi na madaktari. Mtu anahitaji kuwa na moyo mgumu na uwezo wa kuyaweka maisha ya watu wengine mbele kabla ya maisha yake mwenyewe. Ni bahati mbaya kwamba baadhi ya watu kama mimi hatuna ujasiri wa kutosha wa kuyashughulikia maisha ya mwanadamu mwingine katika hali za hatari.

incidents
feels pain
critical condition
she is used to them

Zoezi la Kwanza: Maswali ya Ufahamu

1. Shangazi Sauda anafanya kazi gani na wapi?
2. Babake shangazi Sauda ni daktari wa aina gani?
3. Shangazi Sauda alitilia mkazo masomo gani alipokuwa shuleni?
4. Shangazi Sauda huenda kazini wakati gani?
5. Ni nini ambacho humshangaza mwandishi kuhusu shangazi yake Sauda?
6. Mwandishi anasema kuna visa kama vipi katika idara ya dharura ya hospitali?
7. Je, kutokana na hadithi hii, unafikiri mwandishi anaposema *'wengine wetu hubaki tumeshika roho zetu mikononi'* ana maana gani?
8. Je, mwandishi wa makala hii anapenda kazi ya uuguzi? Toa sababu ya jibu lako.

SARUFI

(a) The Abstract Nouns

1. By now you are already familiar with the noun class system of Swahili language. In a nutshell, all nouns in Swahili fall in what we call noun classes. There are about eighteen noun classes. The noun classes are numbered so that most nouns fall into two classes comprising of the singular form and the pural form of the noun. If you take the example of a chair for instance, **kiti,** you will notice that it is the singular form of *chair* and **viti** is the plural form. **Kiti** is in noun class **seven** and **viti** the plural form, is in noun class **eight**. A detailed agreement chart based on the noun class system is provided in Appendix A at the end of the book.

2. There are both **concrete** and **abstract** nouns in Swahili. Nouns which are abstract are found in noun class **fourteen**. You can formulate an abstract noun from any noun and verb. A common feature of this noun class is that all the nouns begin with **u-**. Look at the following examples to see how we can derive abstract nouns from verbs.

	Verb	Derived abstract noun	Translation
(i)	**kutibu**	**utabibu**	*to treat~the concept of treatment*
(ii)	**kutembea**	**utembeaji**	*to visit~the concept of visiting i.e., visitation*
(iii)	**kucheza**	**uchezaji**	*to play~the concept of playing i., playing*
(iv)	**kusoma**	**usomaji**	*to read, study~the concept of studying*
(v)	**kuuguza**	**uuguzi**	*to take care of the sick~the concept of nursing a sick person*

3. Does the abstract noun class have a singular and a plural marker?
The answer to this question is NO. The abstract noun class does not have a plural counterpart. You might want to consider the nouns in this noun class as non-countables.

4. You might be thinking that since noun class 14 borders both noun class 13 and 15 one of them must be related to it in a way. No, they are not directly related. Notice that Swahili lost noun class 12 and 13 which are for dimunitive nouns. Other Bantu languages still have these noun classes but Swahili does not. There is noun class 15 but it is not directly rrelated to noun class 14. Noun class 15 encompasses nouns which are verb like. For example, the nouns we stipulated above are good examples of noun class 15. They are the infinitive forms of the verbs but at the same time, they can be considered nouns under noun class 15.

5. Let us now realize some abstract nouns from other nouns which fall in other noun classes. We will use the following examples to demonstrate this.

Nouns from other classes	**Derived abstract noun**	**Translation**
(i) kijana	ujana	*youth~ the concept of being young = youthfulness*
(ii) mgonjwa	ugonjwa	*a sick person gives us the concept of sickness*
(iii) daktari	udaktari	*a doctor gives us the concept of doing doctoral work*
(iv) msichana	usichana	*a girl gives us the concept or idea of being girlish*
(v) muungwana	uungwana	*a gentleman gives us the concept of gentleness*

Zoezi la Pili: Ngeli za Kiswahili

First, formulate simple sentences with the following nouns. Second, provide the plural form of each noun. Third, identify the noun classes for the singular form and the plural form the nouns.

(i)	daktari	(vii)	idara
(ii)	kazi	(viii)	kitivo
(iii)	mganga	(ix)	shangazi
(iv)	mgonjwa	(x)	mkono
(v)	ujasiri	(xi)	nyumba
(vi)	visa	(xii)	mtu

(b) Expressing *other* and *another*

1. When you want to express the idea that there is another person or object in a given sentence, you will need to have the item you are referring to followed by **-ingine,** which is the root of *another* or *other.*

2. The root **-ingine** takes a prefix which agrees with the noun class of the item that you are referring to. It is therefore impearative that you begin paying more attention to the noun classes of the nouns you encounter in a sentence and the ones you intend to use in your constructions. Let us illustrate this further with several examples:

Juma ana kitabu **ki+ingine = *kingine***	Juma has **another** book
Salima atatafuta kazi **ni+ingine = *nyingine***	Salima will look for **another** job
Watu **wa+ingine** wanakuja = ***wengine***	**Other** people are coming
Unataka kikombe **ki+ingine** cha chai =***kingine***	**Do you want another cup of tea?**

3. Now, examine how each noun class selects both 'other' and 'another'.

Noun Class	Example of Noun	Associative 'a'	Other/another	Translation
1	mtoto	**wa**	mwingine	*Another child*
2	watoto	**wa**	wengine	*Other children*
3	mkono	**wa**	mwingine	*Another hand*
4	mikono	**ya**	mingine	*Other hands*
5	jino	**la**	jingine/lingine	*Another tooth*
6	meno	**ya**	mengine	*Other teeth*
7	kiti	**cha**	kingine	*Another chair*
8	viti	**vya**	vingine	*Other chairs*
9	nguo	**ya**	nyingine	*Another dress*
10	nguo	**za**	nyingine	*Other dresses*
11	uji	**wa**	mwingine	*Liliy's porridge*
12	*	*	*	*Not available in Swahili*
13	*	*	*	*Not available in Swahili*
14	utabiri	**wa**	mwingine	*Another forecast*
15	kupika	**kwa**	kwingine	*Other form of cooking*
16	nyumbani	**pa**	mwingine	*(specific) another home*
17	nyumbani	**kwa**	kwingine	*(general) Another home*
18	mahali	**mwa**	pengine	*(inside) Another place*

Zoezi la Tatu: Maswali ya Kisarufi

Fanya zoezi lifutatalo kwa kuzingatia matumizi ya -ingine au majina katika ngeli ya kumi na nne.

Kwa mfano: Juma hawezi kumuona Anita leo lakini atamuona siku ________**(other)**
Jawabu: Juma hawezi kumuona Anita leo lakini atamuona siku ***nyingine.***

1. Itabidi nitafute ____________________________(another friend).
2. Nitamnunulia Lily ____________________________(other shoes) nikienda kazini.
3. Wangu alimletea Muthoni ________________(another gift) jana usiku.
4. Kuna ____________________________(other schools) ambazo hazina maktaba.
5. Huu ni ____________________________(another culture) ambao siujui kabisa.
6. Katika ____________________________(her childhood), Lilly hakupenda kula wali.
7. Aisha alifikiri kwamba Fuadi angewaonyesha marafiki zake ______________(gentleness).
8. Kazi hii inataka watu wenye ____________________(cooperation) kila wakati.
9. Kusema -______________(truth) ni kitu muhimu katika kazi yetu.
10. Tunahitaji kuwa na ______________(unity) ili tufaulu katika kazi zetu.

MAZUNGUMZO

Salima na Vuai wanazungumzia kazi mbalimbali

	Salima:	Hujambo Vuai? Je, Anita yupo?
she will be late	Vuai:	Sijambo. Anita hajarudi. Alisema **atachelewa** kurudi kwa sababu ana kazi nyingi ofisini.
	Salima:	Ooh! Unajua atarudi nyumbani kama saa ngapi?
	Vuai:	Sina hakika lakini alisema atarudi baada ya kumaliza kuandika taarifa za kesho kuhusu mkutano wa kina mama.
is being done at	Salima:	Mkutano huo **unafanyiwa** wapi?
	Vuai:	Unafanyiwa katika jengo la mikutano la Kenyatta Conference Center.
	Salima:	Aha! Naelewa sasa. Kazi yake hiyo ya uandishi wa habari ni nzuri lakini ni ngumu wakati mwingine.
section	Vuai:	Labda. Lakini mimi hupenda kazi kama hiyo. Ukitoka ofisini huna wasiwasi kwa sababu umemaliza **sehemu** yako.
	Salima:	Kwani ni kazi gani ambazo mtu huwa na wasiwasi baada ya kutoka ofisini?
worries/intention *the following day*	Vuai:	Silitumii neno ***wasiwasi*** kwa **nia** mbaya. Lakini ona kazi kama ya ualimu, udaktari, au uanasheria. Kazi hizi ni zinakuhitaji kufanya utafiti kila mara na kujiandaa kila siku kwa sababu ya siku **inayofuata**.
mentally *energy* *they are floating*	Salima:	Mimi ninafikiri kwamba kila kazi muhimu mtu huhitaji kujiandaa. Kazi ya uandishi inahitaji utafiti mwingi kuhusu jambo lo lote unaloshughulikia. Hata mkulima huhitaji kujiandaa kimwili na **kimawazo** ndio aweze kuamka mapema na kwenda shambani. Kazi nyingine mtu huhitaji kutumia **nguvu** nyingi. Kwa hivyo ingawa kazi nyingine zinahitaji kusoma na kufikiri sana, kazi zote zinaweza kuchukua muda wako. Ukitaka cha mvunguni sharti uiname na ukiona **vinaelea** jua kwamba vimeundwa.
	Vuai:	Lakini afadhali kazi kama hizo ambazo unachoka mwili tu lakini hakuna kujisumbua na vitabu.
salaries	Salima:	Na **mishahara** je? Madaktari, maprofesa na mawakili ni watu ambao wanapata mishahara mikubwa.
	Vuai:	Lakini hawana muda wa kufurahia pesa zao hata kama ni nyingi.
	Salima:	Sidhani. Hawa ni watu ambao wanaweza kupanga muda

		wao vizuri na kwenda safari za mbali kustarehe na kupumzika kwa muda mrefu kila mwaka.
you've defeated me	Vuai:	Haya, nimekubali kushindwa. **Umenishinda**.
when she comes	Salima:	Lakini si kwa ubaya. Basi Anita **akija** mwambie anipitie au amtume mtoto aniite.
	Vuai:	Sawa. Nitamwambia.

Zoezi la Nne:

1. Vuai anasema Anita atachelewa kwa nini?
2. Anita anafanya kazi gani?
3. Mkutano ambao Anita anashughulikia ni wa nini na unafanyiwa wapi?
4. Je, unaweza kuyapa mazungumzo kati ya Vuai na Salima **kichwa**(*title*) gani?
5. Kwa nini Salima anasema kuwa kazi ya uandishi ni rahisi?
6. Kwa maoni yako ni kazi gani ambazo hazihitaji utafiti mwingi **kujiandaa**(*to prepare oneself*)?
7. Baada ya kuyasoma mazungumzo haya, unafikiri Vuai ni mtu anayependa kazi aina gani?
8. Kwa nini Vuai anamwambia Salima ya kwamba ameshinda?
9. Kulingana na makala hii, ni nani wanapata mishahara mikubwa kati ya maprofesa na waandishi wa habari?
10. Vuai anasema kwamba madaktari hawana muda wa kufanya nini?

Kazi mbalimbali

Huyu ni mwalimu.

Huyu ni fundi wa sufuria.

Angela ni mwimbaji na mwigizaji

Mama huyu ni mfugaji wa ng'ombe

KAZI MBALIMBALI KATIKA JAMII ZETU

Kiswahili	Kiingereza
askari	soldier
balozi	ambassador
daktari	doctor
dereva	driver
fundi wa kompyuta	computer technician
fundi wa viatu	shoe maker
fundi	technician
hakimu	magistrate
hali ya hewa	weather condition
hali ya anga	weather condition
jaji	judge
karani	clerk
kinyozi	barber
mfanyabiashara	businessman
mganga	doctor (both traditional and modern)
mhandisi	engineer
mhazili	secretary
mhubiri	preacher
mke nyumbani	housewife
mkulima	farmer
mkutubi	librarian
mpishi	cook
msanii	artist/e
mshonaji	tailor
mtangazaji	broadcaster/newscaster

muuguzi	nurse
mvuvi	fisherman
mwalimu	teacher
mwanajeshi	soldier, army man
mwanamichezo	sportsperson
mwandishi wa habari	journalist
mwanasheria	lawyer, attorney
mwimbaji	singer
nahodha	captain
nesi	nurse
polisi	police
profesa	professor
rubani	pilot
seremala	carpenter
wakala wa usafiri	travel agent
waziri	a government minister

Zoezi la Tano

Jadili na mwenzako kazi ambazo watu wafuatao hufanya. Kumbuka kueleza uzuri, ubaya, hatari na ugumu wa kazi hizo:

(i)	Hakimu	(vi)	Mkulima
(ii)	Mhubiri	(vi)	Mwanasheria
(iii)	Mpishi	(viii)	Mwanamichezo
(iv)	Mwalimu	(ix)	Mwanajeshi
(v)	Mke nyumbani	(x)	Mwimbaji

Baada ya kuzizungumzia kazi hizi hebu elezeni kazi zile ambazo mngependa kufanya.

Kuandika Barua

Uandishi wa barua katika Kiswahili si tofauti sana na uandishi wa barua katika lugha kama ya Kiingereza. Tofauti ambayo mtu anaweza kuona ni kwamba sehemu nyingi za Afrika Mashariki hazijaanza kutumia **nambari za maeneo ya posta**(*zip codes)* pia. Aidha, sehemu nyingi za Afrika Mashariki hazitumii **anwani** za mitaani wakati wa kutuma barua. Njia ambayo inatumiwa sana mpaka sasa ni **masanduku** ya posta. **Uandishi** wenyewe unatumia mtindo ule ule wa kutaja jina la **mpokeaji** wa barua hiyo, uhusiano wako na yeye au kazi yake.

Kwa mfano ukitaka kumwandikia mmoja wa jamaa zako barua unaweza kuanza barua hiyo kwa njia hii:

Kwa Shangazi Rita, Kwa dada yangu Farida, Kwa Mama mpendwa, Kwa Baba mzazi, Kwa kakangu Daudi, n.k.
Katika mifano hii, **Kwa** ina maana sawa na **to** katika Kiingereza. Kwa hivyo, **Kwa Mpenzi wangu Salome** ni sawa na *To my love, Salome.*

Unaweza pia kuianza barua yako kwa kutumia neno **Mpendwa** (*Dearest*) kwa watu ambao mna uhusisano wa karibu sana au wale ambao mnafahamiana vizuri. Kwa mfano, **Mpendwa Shangazi, Mpendwa Salome.**

Barua ambazo si za kawaida zinaitwa **barua rasmi** na ni barua ambazo zinaweza kuomba kazi, kutuma malalamiko, kumwandikia mhariri, kumwandikia mwalimu wako na kadhalika.

Kwa barua kama hizi mwanzo wake huwa tofauti kidogo kwa sababu ni lazima utaje cheo cha huyo unayemwandikia. Kwa mfano, *Kwa Mwalimu, Kwa Mkurugenzi, n.k.*

Kwa Mfano:

Idara ya Utamaduni
S.L.P 67006
Nairobi
Tarehe 6 Septemba 2006

Kwa Mkurugenzi
Idara ya Utamdauni
S.L.P 67006
Nairobi

Bw/Bi Mkurugenzi,

Kuhusu: Mshahara wangu wa Mwezi wa Julai

Ninakuandikia barua hii kuhusu mshahara wangu wa mwezi wa Julai. Niliajiriwa na Wizara ya Utamaduni na Huduma za Jamii mwezi wa tano mwaka huu. Katika barua yangu ya uajiri nilielezwa kwamba mshahara wangu ungekuwa shilingi elfu kumi, **marupurupu** ya nyumba shilingi elfu tano, marupurupu ya usafiri shilingi elfu moja na mia mbili na marupurupu ya **matibabu** shilingi elfu nne.

Nilipopata stakabadhi yangu ya mwezi wa Julai sikuona baadhi ya malipo yangu. Pesa zangu za usafiri zilikuwa zimepunguzwa kwa shilingi elfu moja, marupurupu ya utabibu yalikuwa elfu mbili tu na mshahara ulikuwa elfu sita tu. Kwa hivyo ninaandika barua hii **kulalamikia** hali hiyo ili tatizo hili lirekebishwe kwa sababu hali yangu ya kifedha ni mbaya sana.

Ninatanguliza shukrani zangu kwa msaada wako katika kulishughulikia swala hili.

Ni mimi wako mwaminifu,

Mwambao Kazibure

Zoezi la Sita: Maswali ya Ufahamu

1. Ni nani anaandikiwa barua hii?
2. Je, mwandishi wa barua hii analalamika kuhusu nini?
3. Jumla ya malipo ya Mwandishi wa barua hii katika barua yake ni nini?
4. Malipo ya mwezi wa Julai ya mwandishi yalikuwa pesa ngapi?
5. Mwandishi wa barua hii anaaandika kutoka wapi?

Zoezi la Saba: Zoezi la Kuandika

1. Andika barua fupi kwa mwalimu wako ukimjulisha kwamba hutaweza kufika shuleni leo kwa sababu fulani muhimu. Barua yako iwe na anwani yako, anwani ya mwalimu, sababu za kutofika na mwisho wa barua yako.

2. Unasoma katika chuo kikuu na likizo ya pasaka inakaribia. Maktaba yenu imetangaza kazi na unaitaka kazi hiyo. Mwandikie Mkutubi Mkuu kumwambia kwamba unaitaka kazi hiyo wakati wa likizo ya pasaka.

3. Jifikirie kuwa wewe ni kiongozi wa sakafu ya bweni lako chuoni. Kuna wanafunzi ambao wanawasumbua wanafunzi wengine kila siku. Waandikie wanafunzi hao barua kuhusu tabia yao na uwaonye kuwa watachukuliwa hatua kali.

4. Mwandikie rafiki yako barua ya mwaliko wa kuadhimisha siku ya kuzaliwa kwako.

Rafiki yako

5. Jifikirie kuwa mkurugenzi wa Idara ya Utamaduni na umjibu Mwambao Kazibure barua yake ukimwelezea hatua zitakazochukuliwa na idara ya Utamaduni kuhusu malalamiko yake.

Wanawake hawa wanabeba maji vichwani

UFAHAMU

Wanawake wetu wapewe nafasi pia

Katika kituo cha Biashara kwenye barabara ya Tom Mboya mjini Nairobi, utafikiri kuna mtafaruku. Kuna magari mengi sana, abiria wanaopanda magari na abiria wanaoshuka kutoka kwa magari ya matatu na watu wengine wengi wanaoendelea na shughuli zao za kila siku.

Chiriku ni dereva wa matatu inayokwenda mtaa wa Eastleigh mjini Nairobi. Jana nilikuwa na miadi na yeye na baada ya kupanda matatu yake, tulimpita afisa wa polisi mmoja barabarani akiyaongoza magari ili kuzuia msongamano wa magari. Nilipomuuliza Chiriku jinsi anavyohusiana na maafisa wa polisi aliniambia kwa kifupi kwamba hakuna haja ya **kuwa na kiburi** kwao. 'Wao ni wanadamu kama sisi na wanafanya kazi yao. Unachohitaji kufanya ni kuzungumza nao kwa njia nzuri na uwaeleze shida yako," alisema.

to be naughty

"Mwezi uliopita nilipelekwa kituo cha polisi cha Pangani", alisema, "na baadaye walinipeleka kortini kwa sababu niliyazuia magari mengine na nilicheza muziki wa sauti ya juu. **Nilikiri** makosa yangu kwa sababu **nilivunja** sheria na kwa hivyo niliadhibiwa vikali. Si vizuri kuvunja sheria".

I admitted
I broke

Chiriku ambaye ana umri wa miaka thelathini, alizaliwa mjini Moyale nchini Kenya. Alikuwa mkufunzi katika chuo cha Huduma ya vijana cha kitaifa kwa masomo ya kimsingi katika ufundi wa magari. Baada ya chuo, aliajiriwa kama dereva na kiwanda cha mafuta ya kupika mjini Nairobi. kuanzia mwaka wa 2000 hadi mwaka wa 2003. Baadaye alijiunga na shirika la basi la Kenya(Kenya Bus Service). Kwa sasa yeye ni dereva katika **mojawapo** ya barabara ngumu sana mjini Nairobi.

one of

Kwa sababu Chiriku ni mwanamke, kazi yake imeleta tofauti za kimawazo katika jamaa yake. Ingawa dada zake na kaka zake wanafurahia anachokifanya, mamake **hajaungama** na uamuzi wake wa kuwa dereva.

isn't supportive

"Mamangu ana wasiwasi na hufurahi tu anaponiona. Siku moja nilimbeba katika matatu hii na ingawa sikuwa ninaliendesha gari kwa kasi, alikuwa akilalamika sana kuwa nilikuwa ninakwenda kasi."

Chiriku alipoanza kazi yake, abiria walisita kupanda matatu yake lakini sasa wamemkubali na matatu yake ndiyo moja ya zile ambazo zinapendwa sana katika barabara hiyo. Anakumbuka wakati mmoja wazee wanne wa **kabila** lake walipoipanda matatu yake na wakataka kujua ni kwa nini aliichukua kazi hiyo ya udereva. Aliwaambia alikuwa bora zaidi kama dereva wa matatu badala ya kuwa bila kazi yo yote.

ethnic group

Miongoni mwa shida za kila siku anazokumbana nazo Chiriku ni msongamano wa magari, ambayo humlazimu kufuata **njia za mkato.** Chiriku anafanya kazi na utingo wengi lakini anampenda zaidi Sisko. Sisko anafanya kazi kwa bidii, ana furaha, na ni mtu mcheshi.

short cuts

Licha ya shida za kawaida barabarani, Chiriku **anajivunia** alichonacho. Ndoa yake **haikufana** lakini sasa kama mtalaka, anafurahi kwamba anaweza kupata **mahitaji** yake ya kila siku bila matatizo mengi.

is proud of
didn't flourish
needs

"Nilipokuwa katika huduma ya vijana ya Kitaifa, nilitaka sana kufanya kazi ya usekretari, Chiriku alisema. "Lakini nilivunjwa moyo na idadi kubwa ya watu wanaoifanya kozi hiyo na ukosefu wa kazi."

employer

supports

Chiriku anamshukuru **mwajiri** wake, Bwana Abdalla, kwa kumpa nafasi ya kuonyesha kwamba anaweza kufanya kazi ambayo si wanawake wengi wanaifanya. Bwana Abdalla anamwona Chiriku kuwa mfanyakazi mzuri. Bwana Abdalla **anaunga mkono** dhana ya kuwapa wanawake wetu nafasi. "Ni dunia huru sasa na wanawake nao pia wanaweza kuchagua wanachotaka kufanya."

Zoezi la Nane: Maswali ya Ufahamu

1. Kwa jumla tunaweza kusema makala hii inazungumzia nini?
2. Je, Chiriku ni nani katika makala hii uliyoyasoma?
3. Je, kwa nini Chiriku alishikwa na polisi?
4. Je, Chiriku alizaliwa wapi?
5. Je, ikiwa huu ni mwaka wa 2006, na Chiriku ana miaka thelathini sasa, yeye alizaliwa mwaka gani?
6. Kwa nini mamake Chiriku huwa na wasiwasi?
7. Miongoni mwa shida ambazo Chiriku anakumbana nazo kila siku ni zipi?
8. Mwandishi anasema kwamba mwanzo abiria walisita kupanda matatu ya Chiriku. Unafikiri ni kwa nini jambo hili lilitokea?
9. Ingawa ndoa ya Chiriku haikufaulu, ni kwa nini Chiriku ana furaha?
10. Kwa nini Chiriku hakuendelea na nia yake ya kuwa sekretari?
11. Je, mwajiri wa Chiriku wa sasa ni nani?
12. Ni kitu gani ambacho mwajiri wa Chiriku anaunga mkono?

MAELEZO YA UTAMADUNI

Kazi ni kazi

This phrase **kazi ni kazi** simply means *'a job is a job'*. It is a popular phrase among East Africans. Jobs are rare and since not everybody can be a president or an engineer, every job that one undertakes must be appreciated. A farmer, a fisherman, a soldier, a teacher, a charcoal seller, a messenger, a pilot, etc., must embrace their work with dedication and do their best every time they are on duty. The phrase is particlarly important because it encourages even those in low paying jobs and less prestigious jobs to work with dedication because all jobs have returns and the money that people get at the end of their service enables them to meet their needs, relatively.

Watengenezaji wa baiskeli.

	SHAIRI[10]
I say	**Naamba** kazi ni kazi, vyovyote vile iwavyo,
	Naamba si ubazazi, kwa mwanaadamu ndivyo,
	Kushona na upagazi, pia vile vyenginevyo
Dear	Kazi ni kitu **azizi**, wala vyenginevyo sivyo.
	Mtu hachagui kazi

MSAMIATI

Kiswahili	**Kiingereza**
adhimisha	celebrate, honor
amua	decide
anwani	address
baadhi	some, part (of)
baki	remain
barabara	street, road
barua	letter
bidii	effort
dereva	driver
dharura	emergency
dokeza	hint, point out
faulu	succeed
faulu	succeed, qualify
furahia	be happy with
-gumu	hard, difficult
hamu	desire, appetite

[10] A stanza from Mohamed, Said A. (1980) *Sikate Tama*. Nairobi, Longman.

hatimaye	eventually
hitaji	need (verb), require
huduma	service(s)
idadi	amount, size
idara	department
jivunia	be proud of
kabla	before
kamata	catch
kesha	stay awake, watch vigil
kienyeji	traditional
kuhusu	about, reference
kumbana (v)	encounter something
maisha	life
maktaba	library
malipo	payment
matatu	a public service van in Kenya
mbele	in front, ahead of
mkutubi	librarian
moyo	heart
mpango	plan
mshahara	salary
msongomano wa magari	traffic jam
mtalaka	divorcee
penda	love, like
peleka	take something or someone somewhere
pumzika	rest, relax
ridhika	be satisfied
shughulikia	get busy with, deal with
simulia	narrate say a story
talaka	divorce
tosha	enough
uhusiano	relationship
ujasiri	courage
unga mkono	support
ungama	join
utabibu	treatment, medication
utafiti	research
utingo	a helping person in matatu business, a crew member
uwezo	ability
vunja	break
zamu	duty, shift
zoea	get used to

Somo la Kumi na Tatu
Lesson Thirteen

Madhumuni/Objectives

Topic: Michezo tunayoipenda/The sports which we like.
Function: Description of the sport we like.
Grammar: The use of **-ni** suffix on verbs and nouns.
Reading: Mchezo wangu ni kandanda and Michezo katika Afrika ya Mashariki.
Cultural Notes: Football, or soccer, as we know it.

Uwanja wa kimataifa wa Kasarani na dimbwi la kuogelea

Mchezo wa kandanda

Mwanariadha wa Kenya

MONOLOGIA

Mchezo wangu ni kandanda

to complete; teaching; joints

Jina langu ni Salim. Ninasoma katika chuo cha walimu cha Morogoro. Huu ni mwaka wangu wa pili na wa mwisho kabla ya **kukamilisha** masomo yangu ya cheti cha diploma ya **ualimu**. Nina umri wa miaka ishirini na baada ya kufuzu ninatarajia kuwa mwalimu wa Elimu ya mazoezi ya **viungo** katika mojawapo ya shule za upili nchini
.

youthfulness; laziness/ bodies; to focus

Niliamua kuchukua masomo ya Elimu ya mazoezi ya viungo kwa sababu ninapenda michezo sana. Pia, nilikuwa nimewaona watu wengi ambao walikuwa wanapoteza **ujana** na uwezo wao wa kimwili kwa sababu ya **ulegevu** wa **miili** yao. Nilipokuwa mtoto mdogo nilipenda sana kucheza kandanda na kukimbia mbio za masafa mafupi. Hata hivyo baada ya muda, niliamua **kuzingatia** zaidi mchezo wa kandanda ili niwe mchezaji bora na niuelewe mchezo wenyewe vizuri zaidi.

right wing; I expect; then

Niliichezea shule yangu ya msingi na ya upili kandanda na sasa ninaichezea timu yangu ya chuo cha ualimu cha Morogoro. Mimi ni mchezaji wa **ubavuni wa kulia** yaani nambari saba ingawa mara nyingine mimi hucheza katika nafasi ya kati kwa mfano, nambari sita. **Ninatarajia** siku moja kuichezea timu ya taifa ingawa kuipata nafasi hii si rahisi. Kwa hivyo kila asubuhi na jioni mimi hufanya mazoezi makali ili kuuweka mwili wangu katika hali iliyo safi kiafya. Siku yangu huanza mapema zaidi kama saa kumi na moja na nusu na hufanya mazoezi kwa muda wa saa moja **halafu** ninaanza kujiandaa kwa shule.

have retired

Baadhi ya wachezaj ambao mimi niliwapenda sana nilipokuwa ninakua ni pamoja na Pele wa Brazil, Abedi Pele wa Ghana, Mahmoud Abbas wa Kenya, Maradona wa Argentina na Ronaldo kutoka Brazil. Wengi wa wachezaji hao **wamestaafu** lakini waliniathiri sana na mtindo wangu wa kucheza unatokana na jinsi nilivyowaona wakicheza.

Zoezi la Kwanza: Maswali ya Ufahamu

1. Salim anasomea nini na chuo chake kiko wapi?
2. Kwa nini siku ya Salim huanza mapema sana?
3. Alipokuwa mtoto mdogo Salim alipenda kufanya michezo gani?
4. Kwa sasa Salim anazingatia mchezo gani?
5. Salim anaichezea timu gani na sehemu gani?

6. Ni nani ambao wameuathiri mtindo wa Salim wa kucheza kandanda?
7. Ikiwa Salim anaamka saa kumi na moja na nusu, yeye huanza kazi yake ya shule saa ngapi?
8. Ni mchezaji yupi kutoka Kenya ambaye Salim amemtaja katika orodha yake ya wachezaji bora?

Zoezi la Pili: Tajiriba Yako na Michezo

1. Je, ulipokuwa mtoto mdogo wewe ulipenda kucheza michezo upi?
2. Je, kwa sasa hivi wewe unajishughulisha katika michezo ipi?
3. Je, kwa sasa ni timu gani za mchezo au michezo ambazo unapenda na kwa nini?
4. Hebu simulia kwa kifupi jinsi unavyoanza siku yako na kuimaliza?
5. Elezea kwa ufupi mchezo unaoupenda. Zingatia maswala kama idadi ya wachezaji, na jinsi mshindi anavyopatikana baina ya washindani?

SARUFI

The use of the suffix -ni at the end of nouns and verbs

1. **The use of -ni on nouns**

When **-ni** suffix is used on nouns it implies location. It is therefore used on specific nouns. You cannot use **-ni** on proper names such as Nairobi, Chicago, Tanzania. You can however use it on nouns that describe a place such as a church, a school, etc.
For example,

Kiambishi -*ni* kwenye nomino	**Tafsiri ya sentensi**
(i) Watoto walienda shule*ni* kucheza soka.	*The kids went to school to play soccer.*
(ii) Timu yetu inakuja uwanja*ni*.	*Our team is coming in the field.*
(iii) Watoto wanachezea nyumba*ni*.	*Children are playing at home.*
(iv) Mama huenda kanisa*ni* Jumapili.	*Mom goes to church on Sunday.*

2. As indicated above it would be improper to use the **-ni** suffix on proper nouns such as country names and cities. The following sentences are ungrammatical and should help you avoid making similar mistakes.

Kiambishi -ni kwenye vitenzi	**Tafsiri ya sentensi**
(i) *Tutakwenda Chicago**ni** Jumamosi.	*We will go to Chicago on Saturday.*
(ii) *Watoto watakwenda Amerika**ni** kucheza mpira wa kikapu.	*Children will go to America to play basketball.*
(iii) *Wachezaji wengi hawapendi kucheza Afrika*ni*	*Many players don't like to play in Africa.*

3. The most important thing for you to remember is that in general proper names such as Kenya, Tanzania, Uganda, Meksiko, do not allow the use of the **-ni** suffix. You should also remember that the use of the **-ni** suffix takes the position of an independent preposition such as **katika** *in, at* or **kwa** *on* and therefore you should not use both in a sentence.

Zoezi la Tatu: Zoezi la Sarufi

Badilisha sentensi zifuatazo ili zitumie kiambishi '-ni' katika nomino zinazokihitaji.

Kwa mfano:
Swali: Walimu wangu wanafanya mazoezi **katika** barabara. *My teachers are exercising on the road.*

Jawabu: Walimu wangu wanafanya mazoezi **barabarani.**

1. Chukua mipira ambayo nimeweka **juu ya** meza.
2. Tulikaribishwa **katika** nyumba ya kocha wetu na binti yake.
3. Tutachezea mchezo wa tenisi **juu ya** meza.
4. Wachezaji wa timu ya Illinois wanaingia **katika** ukumbi(hall) wao.
5. Wakenya wengi wanapenda kukimbilia **katika** milima na mabonde.
6. Kukimbia **katika** maji si rahisi.
7. Mlinda lango wa timu ya Liverpool alipiga mbizi **kwenye** sakafu.
8. Sijui ikiwa wachezaji wote wametoka **katika** uwanja.
9. Tukimaliza kufanya mazoezi tutaenda kuoga **katika** mabafu ya chuo.
10. Mchezaji mwenye jeraha amelala **kwenye** kitanda.
11. Majina ya wachezaji wote yalikuwa **katika** kitabu cha kocha mkuu wa timu.

The use of -ni on verbs

4. Whenever you see **-ni** suffix added onto the verbs unless that is the structure of the verb, that suffix expresses plurality. This means that the people being addressed are more than one. For example if you want to welcome more than one person you will say **karibuni** instead of **karibu.** See the following examples:

(i) **Asanteni sana watoto wangu.** *Thank you so much my children.*
(ii) **Chezeni vizuri na wenzenu.** *Play well with your colleagues.*
(iii) **Shindaneni ili mshinde.** *Compete hard so you can win.*
(iv) **Nendeni muoge haraka.** *Go and bathe quickly.*
(v) **Tafuteni wachezaji wengine.** *Find the other players.*

Zoezi la Nne

Utawaambiaje watu wafuatao kufanya vitendo vifuatavyo? *(How would you tell the following people to carry out the following actions?)*

Kwa mfano:

Swali: Watoto **kutembea haraka.**

Jawabu: Watoto **tembeeni haraka.**

1. Wewe na ndugu zako watatu **kula** *(eat)* chakula cha mchana.
2. Mwalimu na mwanafunzi **kuja** *(come)* kuona mechi kwa runinga.
3. Wanafunzi wanne **kuandika** barua.
4. Wachezaji **wakubali** kushindwa.
5. Watoto **kurudi** nyumbani baada ya kucheza.
6. Mashabiki **kuvumilia** *(to be patient)* hadi timu yao ianze kucheza vizuri.
7. Kocha na wachezaji wake **kupendana.**
8. Serikali **kulipa** wachezaji marupurupu *(allowances)* yao.
9. Makocha **kusamehe** wachezaji watundu.
10. Wazazi **kuruhusu** *(allow)* watoto wao kuichezea shule yao.

MAZUNGUMZO

Mahojiano na kocha wa timu ya taifa ya Kenya

	Mtangazaji:	Karibu katika studio zetu kocha wa timu ya soka ya Kenya.
	Kocha Kheri:	Asante sana
a game against/Egypt	Mtangazaji:	Ninajua huna wakati mwingi kwa sababu mna **mechi** alasiri ya leo **dhidi** ya timu ya soka ya **Misri**. Lakini hebu twambie ulivyowaandaa wachezaji wako dhidi ya timu ya Misri?
final whistle	Kocha Kheri:	Tumefanya kila jitihida kupata ushindi leo. Lakini tutasubiri hadi **kipenga cha mwisho.**
	Mtangazaji:	Je, kuna majeraha yo yote kwa upande wa wachezaji?
healthwise	Kocha Kheri:	Kwa bahati nzuri mpaka sasa kila mchezaji yuko katika hali nzuri **kiafya**.
fans	Mtangazaji:	**Washabiki** wanataka kujua ikiwa mchezaji Issa atacheza leo baada ya kufika kambini akiwa amechelewa?
offence	Kocha Kheri:	Issa amefanya kazi kwa bidii na hata ingawa alichelewa kufika, kwa sababu yeye ndiye tunayemtegemea sana katika **ushambulizi**, ni lazima acheze.

away game	Mtangazaji:	Je, unafikiri timu ya Misri itacheza vizuri **ugenini**?
foreign teams	Kocha Kheri	Timu ya Misri ina wachezaji wengi wazuri ambao wanachezea **timu za ugenini** na kwa hivyo ni timu nzuri sana lakini tutaona mambo yatakavyokuwa leo.
	Mtangazaji:	Basi kocha, tunakutakia kila la heri katika mechi ya leo.
	Kocha Kheri:	Asante sana.

Zoezi la Tano:
Jibu Maswali yafuatayo:

1. Mechi ya leo ni baina ya timu gani na gani?
2. Mashabiki wanataka kujua nini?
3. Kwa nini kocha anasema ni lazima Issa acheze?
4. Je, ni mchezaji yupi ambaye ana majeraha katika timu ya Kenya?

Huu ni mchezo wa raga
Je, mchezo huu wa raga unafanana na mchezo upi katika nchi yako?

UFAHAMU

Michezo katika Afrika ya Mashariki

boxing
wrestling
in old age
as

Nchi za Afrika ya Mashariki zina aina nyingi sana za michezo ambayo huchezwa na wenyeji. Wenyeji hushiriki katika aina mbalilmbali za michezo kama vile netiboli, riadha, **ndondi**, **miereka**, soka, mpira wa magongo, mpira wa kikapu, kriketi na raga. Michezo huanzia utotoni na huendelea hadi **uzeeni** ingawa muda na ugumu wake hubadilika **kadri** watu wanavyokua na kuzeeka.

elimination

Nchi za kanda ya Afrika ya mashariki na ya kati na kanda ya pembe ya Afrika zinajulikana sana kwa sababu ya wanariadha wake hodari wa mbio za masafa marefu hasa kutoka Uhabeshi na Kenya. Licha ya umaarufu huo, kuna aina nyingine za michezo ambazo ingawa labda hawafanyi vizuri sana, wenyeji wanazipenda pia. Kwa mfano, mpira wa kandanda ni maarufu sana miongoni mwa wenyeji hasa wanaume. Mechi za **muondoano** huchezwa kuanzia mikoani hadi viwango vya kitaifa na kimataifa. Wachezaji wazuri hutambuliwa kupitia mechi kama hizi ambazo huvitambua vipaji vya watoto wakiwa bado wadogo.

crown(s)
championship

Kuna mashindano ya kuwania **taji** mbalimbali kama vile kilabu bingwa Afrika ya Mashariki na Kati, **Kombe** la kilabu Bingwa barani Afrika, na mashindano katika viwango vya timu za ligi ya kitaifa pia.

fans
to be angry

Washabiki wa sehemu za Afrika ya Mashariki hufurahi sana wakati timu zao zinapofanya vizuri na kufaulu katika kuziwakilisha nchi zao katika ngazi za juu. Hata hivyo, timu zao zinaposhindwa wengi wa mashabiki huvunjika mioyo yao, huhuzunika na **kukasirika** kwa muda fulani.

nature

Riadha ni mchezo ambao umeziweka nchi za Afrika Mashariki kuwa katika ramani ya dunia. Dunia nzima imekuwa ikiuliza kwa nini wanariadha kutoka nchi za Afrika wanafanya vizuri sana katika ngazi za kimataifa hasa katika masafa marefu. Kumekuwa na maoni tofauti tofauti kuhusu swala hili. Baadhi ya watu wanafikiri kuwa ni kwa sababu ya miili ya Wakenya, na wengine wanafikiri kuwa ni kwa sababu ya **maumbile** ya nchi za Afrika ambazo zina milima na mabonde.

Kwa kweli si rahisi kuchagua sababu moja na kuziacha nyingine. Ni

to take off · *their steps* · *to prevent them* · *and yet*

kweli kwamba wengi wa wanariadha ni warefu na wembamba. Kwa sababu hii wanaweza **kutimuka** na kuendeleza mbio zao kwa muda mrefu. **Hatua zao** ni ndefu na kwa sababu ni wembamba, hawana uzito mwingi wa **kuwazuia**. Kwa upande mwingine si wote ni warefu. Kwa mfano, Gebreselassie mmoja wa wakimbiaji wazuri sana kutoka nchi ya Uhabeshi, hakuwa mrefu **na ilhali** alikuwa akikimbia kwa kasi.

their bodies · *long distance*

Kuhusu maisha ya waafrika kwa jumla, ni kweli kwamba maisha ya Waafrika wanaoishi vijijini ni tofauti na ya wale wanaoishi mijini. Wakazi wa vijijini au mashambani hawayategemei magari sana kwa usafiri wa hapa na pale. Wao mara nyingi hutembea na katika kufanya hivyo **miili yao** inazoea. Pia kuanzia umri mdogo, watoto huenda shuleni kwa miguu. Kwa hivyo, inabidi waende **masafa marefu.** Ili kufika shuleni mapema, inawalazimu watoto kukimbia kila mara wanapoenda na kurudi nyumbani na hivyo basi kuifanya miili yao kuzoea mbio za masafa marefu.

lungs · *since*

Nchi za Afrika ya Mashariki zina milima na mabonde na kwa sababu watu hupanda na kushuka milima hii na mabonde, miili yao na hasa **mapafu** huzoea namna ya kupumua. Baadhi ya sehemu wanakokimbilia huwa ni tambarare. Kwa sababu hii, inakuwa rahisi sana kwao kufanya vizuri **kwa vile** hawatumii nguvu nyingi na hawachoki sana.

abroad · *strategies* · *champion* · *hurdles* · *cross country races*

Tunaloweza kukisia ni kwamba pamoja na haya maoni tofauti, wanariadha wa sehemu hizi wanapoenda **ng'ambo** na kushiriki katika mashindano ya riadha tayari huwa wana miili inayofaa kukimbia masafa marefu kwa kasi na kwa hivyo pamoja na mazingira yenyewe, wao huanza kuimarisha tu **mikakati** ya kuwashinda wapinzani wao. Kwa ufupi Kenya imekuwa **bingwa** wa riadha katika viwango vya kuruka **viunzi** majini, mbio za mita elfu tatu, elfu tano, elfu kumi, mita elfu moja na mia tano, mbio za "marathon", na **mbio za nyika**. Wakenya wengi hushiriki katika mbio za Boston Marathon, Chicago Marathon na New York Marathon.

Ingawa Wakenya na Waafrika wengine wa Afrika ya Mashariki wamesifika sana katika mashindano ya riadha, hawajakuwa wakifanya vizuri sana katika mashindano mengine kama vile ya mchezo wa kikapu, handiboli, magongo, tenisi, uogeleaji, raga, futiboli na gofu. Labda mojawapo ya sababu ya kutofanya vizuri katika mashindano haya ni ukosefu wa wadhamini na matayarisho

appropriate **mwafaka** kabla ya mashindano.

Zoezi la Sita: Maswali ya Ufahamu

1. Kifungu hiki cha habari kinazungumzia nini?
2. Mwandishi wa makala hii anasema katika nchi za Afrika Mashariki michezo huanzia wapi?
3. Je, mwandishi anasema kwamba wachezaji wengi wa Kenya wanacheza raga Uingereza?
4. Toa sababu mbili ambazo zinawafanya wanariadha wa Kenya na Afrika ya Mashariki kuwa maarufu sana duniani.
5. Mbio za mita elfu moja na mia tano zinaweza kuandikwaje katika nambari?
6. Kenya imekuwa bingwa wa riadha katika mbio gani?
7. Mbali na riadha, nchi ya Kenya ina sifa katika michezo mingine?
8. Ni katika michezo gani ambapo Wakenya hawajafanya vizuri kwa muda mrefu sasa?

Zoezi la Saba: Zoezi la Watu Wawili Wawili

1. Wewe na mwenzako ulizaneni maswali kuhusu mchezo mnaoupenda zaidi. Kila mtu ataje huo mchezo, aseme ni kwa nini anaupenda, aseme ikiwa anaucheza na lini alianza kuucheza.
2. Baada ya kutambua michezo mnayoipenda, zungumzieni timu mnazozipenda, wachezaji bora zaidi katika timu hizo au timu nyingine zo zote.
3. Nchi za Afrika Mashariki ni maarufu katika riadha za masafa marefu. Je, nchi zenu ni maarufu katika michezo gani?
4. Jaribuni kujadili sababu zinazozifanya nchi zenu kuwa maarufu katika michezo ambayo mmeitaja.
5. Andika hoja muhimu alizosema mwenzako na yeye aandike hoja zako muhimu ulizosema kuhusu michezo maarufu katika nchi zenu(Idadi isipungue nusu ukurasa).

Zoezi la Nane: Michezo ya Misimu

Katika nchi kama ya Amerika, michezo huchezwa kutegemea misimu. Kwa mfano, msimu wa kiangazi mchezo wa besiboli ndio ambao huchezwa na msimu wa baridi, mpira wa kikapu na mchezo wa magongo wa barafu ndiyo michezo ambayo huchezwa. Wewe na mwenzako fikirieni kuhusu misimu katika nchi yenu kisha mjadili michezo mbalimbali ambayo mnaijua na mueleze ni kwa nini inachezwa misimu fulani.

MALEZO YA UTAMADUNI

Football, or soccer, as we know it

To many people in East Africa the term 'football' is a synonym for soccer. East Africans do not play football as it is played in the US. Their football is what is known as soccer in the US even though they do also call it soccer. Swahili speakers use the term *kandanda* or *soka* to refer to football. Another crucial point is that soccer is not a sport for women, it is a sport for boys and men and it is one of the main crowd pullers in most cities. Girls and women play netball but soccer is a rare sport among girls and women even though it is starting to pick up.

METHALI

Asiyekubali kushindwa si mshindani.

MSAMIATI

Kiswahili	**Kiingereza**
amua	decide
athiri	affect, influence
barani	in the continent
cheza	play
chezea	play for
elfu	a thousand
futiboli	football
kambi	camp
kamwe	not at all; never
kandanda	soccer
kilabu	club, team
kimbia	run
kombe	trophy
kriketi	cricket
kujiandaa	to prepare oneself
mabonde	valleys
maisha	life
mapafu	lungs
masafa	distance
mashindano	competitions
mazoezi	exercises
mbio	races
mchezaji	player

mchezo	play
mia	a hundred
mikakati	strategies
mikoani	in the provinces, in the regions
milima	mountains
mita	meters
miundo	structures
mlinda lango	goalkeeper
mshindani	competitor
mtindo	style
muondoano	elimination, knockout
mwili	body
ndondi	boxing
netiboli	netball
ng'ambo	abroad
nusu	half
raga	rugby
riadha	athletics
shabiki	fan
shindwa	be defeated
shughulikia	deal with
soka	soccer
taji	crow, trophy
talanta	talent
timu	team
ubavu wa kulia	right wing
ukumbi	hall
usafiri	traveling
ushindi	championship, victory
utamaduni	culture
uwanja	field, stadium
Uhabeshi	Ethiopia
uzito	weight
vikapu	baskets
voliboli	volleyball
wakilisha	represent

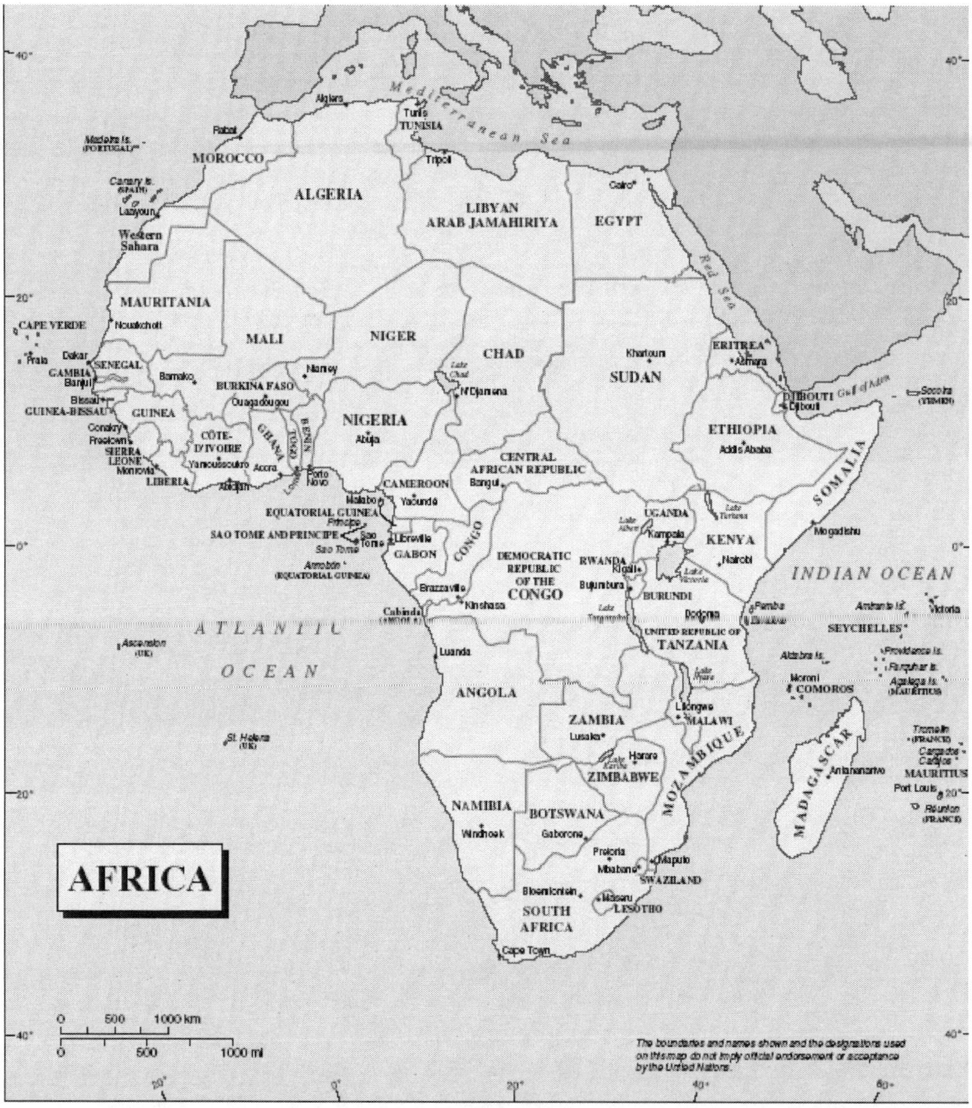
AFRICA
Mediterranean Sea
Red Sea
Gulf of Aden
ATLANTIC
OCEAN
INDIAN OCEAN
MOROCCO
ALGERIA
TUNISIA
LIBYAN ARAB JAMAHIRIYA
EGYPT
Western Sahara
MAURITANIA
MALI
NIGER
CHAD
SUDAN
ERITREA
DJIBOUTI
ETHIOPIA
SOMALIA
CAPE VERDE
SENEGAL
GAMBIA
GUINEA-BISSAU
GUINEA
SIERRA LEONE
LIBERIA
CÔTE-D'IVOIRE
BURKINA FASO
GHANA
TOGO
BENIN
NIGERIA
CAMEROON
CENTRAL AFRICAN REPUBLIC
EQUATORIAL GUINEA
SAO TOME AND PRINCIPE
GABON
CONGO
DEMOCRATIC REPUBLIC OF THE CONGO
UGANDA
KENYA
RWANDA
BURUNDI
UNITED REPUBLIC OF TANZANIA
ANGOLA
ZAMBIA
MALAWI
MOZAMBIQUE
ZIMBABWE
NAMIBIA
BOTSWANA
SOUTH AFRICA
SWAZILAND
LESOTHO
MADAGASCAR
COMOROS
SEYCHELLES
MAURITIUS
Rabat
Algiers
Tunis
Tripoli
Cairo
Nouakchott
Dakar
Banjul
Bissau
Conakry
Freetown
Monrovia
Bamako
Ouagadougou
Yamoussoukro
Abidjan
Accra
Porto Novo
Niamey
Abuja
N'Djamena
Khartoum
Asmara
Djibouti
Addis Ababa
Mogadishu
Malabo
Yaoundé
Bangui
Libreville
Brazzaville
Kinshasa
Cabinda
Kampala
Nairobi
Kigali
Bujumbura
Dodoma
Luanda
Lusaka
Lilongwe
Harare
Windhoek
Gaborone
Pretoria
Mbabane
Maputo
Maseru
Bloemfontein
Cape Town
Moroni
Antananarivo
Port Louis
Victoria
Praia
Principe
Sao Tome
Madeira Is. (PORTUGAL)
Canary Is. (SPAIN)
Laayoun
Annobón (EQUATORIAL GUINEA)
Ascension (UK)
St. Helena (UK)
Socotra (YEMEN)
Pemba
Zanzibar
Amirante Is.
Aldabra Is.
Providence Is.
Farquhar Is.
Agalega Is. (MAURITIUS)
Tromelin (FRANCE)
Cargados Carajos
Réunion (FRANCE)
Lake Chad
Lake Victoria
Lake Turkana
Lake Albert
Lake Tanganyika
Lake Nyasa
Lake Kariba
0 500 1000 km
0 500 1000 mi
The boundaries and names shown and the designations used on this map do not imply official endorsement or acceptance by the United Nations.

Somo la Kumi na Nne
Lesson Fourteen

Madhumuni/Objectives

Topic: Siasa Afrika ya Mashariki/Politics in East Africa
Function: Students are introduced to the agenda and brief information on East African politics.
Grammar: How to express emphasis.
Reading: Siasa katika Afrika ya Maashariki and Ahadi za viongozi wa kisiasa katika Afrika ya Mashariki. wenye maono katika Afrika ya Mashariki.
Cultural Notes: 'Maana ya Uhuru'.

Rais Kagame wa Rwanda na Rais mstaafu Mkapa wa Tanzania wanasalimiana.

MONOLOGIA

Siasa katika Afrika ya Mashariki

Maria na Salima ni marafiki wazuri. Walizaliwa miaka ya tisini kwa hivyo hawajui mambo mengi kuhusu historia na **siasa** za nchi za Afrika Mashariki. Leo, katika wakati wao wa kupumzika mwalimu wao Hassan ameamua kuwaambia mambo kuhusu Afrika ya Mashariki.

politics

Afrika ya Mashariki ina nchi tatu yaani Uganda, Kenya na

union	Tanzania. Nchi ya Tanzania ni **muungano** wa nchi ya Tanganyika na visiwa vya Unguja na Pemba. Baada ya muungano huu jina lililochukuliwa ni Tanzania na mpaka sasa jina hili ndilo linalotumika.
close relationship	Nchi za Afrika ya Mashariki zilikuwa na **uhusiano wa pamoja** baada ya uhuru. Zilifanya vitu vingi pamoja . Kwa mfano,
services	**huduma** za ndege, kamati ya mitihani ya kitaifa, huduma za posta, huduma za reli, na kadhalika. Kwa sababu ya huu ushirikiano viongozi katika nchi hizo tatu walilitumia jina la jumuiya, Kwa
cooperation	bahati mbaya **ushirikiano** huo ulivunjika mnamo mwaka wa 1977 na ni katika mwaka wa 1993 viongozi wa hizo nchi tatu za Afrika Mashariki waliufufua tena ushirikiano huo. Ingawa ushirikiano huu
is being discussed	umelegea, bado **unajadiliwa** na ni watu wachache tu wanaofahamu kinachoendelea katika ushirikiano huu.

Zoezi la Kwanza: Maswali ya Ufahamu

1. Jumuiya ya Afrika ya Mashariki ilikuwepo lini ?
2. Nchi za Afrika ya Mashariki zilishirikiana katika mambo gani?
3. Mwandishi ana maana gani anaposema "uhusiano huo ulivunjika"?
4. Je, ni nchi gani ziliungana kufanya Tanzania?
5. Ushirikiano wa nchi za Afrika Mashariki ulivunjika mwaka gani?
6. Ushirikiano wa Afrika ya Mashariki ulifufuliwa tena lini?

Zoezi la Pili: Maswali ya Mjadala

7. Je, unafikiri ushirikiano kati ya nchi mbalimbali ni mzuri?
8. Je, ni nchi gani ambazo zina uhusiano kama tuliouzungumzia katika Afrika ya Mashariki. Je, faida za uhusiano kama huo ni nini?

Zoezi la Tatu: Upanuzi wa msamiati wa kisiasa
Tumia maneno yafuatayo katika kutunga sentensi zako mwenyewe.

1. kwa bahati mbaya	6. baada ya	11. nchi
2. uhuru	7. au	12. fufua
3. huduma	8. katika	13. rais
4. pamoja	9. kitaifa	14. sasa
5. kamati	10. ushirikiano	15. tu

SARUFI

Expressing Emphasis in sentences

1. To express the idea of emphasis in Swahili the demonstrative and the copula **ni** are very important. It does not really matter whether it is making reference to a distant item or an item close to you. Let us elaborate this with the aid of a few examples:

(i)	**Huyu *ndiye*** {ni + yeye} **mbunge wangu.**	***This is*** *my member of parliament.*
(ii)	**Hapa *ndipo*** {ni + hapo} **mahali ninapokaa.**	***This is*** *the place which I stay.*
(iii)	**Hivi *ndivyo* {ni + hivyo} ninavyotofautiana** na mwenzangu.	***This is how*** *I differ with my opponent.*
(iv)	**Hili *ndilo*** {ni + hilo} **jina la waziri wangu.**	***This is*** *the name of my minister.*
(v)	**Huu *ndio*** {ni + huo} **ninasema ni ujinga.**	***This is*** *what I say is stupidity.*

2. In the examples provided above, we see the inclusion of a demonstarative followed by the copula **ni** and the contraction of the pronoun that agrees with the noun that is being empahsised. As you will realize, this is where you need to continue becoming familiar with the nouns and their classes.

Zoezi la Nne: Zoezi la Sarufi.

Fuadi walked into a room this morning where people were anxiously waiting for him to clearly tell them the things that he had been given to provide to the voters. For each item he had, he had to emphatically state that that is all he had. The first item is done for you. Use the example to do the rest.

Mfano:

1. Picha za wanasiasa:

Jawabu:→ **hizi ndizo picha za wanasiasa ambazo nitawapa** = *These are the pictures of the politicians that I will give to you.*

2. fulana za kampeni
3. pesa
4. gari la kubebea watu
5. chakula
6. barua
7. mpango
8. kalamu
9. vitabu
10. afisa
11. runinga

Zoezi la Tano: Kazi ya Nyumbani (Utafiti wako wa nyumbani)

Mwalimu Julius Nyerere

Mzee Jomo Kenyatta

Milton Obote

1. Je, unawajua watu hawa? Chagua wawili wao na uandike aya moja kuhusu mchango wao kwa nchi zao na Afrika kwa jumla.

2. Je, kuna watu kama hawa katika jamii yako? Eleza mchango wao kwa ufupi.

MAZUNGUMZO

Mazungumzo baina ya Mzee Kasheshe na Mzee Hamisi

	Mzee Hamisi:	Habari za jioni Sheikh?
	Mzee:	Salama Bwana. Habari za leo?
	Kasheshe:	Leo hakuna mapya. Tunasubiri mkutano wa
campaign	Mzee Hamisi:	**kampeni** wa kesho huko Soko Mjinga saa tisa alasiri. Ah ndiyo! Wewe utauhudhuria?
	Mzee Kasheshe:	Bila shaka. Unataka twende pamoja?
those politicians	Mzee Hamisi:	Nitapenda sana kwenda kuwasikiliza **wanasiasa hao**.
party	Mzee Kasheshe:	Si wewe unajua mwaka huu ni **chama** cha Bi. Sheila ambacho kina wafuasi wengi!
to predict	Mzee Hamisi:	Bwana hatuwezi **kubashiri**. Ndio tu tumeanza kampeni. Chama chake Bi. Sheila kikishinda itakuwa vizuri lakini bado ni mapema sana kuamua au kubashiri.
	Mzee Kasheshe:	Basi , kesho nitakupitia saa sita adhuhuri.
	Mzee Hamisi:	Sawa basi. Mimi nitakusubiri saa hiyo.

Zoezi la Sita: Maswali ya Ufahamu

1. Mzee Hamisi anasema wanasubiri nini?
2. Mzee Kasheshe anasema angependa kufanya nini?

3. Bi. Sheila ni nani?
4. Kwa nini Mzee Hamisi anasema hatuwezi tukabashiri?
5. Mzee Kasheshe atampitia Mzee Hamisi saa ngapi?

UFAHAMU

Ahadi za viongozi wa kisiasa katika Afrika ya Mashariki

voters; opposition; rare/ them (things); interview

Siasa za sehemu ya Afrika ya Mashariki huwa zina vitu vingi vya kuchekesha na vya kushangaza. Wanasiasa hujaribu kwa kila namna kuwashawishi **wapigaji kura** juu ya mambo yale mazuri ambayo wamewafanyia na yale ambayo watawafanyia ikiwa watapigiwa kura. Yote haya husemwa wakati inapokuwa wazi kwamba muda wa kuomba nafasi nyingine ya kurudi katika bunge umewadia na kuna **upinzani** mkubwa. Katika hali kama hizi visa vinavyosimuliwa katika makala hii si **nadra** kukumbana **navyo** katika kampeni za wanasiasa wengi.
Katika kisa kifuatacho kuna mkutano wa **mahojiano** baina ya wanasiasa na watangazaji wa habari za magazeti na wa redio.

honourable; defender; party/ ruling

'Leo tuna wageni wawili mashuhuri sana katika vyombo vya habari . Kwanza kabisa ni Bi. Sheila mgombeaji wa kiti cha bunge cha Maringo kwa mara ya kwanza kwa tikiti ya Chama cha Mapambazuko, na kwa upande mwingine kuna **Mheshimiwa** Matata waziri wa siasa za ndani wa sasa na **mtetezi** wa kiti cha ubunge cha Maringo kwa tiketi ya **chama tawala**. Kwa hivyo wote wawili wanagombea kiti cha ubunge cha Maringo mjini Nairobi.

Swali la kwanza linatoka kwa mmoja wa waandishi wa habari za magazeti:

Bi. Sheila, kwa nini unagombea kiti cha ubunge cha Maringo mwaka huu?

Bi. Sheila: Nimeona matatizo ya wakazi wa mji wa Nairobi kwa jumla na kwa hivyo ninataka kuwatetea bungeni.

private

Swali la Pili linatoka kwa mhakiki wa kisiasa wa redio ya **kibinafsi**:

changes

Mheshimiwa Matata, Kwa muda wa miaka mitano sehemu ya Maringo imekuwa na shida za wizi na ukosefu wa maji na mambo mengine ya kimsingi. Kwa nini hukuleta **mabadiliko** kwa wenyeji wa sehemu hii miaka hii yote uliyokuwa bungeni?

Mheshimiwa Matata: Bwana mtangazaji, kila kitu hufanywa kwa hatua. Kwanza nilitaka kuwatetea **wafanya biashara** wengi wa mji huu ambao wanailetea nchi yetu fedha za kigeni. Sasa ndio wakati wa kuleta madadiliko makubwa kwa watu wa Maringo.

businessmen

Swali la tatu linatoka kwa mwandishi wa gazeti la kila siku la Taifa:

Je Bi. Sheila, una jambo la kusema kuhusu jambo hilo?

Bi. Sheila. Ni bahati mbaya kwamba mwenzangu anawatetea watu ambao hawana shida. Mimi ninataka kila mtu apate nafasi ya kuishi vyema, kupata tiba, kunywa maji safi na watoto kupata elimu bora ili wasiweze **kurandaranda** na kuingia katika shughuli za wizi.

to roam

Mheshimiwa Matata: Sidhani wewe utaweza kuyafanya mambo hayo yote. Wewe huna tajiriba. Tuwachie mchezo huu sisi vigogo wa siasa. Kitu muhimu ni kuwafukuza watoto wanaorandaranda kwenda katika kambi ili wasichafue mji wetu.

Swali la Nne linatoka kwa mwandishi wa gazeti la kigeni:

Je, mtafanya nini **kuleta amani** katika eneo hili la Afrika?

to bring peace

Mheshimiwa Matata: Nitamsaidia rais wa chama **kutenga pesa** za kutosha kutuwezesha kuwatembelea viongozi wa nchi nyingine kila wikendi kustarehe na kuwashawishi kustawisha hali ya amani kila wakati.

to set aside

Bi. Sheila: Ni muhimu kuwaheshimu majirani wetu. Ni muhimu pia **kulinda mipaka** yetu na itakuwa muhimu kuwasaidia raia wetu na kushughulikia **maswala yetu ya ndani** bila kuingilia maswala ya nchi nyingine. Sidhani serikali ina pesa za kupoteza kwa anasa za wanasiasa wafisadi na walafi. Na hivi ndivyo **ninavyotofautiana** na mpinzani wangu.

to roam
internal issues
how I differ

Zoezi la Saba: Maswali ya Ufahamu

1. Bi. Sheila anagombea kiti cha Maringo mara ya ngapi na kwa tikiti ipi?
2. Bw. Matata ni waziri wa wizara gani?
3. Ni sababu gani ambayo Bw. Matata anatoa kwa kutoileteа sehemu ya Maringo huduma muhimu?

4. Bi. Sheila anasema ya kwamba aliamua kupigania kiti cha ubunge cha Maringo kwa nini?
5. Kwa maoni yako ni nani kati ya hawa wagombea wa kiti cha ubunge ambaye ana mipango mizuri kwa wakazi wa sehemu ya ubunge ya Maringo? Kwa nini?

Zoezi la Nane: Mjadala

1. **Darasa lote linaweza kugawanywa katika makundi mawili makubwa. Kila upande utakuwa na watu wa kuulizwa maswali na watu wa kuuliza maswali. Pia kutakuwa na mtu wa kuongoza mjadala huu. Watu watatu wawe wagombea viti vya ubunge au umeya. Ulizaneni maswali kuhusu mipango ya kila mgombeaji. Badilisheni nafasi hizo hadi kila mtu apate nafasi ya mgombea kiti.** *(Divide yourselves into two groups. Each group should have people asking questions and those being asked questions. Three people can be asked questions about their plans as candidates for either parliamentary or mayoral positions in an upcoming election. There should also be a moderator. Switch roles until every member has served in every role).*

2. Kutokana na mjadala huu ni nani ambaye ungetaka kumpigia kura na kwa nini?

3. Hawa ni wanasiasa kutoka sehemu mbalimbali za ulimwengu: Afrika, , Ulaya, Amerika Kusini na Bara Asia. Fanya utafiti mdogo juu yao. Ni nini unachokipenda au usichokipenda kuhusu kazi zao za siasa?

Kwame Nkrumah	Fidel Castro
Mahatma Gandhi	Nelson Mandela
Robert Mugabe	Idi Amin Dada
Barrack Obama	Dick Cheney
Martin Luther King	Rose Perrot

MAELEZO YA UTAMADUNI

Maana ya Uhuru/The meaning of Uhuru

Uhuru is a Swahili word which means freedom. For many East Africans, **uhuru** is always associated with bloodshed and loss of lives for many patriots who fought for the freedom of their people from colonialism. In East Africa, especially Tanzania and Kenya, Swahili language was a very important unifying tool for the freedom fighters because it brought together people from different linguistic backgrounds to fight for their freedom.

MSAMIATI

Kiswahili	Kiingereza
bunge	parliament
chama tawala	ruling party
chama	party
chama cha siasa	a political party
kampeni	campaign
kibinafsi	private
kiti	seat e.g., a parliamentary seat
kubashiri	to predict
kugombea kiti	to vie for a seat
kupiga kura	to vote
kura	vote(s)
kurandaranda	to roam, to wander
kuwatetea	to defend them
maendeleo	development
maswala	issue
mbunge	a member of parliament
mheshimiwa	honorable, a title of address, usually of a political figure
mpinzani	opponent
mtetezi	defender
nadra	rare
nchi	country
rais	president
siasa	politics
taifa	nation
tawala	ruling
tiba	treatment
wafisadi	corrupt people
walafi	gluttons
wanabiashara	businessmen
wanasiasa	politicians
waziri	a government minister

Somo la Kumi na Tano
Lesson Fifteen

Madhumuni/Objectives

Topic: Vyombo vya habari/News media
Function: To introduce to the students different forms of news media in Swahili
Grammar: More on the use of successive infinitive verbs; the habitual tense; place names; **-po-** relative marker
Reading: Umuhimu wa Habari and Habari
Cultural notes: Trust as an asset

Picha ya magazeti ya habari za Kiswahili

MONOLOGIA

Umuhimu wa Habari

Karim ni mzee anayeishi kijijini mbali na watoto wake wawili wakubwa wanaofanya kazi mijini. Mtoto wake wa kwanza ni Nyota, binti ambaye ni muuguzi katika Hospitali ya Kitaifa ya Kenyatta huko Nairobi. Mtoto wake wa pili ni wa kiume. Yeye ni Jabali na ni rubani wa Shirika la Ndege la Kenya anayeishi Mombasa, huko pwani ya Kenya. Karim anawapenda sana watoto wake na kila mara hutaka kujua hali zao. Kwa sababu wanaishi mbali naye. Wakati mwingine

cellphone / *letter*

Karim huingiwa na hofu kuhusu hali zao. Sasa Karim ana **simu ya mkononi** na anaweza kuwapigia simu watoto wake wakati wowote, lakini kupiga simu, hasa kwa simu ya mkononi, ni ghali sana. Yeye hutumia simu katika hali ya dharura tu. Anawaandikia wanawe **barua**, lakini barua huchukua muda kabla ya kupokewa na wanawe na wao kumjibu.

newspaper / *news bulletin*

Kwa hivyo Karim hutegemea magazeti na redio kupata habari za sehemu waliko wanawe. Karim huenda sokoni kila siku asubuhi kununua **gazeti** la kila siku. Anapenda sana *Taifa Leo*. *Taifa Leo* ndilo gazeti la Kiswahili linalomilikiwa na Aga Khan, kiongozi wa Waismaili ulimwenguni, huko Kenya. Mengine ni ya Kiingereza nayo ni pamoja na *Daily Nation* na *The East African*. Karim ni mzee ambaye hakusoma sana. Kwa hivyo yeye hununua na kusoma gazeti la Kiswahili. Anaporudi nyumbani anasikiliza **taarifa ya habari** kutoka idhaa ya Kiswahili ya Shirika la Utangazaji la Kenya, yaani KBC(Kenya Broadcasting Cooperation). Kwa hivyo, Karim anatumia vyombo hivi viwili vya habari kupata habari za matukio ulimwenguni na nchini kwa jumla na waliko wanawe hasa.

to listen

Karim ana watoto wengine wadogo nyumbani kijijini, Yusufu na Neema. Wanasoma katika shule za msingi na sekondari.Mkewe, Salima, ni kiongozi kijijini ambapo anasaidia kuanzisha na kustawisha miradi ya maendeleo. Salima na watoto pia wanategemea gazeti la Kiswahili na idhaa ya redio ya Kiswahili kupata habari za kimataifa na za kitaifa. Yusufu hasa anapenda **kusikiliza** matangazo ya kandanda. Salima anategemea redio na gazeti kwa matangazo yoyote ya sera za serikali ambazo huenda zikaathiri miradi yake ya maendeleo.

important tools

Karim na jamaa yake wanafahamu umuhimu wa habari na kwa hivyo wanatumia kila njia kupata habari wanazohitaji. Gazeti na redio ni **vyombo muhimu** vya habari kwa jamaa hii.

Zoezi la Kwanza: Maswali ya Ufahamu

1. Watoto wa Karim wawili wakubwa wanaishi wapi na wanafanya kazi gani?
2. Kwa nini Karim huingiwa na wasiwasi juu ya watoto wake wawili wakubwa?
3. Salima anaishi wapi na anafanya nini?
4. Karim anapenda kusoma gazeti gani?
5. Kwa nini Karim hatumii simu ya mkononi sana?
6. Karim hupataje gazeti lake?

7. Kutokana na habari hii, gazeti la *Taifa Leo* linamilikiwa na nani?
8. Kwa nini Karim anasoma gazeti la Kiswahili?
9. Yusufu anapenda kusikiliza matangazo gani?
10. Salima anategemea redio na magazeti kwa nini?

SARUFI

1. The relative pronoun takes three forms – independent, as a prefix, or as a suffix.

Karim ni mzee ambaye anaishi kijijini. **Karim ni mzee anayeishi kijijini.** **Karim ni mzee aishiye kijijini.**	Karim is an elder who lives in the village.

Note the absence of the tense marker in the verb that uses the suffix form of the relative pronoun.

The suffix form of the relative pronoun is only used with the present tense verb. **-ka-** must be added before the prefix form of the relative pronoun when used with the future tense. The present perfect **-me-** and habitual **hu-** tenses only use the independent form of the relative pronoun.

Gazeti atakalosoma ni zuri.	*The newspaper* **that** *he'll read is good.*
Mtoto atakayecheza ni Zawadi.	*The child* **who** *will play is Zawadi.*

Nitasoma gazeti ambalo umenunua.	*I will read the newspaper* **that** *you have bought.*
Sipendi mambo ambayo Juma hufanya.	*I do not like the things* **that** *Juma does.*

Negative verbs in any tense do not use the suffix relative pronoun and only the present tense negative verb uses the prefix form of the relative pronoun. Otherwise negative verbs rely on the independent relative pronoun. Pay attention to the form of the present tense negative verb that incorporates the suffix relative pronoun.

Niliinunua kalamu ambayo hukuitaka.	*I bought the pen that you did not want.*
Mtoto ambaye hajafika ni Fredi.	*The child who has not yet arrived is Fred.*
Chakula ambacho hawakipendi ni pizza.	*The food* **that** *they do not like is pizza.*
Chakula wasichokipenda ni pizza.	*The food that they do not like is pizza.*
Watanipa shati ambalo sitalipenda.	*They will give me a shirt that I won't like.*

2. When there is a succession of verbs with the same subject and tense, the two features are marked only in the first and the rest follow in their infinitive forms.

Salima alianzisha na kustawisha miradi.	*Salima initiated and developed projects.*

Amenishangaza na kunikasirisha.	*He has surprised and upset me.*
Ninasoma, kufanya kazi na kucheza soka.	*I study, work and play soccer.*
Je, utarudi na kuzungumza leo?	*Will you come back and talk today?*

Negative verbs behave the same way.

3. The habitual "hu-" tense does not take any prefixes except the object marker which follows immediately after the "hu-" tense marker. Consequently, the subject of a verb in the "hu-" tense must be mentioned, at least at the first occurance.

Karim hutegemea magazeti.	*Karim relies on newspapers.*
Yeye hufundisha Chuo Kikuu cha Makerere.	*He teaches at Makerere University.*
Darasa huanza saa saba na robo.	*The class begins at 1:15.*
Antonia huwapenda wanafunzi wacheshi.	*Antonia likes humorous students.*
Sisi hukinunua chakula Jumamosi.	*We buy food on saturday.*
Miwani hunisaidia kuona vizuri.	*Glasses help me to see better.*

Note: Although the **hu-** tense denotes a habitual action, it should be rendered in English with a simple present tense and *usually* need not be added. If the Swahili sentence intends that emphasis or clarity, modifiers such as **kila mara, kwa kawaida…** would be used.

4. Prepositions are not used with place names or locatives in general. Locatives are formed by suffixing **-ni** to a common noun, although nouns that are clearly loan words do not adhere to this grammatical change.

Tunaishi kijijini.	*We live* **in** *the village.*
Wameenda benki.	*They have gone to shool.*

5. The **po-** relative marker refers to either time or place.

Tunacheza ana*po*fanya/afanyapo kazi.	*We play* **where** *he works.* or *We play* **when** *he is working.*
Ruthi alihama ali*po*shindiwa Bush Mzee.	*Ruth relocated from* **where** *Bush Sr. lost.* or *Ruth relocated* **when** *Bush Sr. lost.*

Kitabu kitapotea ataka*po*nunua chai.	*The book will get lost **where** he will buy tea.* or *The book will get lost **when** he will buy tea.*

Zoezi la Pili

1. Tunga sentensi ukitumia semi nyingine mbalimbali zinazotumia **piga**, kwa mfano **-piga hatua, -piga kengele, -piga mswaki**, n.k.

2. Tumia vitenzi vya hali ya **kufany*ia*,** kwa mfano **-andik*ia*,** katika sentensi mbalimali.

3. Tunga sentensi zilizo na zaidi ya kitenzi kimoja ili utumie vitenzi vinavyofuata cha kwanza katika hali ya ***ku*fanya**.

4. Sasa ni wakati wako na mwenzako kuulizana maswali ambayo yatajibiwa na vitenzi vya hali ya ***hu*fanya**.

5. Tunga sentensi inayotumia **-po-** rejeshi ambayo ina maana ya wakati na mahali.

Picha ya redio ndogo

Zoezi la Tatu: Mazungumzo

1. Katika vikundi vya watu wawili wawili, jadilini juu ya maendeleo ya mawasiliano kama simu za mkononi huko Afrika Mashariki na Marekani.

2. Je, ni aina gani nyingine za vyombo vya habari vinavyopatikana huko Afrika Mashariki.

3. Tafuta mifano mbalimbali ya habari na ueleze ni aina gani ya chombo cha habari kilichozitangaza.

4. Kwa kujadiliana katika vikundi vyenu, ni vyombo gani bora zaidi vya habari huko Afrika Mashariki. Toeni sababu zenu.

5. Tafuteni habari zo zote fupi kuhusu Afrika Mashariki na kisha mtafsiri aya moja kwa Kiingereza.

Magazeti ya Afrika Mashariki

MAZUNGUMZO

Gazeti

	Mchuuzi:	Shikamoo, baba?
	Karim:	Marahaba, mwanangu. Habari gani?
	Mchuuzi:	Sijambo. Ndiyo tumeanza siku tuone itatuletea nini, mzee.
	Karim:	Inshallah. Magazeti ya leo yamefika, lakini?
I reserve for you	Mchuuzi:	Bado, lakini ninafikiri yataingia sasa hivi. Inaonekana gari limechelewa kidogo. Sijui kwa nini! Unataka **nikuhifadhie** moja?
	Karim:	Bila shaka, lakini sijui ikiwa ninaweza kusubiri muda mrefu. Nina haraka kidogo leo.
	Mchuuzi:	Haraka ni ya nini, mzee? Kuna jambo?
	Karim:	Ndiyo. Kuna fundi anakuja kunirekebishia kibanda. Nimemtafuta huyo fundi sijui siku ngapi, na

it will be hard		nikimkosa leo tena, basi kumpata tena **itakuwa ngoma**. Kwa hivyo afadhali nirudi nyumbani mara moja.
	Mchuuzi:	Sawa. Ikiwa una haraka na gari la magazeti likiendelea kuchelewa, naweza kukuletea gazeti nyumbani baadaye. Unataka *Taifa* kama kawaida. Sivyo?
a young person	Karim:	Sasa gani lingine, **kijana**? Ya Kiingereza ni ya wasomi. Mimi mzee naweza kusoma Kiswahili tu. *(Baada ya dakika chache)* Basi wacha nipite pale dukani kidogo nikawanunulie watoto sukari.
a pile	Mchuuzi:	Sawa, mzee. Nitakuwekea nakala ya *Taifa. (Ghafla, kwa sauti)* Ndilo hili gari, mzee. Ngoja kidogo. *(Anarudi na* **rundo** *la magazeti)* Nakala yako ndiyo hii, mzee. Wewe muwahi fundi wako. Pesa nitazichukua baadaye.
my child *your right*	Karim:	Nashukuru, **mwanangu**. Nipitie nyumbani baada ya kazi yako nikupe **haki yako.**
I am grateful	Mchuuzi:	**Nashukuru**, mzee. Kwaheri ya kuonana.
	Karim:	Basi, kwaheri

Zoezi la Nne:

Jibu maswali yanayofuata:

1. Kwa nini unafikiri Karim anamwuliza mchuuzi, "Magazeti yamefika?"
2. Mchuuzi anayapata magazeti yake kwa njia gani?
3. Kwa nini Karim ana haraka leo?
4. Kwa nini Karim anaenda dukani?
5. Unafikiri kwa nini mchuuzi hachukui pesa za gazeti kutoka kwa Karim anapompa Karim nakala ya gazeti?

UFAHAMU

Habari

Watu wa Afrika Mashariki wanazipa habari umuhimu mkubwa sana. Tangu nchi za Afrika Mashariki zianze kupigania uhuru kutoka kwa Mwingereza miaka ya hamsini, habari zilikuwa njia muhimu ya kujua yaliyokuwa yakitokea katika sehemu mbalimbali za nchi kuhusu hali ya harakati za kuwania **uhuru** (*independence*). Kabla ya hapo, watu walikuwa wametegemea habari kujua maendeleo ya **matukio** (*incidents*) makuu ulimwenguni kama Vita vya Pili vya Dunia.

Mwanzoni, vyombo muhimu vya habari vilikuwa redio na magazeti. Redio ilikuwa muhimu zaidi kwa sababu matangazo yangewafikia wasikilizaji popote walipokuwa nchini na redio ilikuwa rahisi na jamii nyingi zilikuwa nayo. Hata ambapo kulikuwa na redio moja tu katika eneo kubwa, watu walijikusanya wakati wa vipindi fulani maalum kama **taarifa ya habari**, matangazo ya hotuba ya rais, mchezo wa kandanda au matangazo ya vifo ili kusikiliza redio moja pamoja.

news

Magazeti yanapatikana mijini na kwenye masoko makubwa karibu na barabara kuu, lakini magazeti yana **vipingamizi.** Watu vijijini wanaweza tu kuona na kusoma gazeti wakati wanaposafiri kwenda mahali ambapo magazeti yanauzwa. Pia magazeti ni gharama ya kila siku ambapo si kila mtu anaweza kununua gazeti kila siku. Basi, redio ni **chombo** muhimu sana cha habari ambacho kinawahudumia wengi wa watu.

obstacles

tool

Runinga ni chombo muhimu cha habari pia, lakini zamani ni watu wachache sana, hasa matajiri, ambao walikuwa na runinga. Kwa sababu serikali huru zilitaka habari za shughuli na matangazo ya serikali kuwafikia wananchi wengi ilivyowezekana, serikali zilihakikisha kwamba serikali za miji zilikuwa na majumba ya starehe ambapo watu wangekuja kutazama matangazo ya runinga, hasa vipindi fulani vya habari na matangazo ya michezo.

Miaka ilivyoendelea, idadi ya watu kuongezeka katika nchi za Afrika Mashariki, watu wengi kupata elimu nzuri na kazi, na hali ya kiuchumi ya watu wengi **kuboreka**, redio na runinga zilienea. Runinga ilijiunga na redio na magazeti kuwa chombo muhimu cha habari Afrika Mashariki na sasa jamaa nyingi zina runinga na redio nzuri. Shida ya runinga ni kwamba inahitaji umeme kufanya kazi na ni miji na sehemu chache sana za mashamabani zilizo na umeme. Kwa sababu hii, ni sehemu chache tu ambako watu wanaweza kutumia runinga, ingawa kuna watu sehemu ambazo hazina umeme ambao **wanabuni** njia mpya za **kuzalisha** umeme wao wenyewe na kuweza kutumia runinga. Pia, serikali zimeanzisha miradi ya kupeleka umeme vijijini na hii itawawezesha watu wengi kutumia runinga bila shida.

to improve

they create
to produce

Magazeti, redio na runinga zina sura mbalimbali za habari. Magazeti yanategemea habari na picha za kuchapishwa ambazo zinaweza kusomwa na kuangaliwa na kurudiwa mara nyingi. Kuna aina za habari ambazo zinategemea zaidi sura hii ya habari kama matangazo ya kazi na matangazo ya serikali. Magazeti mengi yanachapishwa mara moja kwa siku. Hii ina maana kwamba magazeti yanaweza tu kuchapisha habari za siku iliyotangulia. Pia kuna magazeti ya kila wiki na kila mwezi. Ingawa zamani kulikuwa na magazeti ya serikali, hasa ya kila wiki au kila mwezi, magazeti mengi yalikuwa mikononi mwa watu au mashirika binafsi. Hali ya Tanzania ilikuwa tofauti kidogo baada ya rais mwasisi, Marehemu Mwalimu Julius Nyerere kutaifisha mashirika na huduma nyingi. Marehemu Nyerere alianzisha mfumo wa kisiasa wa *socialism* **"ujamaa"** baada ya uhuru, na hivyo kuweka shughuli za magazeti mikononi mwa serikali.

Ingawa redio na runinga zote zinategemea sauti, runinga huwaletea watazamaji picha pia. Redio na runinga ni vyombo vizuri vya kutangaza habari zinavyotokea. Lakinii wasikilizaji na watazamaji hawawezi kurudia habari ambazo wangependa kutazama au kusikiliza tena. Kwa muda mrefu baada ya uhuru nchi za Afrika Mashariki zilikuwa na kituo kimoja cha redio na kingine cha runinga ambavyo *they were inherited* **vilimilikiwa** na serikali. Mbali na matangazo ya habari, hivyo vilikuwa vyombo muhimu vya kutangaza matangazo na sera za serikali. Sasa kuna vituo vingi vya redio na runinga Afrika Mashariki (pamoja na Tanzania) vinavyomilikiwa na watu au mashirika binafsi.

Mbali na magazeti, redio na runinga, Mtandao pia umekuwa chombo cha habari kuanzia miaka ya hivi karibuni. Mtandao ni chombo cha habari cha hali ya juu kwa sababu unatumia teknolojia ya kisasa kujumuisha sura za habari za magazeti, redio na runinga.

Zoezi la Tano: Maswali ya Ufahamu

Jibu maswali yanayofuata:

1. Watu wa Afrika Mashariki walijuaje matukio ya sehemu nyingine za nchi au ulimwengu?
2. Watu wanategemea zaidi chombo gani cha habari sehemu za mashambani huko Afrika Mashariki.
3. Kwa nini watu wa mashambani hawasomi magazeti sana?
4. Watu ambao hawana runinga nyumbani kwao mijini wanatazama matangazo ya runinga wapi?
5. Kwa nini redio na runinga zilienea Afrika Mashariki?
6. Kizuizi kikubwa cha watu kuwa na runinga sehemu za mashambani ni nini?
7. Ikiwa mtu anataka kutazama mchezo wa kandanda wakati unapochezwa atategemea chombo gani cha habari?

8. Mwalimu Julius Nyerere alikuwa kiongozi wa nchi gani na alianzisha nchini kwake mfumo gani wa kisiasa?
9. Mfumo aliouanzisha Rais Nyerere nchini kwake ulikuwa na athari gani kwa umilikaji wa magazeti?
10. Ni chombo gani cha habari ambacho kimetokea hivi karibuni?

Zoezi la Sita: Zoezi la Vikundi

1. Katika vikundi vyenu, fanyeni majadiliano juu ya uzuri na ubaya wa kila chombo cha habari kwa watu wa Afrika Mashariki.
2. Ni chombo kipi cha habari ambacho mnakipenda zaidi? Toeni sababu zenu kwa jawabu lenu.
3. Tungeni "kamati" zitakazojadiliana na kupendekeza njia za kuboresha usambazaji wa habari Afrika Mashariki.
4. Mnaweza kujigawa katika vikundi vya watu watatu watatu halafu **muigize**(*act*) utangazaji wa habari kwenye runinga.
5. Kw maoni yenu kuna uzuri gani na ubaya gani kwa vyombo vya habari kumilikiwa na serikali au watu na mashirika binafsi.

MALEZO YA UTAMADUNI
Trust

Personal trust is an important element of many African traditional cultures. When a person makes an undertaking, he is taken on his word and does not need to sign a promissory note or contractual agreement. The word of the elderly is especially valued to the extent that it serves as guarantee in many transactions. The neswpaper vendor in the dialogue above is very sure that he will get his payment from Mzee Karim.

Trust is a major asset for most elederly people who would do everything to ensure that they do not lose it. It is a major blow to an elder to know that he cannot be taken on his word. On the other hand, it is a great honor for major commitments to be made on the strength of a mere word of an elder.

As the world gets smaller and smaller and African societies are exposed to practices of the West through the media and different forms of partnership, and as more and more people take to business tricks for survival, formalized, written agreements are fast becoming standard features of transactions, especially in cities.

MSAMIATI

Kiswahili	Kiingereza
-a kila siku	every day, daily
-a kimataifa	international
-athiri	affect, influence
-changa	young
-chapisha	print
chombo (vy-)	tool, instrument, medium
chombo cha habari	news media
dharura	emergency
-enea	spread, proliferate
fundi (ma-)	person skilled in some trade
fundi wa nyumba	mason
ghafla	suddenly, abruptly
haki ø	right, due
harakati ø	movement, activism
hasa	especially
-hifadhi	preserve, reserve
hofu ø (used only in singular form)	worry
-hudumia	serve
idadi ø	number (amount)
idadi ya watu	population
idhaa ø	broadcasting service
-jumuisha	incorporate
kandanda (cf. soka)	soccer
kibanda (vi-)	barn, store, kiosk
kifo (vi-)	death
kipingamizi (vi-)	obstacle
kituo (vi-)	station, center
-kusanya	collect, gather
kwa jumla	in general, collectively
lundo (ma-)	bundle
mfumo (mi-)	system
-miliki	own
mradi (mi-)	project
msingi (mi-)	foundation, base, principle
shule ya msingi	primary school
mtandao	internet
mwasisi (wa-)	founder
Mwismaili (wa-)	member of the Ismaʿīlī sect of Islam

muuguzi (wa-)	nurse
nakala ø	copy
ngoma	drum, dance, difficult task
-rekabisha	repair, fix
rubani (ma-)	pilot
sera ø	policy
shirika (ma-)	company, organization
simu ya mkononi	mobile telephone
-stawisha develop	develop
-subiri	wait (patiently)
sura ø	features
taarifa ya habari	news bulletin
tangazo (ma-)	broadcast, announcement
-tangulia	precede
tukio (ma-)	event
-tokea	happen
umeme	electricity
-wania	fight for, contest

Somo la Kumi na Sita
Lesson Sixteen

Madhumuni/Objectives

Topic: Utangulizi wa Fasihi ya Kiswahili/Introduction to Swahili literature.
Function: To introduce students to diferent forms of Swahili literature
Grammar: Object markers on verbs; use of object markers with inanimate nouns; prefix relative pronouns; adjectives formed with associative -a with other parts of speech; prepositional forms of verbs ending in consecutive vowels; question tag
Reading: Aina za Riwaya ya Kiswahili and Fasihi ya Kiswahili.

Picha ya vitabu vya aina mbalimbali za fasihi ya Kiswahili

MONOLOGIA

Aina za Riwaya ya Kiswahili

Mimi ni mwanafunzi wa Chuo Kikuu cha Wisconsin, Madison. Ninaisoma fasihi ya Kiswahili katika Idara ya Lugha na Fasihi za Kiafrika. Ninaipenda sana fasihi kwa sababu fasihi ni kioo cha utamaduni wa jamii yoyote. Kuna aina au nyanja mbalimbali za fasihi ya Kiswahili, lakini mimi ninaipenda zaidi **riwaya**. Nimezisoma riwaya za waandishi maarufu mbalimbali wa Kiswahili. Riwaya ya kusisimua zaidi niliyopata kuisoma ni *Rosa Mistika* iliyoandikwa na Euphrase Kezilahabi, **mwanariwaya maarufu** wa Tanzania. Maudhui ya *Rosa Mistika* ni muhimu kwa jamii za kisasa za Kiafrika, kwa sababu yanashughulikia

novel
novelist
famous

challenges	**changamoto** za wazazi waliokulia katika hali za kijamii za zamani kuwalelea watoto katika hali za kijamii za kisasa. Shaaban Robert ni mwanariwaya mwingine wa Tanzania maarufu sana na
he is considered/novel	ambaye **anachukuliwa** kuwa baba wa **riwaya** ya Kiswahili ya
novelists	kisasa. Kuna **wanariwaya** wengine wachanga wengi kutoka nchi mbalimbali za Afrika Mashariki.

	Kuna aina nyingine za fasihi ya Kiswahili pia. Kwa mfano kuna mashairi, tamthilia au michezo ya kuigiza na hadithi fupi. Mashairi labda ndiyo aina ya fasihi ya Kiswahili ya awali zaidi.
were stored	Kwanza **yalihifadhiwa** moyoni na kuimbwa tu. Kisha yaliandikwa kwa hati za Kiarabu, na sasa yanaandikwa kwa hati za Kirumi kufuatia utawala wa kikoloni wa Mzungu huko Afrika
century	Mashariki kuanzia katikati ya **karne** ya kumi na tisa. Kuna mashairi ya miundo mbalimbali na mpaka sasa bado kuna majadiliano makali kuhusu ushairi halisi wa Kiswahili, lakini
I won't deal with that	**sitajishughulisha** na swala hili hapa.

	Sipendi sana tamthilia na hadithi fupi, lakini ni sehemu muhimu za fasihi ya Kiswahili pia. Michezo ya kuigiza inakusudiwa
to be acted out	**kuigizwa** jukwaani ambapo hadithi fupi zinakusudiwa watoto wadogo, kuwatumbuiza na kuwafurahisha bila kuwachosha na hadithi ndefu.

comparative	Ninategemea kuendelea kusoma fasihi **linganishi** kwa shahada za juu, na pakiwa majaliwa, natumai kuwa mwalimu wa fasihi baadaye.

Zoezi la Kwanza: Maswali ya Ufahamu

Jibu maswali yanayofuata:

1. Mzungumzaji anasoma nini?
2. Kwa nini mzungumzaji anaipenda fasihi?
3. Nani aliandika *Rosa Mistika?*
4. Kwa nini maudhui ya *Rosa Mistika* ni muhimu?
5. Kwa nini Shaaban Robert ni mwanariwaya maarufu?
6. Taja aina tatu za fasihi ya Kiswahili.
7. Ni aina gani ya fasihi ya Kiswahili ndiyo ya awali zaidi?
8. Kwa nini mashairi ya Kiswahili yaliandikwa kwa hati za Kirumi?
9. Ni aina gani za riwaya ya Kiswahili ambazo mzungumzaji hazipendi?
10. Mzungumzaji anataka kufanya nini baadaye maishani?

Zoezi la Pili

1. Zungumzia masomo yako, ukieleza sehemu unazopenda zaidi na kwa nini.
2. Zungumzia kazi yoyote ya fasihi ambayo umeisoma katika lugha yoyote.
3. Katika vikundi vya watatu watatu au wanne wanne ulizaneni maswali kuhusu masomo yenu.
4. Tafuteni hadithi ya *Koti Jekundu* Mtandaoni na kuisoma kisha mjadiliane.
5. Mwulizeni mwalimu wenu kuhusu fasihi ya Kiswahili.

SARUFI

Review

1. The relative pronoun takes three forms – independent, as a prefix or as a suffix.

Riwaya *ambayo* ninaipenda ni ya Walibora. **Riwaya nina*yo*ipenda ni ya Walibora.** **Riwaya niipenda*yo* ni ya Walibora.**	The novel that I like is Walibora's.

2. The suffix form of the relative pronoun is only used with the present tense verb. **-ka-** must be added before the prefix form of the relative pronoun when used with the future tense. The **-me-** and habitual **hu-** tenses only use the independent form of the relative pronoun.

Kitabu ataka*cho*soma ni kizuri.	*The book* **that** *he'll read is good.*
Mtoto ataka*ye*cheza ni Zawadi.	*The child* **who** *will play is Zawadi.*
Nitasoma shairi *ambalo* umetunga.	*I will read the poem* **that** *you have composed.*
Sipendi mambo *ambayo* Juma hufanya.	*I do not like the things* **that** *Juma does.*

3. Negative verbs in any tense do not use the suffix relative pronoun and only the present tense negative verb uses the prefix form of the relative pronoun. Otherwise negative verbs rely on the independent relative pronoun. Pay attention to the form of the present tense negative verb that incorporates the suffix relative pronoun.

Niliinunua kalamu *ambayo* hukuitaka.	*I bought the pen* **that** *you did not want.*
Mtoto *ambaye* hajafika ni Fredi.	*The child* **who** *has not yet arrived is Fred.*
Chakula *ambacho* hawakipendi ni pitsa.	*The food* **that** *they do not like is pizza.*
Chakula wasi*cho*kipenda ni pizza.	*The food* **that** *they do not like is pizza.*
Watanipa shati *ambalo* sitalipenda.	*They will give me a shirt* **that** *I won't like.*

4. There are various forms of the adjective. Besides the regular single-word adjective, one of the other most common forms is the combination of associative "-a" with other parts of speech such as nouns, infinitive verbs and adverbs.

Wana mkutano wa fasihi leo.	*They have a* **literary** *conference today.*
Ukoloni wa Mzungu uliifaa Afrika?	*Did* **European** *colonialism benefit Africa?*
Je, mlisoma shairi *la kusisimua?*	*Did you read an* **interesting** *poem?*
Kulea watoto wa *kisasa* ni changamoto.	*Raising* **modern** *children is a challenge.*
Ninaupenda wimbo wa *taifa* wa Uganda.	*I like the Ugandan* **national** *anthem.*

5. When the prepositional form (ending in **-ia** or **-ea**) of the verb is derived from a verb root that ends with consecutive vowels (**-chafua, -fua, -kaa,-kimbia, -lea, -tia, -toa, -zaa…**) the **l** that was initially elided is reintroduced to support the vowels.

Ataka*li*a kiti hiki.	*He/she will sit* **on** *this chair.*
Ulimle*le*a Brian Brazil?	*Did you raise Brian* **in** *Brazil?*
Usinichafu*li*e shati!	*Do not soil my shirt!* (lit. *Do not soil the shirt* **for** *me.)*
Wanafunzi walikimbi*li*a Canada.	*The students fled to Canada.*

6. The Swahili question tag always amounts to *isn't it so?*

Umekipoteza kitabu changu, *sivyo?*	*You have lost my book, haven't you?*
Alwiya ni mwalimu, *sivyo?*	*Alwiya is a teacher, isn't she?*
Hunijui, *sivyo?*	*You do not know me, do you?*
Hilo si swali lako, *sivyo?*	*That is not your question, is it?*

7. **mwana-** is prefixed to many words to indicate a person who is engaged in a particular activity. However, caution has to be exercised when using **mwana-** in this manner because it is not combined with any word.

mwanafasihi	literary person
mwanariwaya	novelist
mwanaanga	astronaut
mwanafunzi	student
mwanaisimu	linguist
mwanamaji	sailor (cf. **jeshi la wanamaji** *navy*)
mwanamichezo	sportsperson
mwanamuziki	musician
mwanasayansi	scientist
mwanasheria	lawyer
mwanasiasa	politician

MAZUNGUMZO

Kitabu cha Maktaba

Msichana na mvulana wanagombana.

	Chiriku:	Kitabu changu kiko wapi?
even	Sulubu:	Huna **hata** salamu, dada?
	Chiriku:	Nijibu kwanza. Kiko wapi?
	Sulubu:	Kwanza, kitabu gani unaulizia?
	Chiriku:	Kitabu changu cha fasihi nilichokuazima juzi.
loan	Sulubu:	*(Akicheka kidogo)* Sasa Chiriku, mimi si mwanafasihi. Ninasoma fizikia. Vipi **ukaniazima** kitabu cha fasihi?
	Chiriku:	*(Akipandwa na hasira)* Sulubu, hivi umekipoteza kitabu changu, sivyo?
	Sulubu:	Sasa nitakipoteza kitabu ambacho hukunipa?
you bring it *your jokes*	Chiriku:	Hicho ni kitabu cha maktaba na afadhali **ukilete** mara moja. Siipendi **mizaha yako**.
remind me	Sulubu:	Basi, hebu **nikumbushe**. Kilikuwa kitabu gani?
	Chiriku:	*Mabepari Mabepari wa Venisi,* mchezo wa kuigiza wa Shakespeare uliotafsiri uliotafsiriwa kwa Kiswahili na
	Sulubu:	Mwalimu Julius Nyerere.
I have it	Chiriku:	Aaah! Hicho? **Ninacho,** lakini sikujua ni cha fasihi?
listen *to seem*	Sulubu:	*(Kwa kejeli)* Aha! Ulifikiri ni cha tiba, sivyo? **Sikiliza**, Chiriku. Wakati mwingine unafanya mambo rahisi **kuonekana** kama vita. Si ungesema *"Mabepari wa Venisi"* tu? Nitakileta kesho, ama ukitaka naweza kukirudisha maktabani tu.
	Chiriku:	*(Kwa kejeli)* Ahsante sana! Unaweza kukirudisha maktabani! Kwani sijui maktaba yaliko? *(Kwa sauti ya kawaida)* Niletee

		hicho kitabu. Bado nakitumia kwa darasa langu la tamthilia.
queen	Sulubu:	*(Kwa utani)* Ni uamuzi wako, **malkia**!
	Chiriku:	*(Akiondoka)* Sitaki mchezo wako. Niletee hicho kitabu kabla hujakipoteza.
	Sulubu:	Sawa, lakini angalau sema, "Kwa heri." Kuna nini siku hizi
civlization		hata **ustaarabu** umesahaulika?

Zoezi la Tatu

Jibu maswali yanayofuata:

1. Unafikiri Chiriku na Sulubu wana uhuasiano wa aina gani?
2. Haya mazungumzo ni ya kawaida? Kwa nini?
3. Kwa nini mazungumzo ya aina hii yanatokea baina ya Chiriku na Sulubu?
4. Unafikiri Sulubu ni mtu wa aina gani? Na Chiriku?
5. Ni mambo gani muhimu ya utamaduni wa wasemaji wa Kiswahili ambayo unafikiri yanakosa katika mazungumzo haya?

UFAHAMU

Fasihi ya Kiswahili

In the beginning — **Mwanzoni** kabisa fasihi ya Kiswahili kwa jumla ilikusudiwa kusimuliwa tu. Kwa mfano, babu au nyanya waliwasimulia wajukuu wao hadithi baada ya chakula cha jioni, mara nyingi wakiwa *they have surrounded* — **wamezingira** na kuota moto. Wajukuu na watoto wengine walisikiliza hadithi kwa makini ili nao waweze kuzisimulia tena baadaye bila kukosea. Hii ndiyo ilikuwa asili ya riwaya ya Kiswahili. Pia watu walisikiliza kwa makini nyimbo zikiimbwa katika sherehe na hali mbalimbali na kuzirudia baadaye bila kukosea. Na hiyo ikawa *origin of poetry* — **asili ya mashairi**. Mara nyingi watu waliigiza hadithi au jambo bila mswada. Hatimaye uwanja huu wa fasihi ya Kiswahili ulistawi na *play* — kuwa **tamthilia** au michezo ya kuigiza tunavyoijua sasa.

Kwa hivyo, nyanja tatu kuu za fasihi ya Kiswahili ni riwaya, *poetry* — **mashairi** na tamthilia, ingawa kuna hadithi fupi ambazo pia hujulikana kama "hekaya." Hizi nyanja tatu zilistawi karibu sambamba ingawa mashairi yalikuwa maarufu zaidi kwa sababu ya misingi yake katika nyimbo ambazo ni sehemu kuu na muhimu ya utamaduni wa jamii nyingi za Kiafrika. Kwa hivyo, mbali na hadithi simulizi, fasihi ya Kiswahili ya zamani zaidi iliyorekodiwa ni mashairi. Mashairi kama *Inkishafi* au yale ya mshairi wa kike Mwana

Kupona yamehifadhiwa tangu kabla ya majio ya ukoloni wa Mzungu. Hayo mashairi asili yalizingatia **arudhi** ya ushairi ambayo ilihusu beti, idadi ya mistari katika kila ubeti, idadi ya mizani katika kila msitari, vina (vya ndani na vya nje), **mikarara**, matumizi ya lugha (yaani msamiati na lugha kubalifu), ruhusa na njia za kubadilisha maneno na **mpangilio** wake ili kumwezesha mshairi kutimiza lengo la utunzi wake. Mshairi aliyefaulu kutunga mashairi, hasa papo kwa papo, **akizingatia arudhi** kikamilifu ndiye aliyetukuzwa kama mshairi hodari. Miundo, mitindo, maudhui na lugha ya mashairi asili ya Kiswahili huonyesha athari za ushairi wa Kiarabu. Sasa kuna washairi wapya ambao wanapinga arudhi ya kijadi kama msingi wa ushairi mzuri, na **wanaamini** kwamba **mashairi guni** au huru ni mashairi makubalifu katika Kiswahili pia.

prosody
refrains
pattern
following prosody
they believe
free verse

Riwaya ya Kiswahili ilianza kuandikwa miaka ya hamsini. Riwaya nyingi za mwanzomwanzo zilikuwa na misingi yake katika hadithi simulizi. Zilihusu hekaya ambamo wanyama walizungumza na kufanya matendo ya kibinadamu. Pia baada ya ukoloni wa Mzungu tunaona riwaya ambazo **zimetoholewa** kutoka zile za waandishi wa Kiingereza. Kwa sababu hii pia kuna riwaya nyingi zilizotafsiriwa kutoka lugha ya Kiingereza. Riwaya za Kiingereza **zilizotafsiriwa** ziliandikwa na Wazungu, Waafrika na wengineo.

have been adopted
which were translated

Ingawa riwaya zilitungwa mwanzo kama sanaa tu, baadaye zilianza kushughulikia mambo mengi katika jamii kulingana na mabadiliko na hali ya kijamii. Kwa hivyo, polepole riwaya zilianza kutumiwa kama chombo cha kuyakosoa maovu ya kijamii na ya kisiasa. Kuna waandishi wengi, hasa huko Kenya, ambao walifungwa baada ya uhuru kwa sababu ya **maandishi** yao ya fasihi ambayo yalichukuliwa na serikali kuwa ya **kisiasa** na yaliyokusudiwa kuwachochea wananchi dhidi ya serikali. Washairi maarufu kama Abdilatif Abdallah na waandishi wa tamthilia kama Alamin Mazrui walitiwa kizuizini kwa sababu hizo pia.

writings
political

Tamthilia ilifuata mkondo wa riwaya, ingawa michezo ya kuigiza haikutungwa kwa wingi kama riwaya. Hata hivyo, tamthilia ni sehemu muhimu ya fasihi ya Kiswahili katika shule na vyuo, na kuna mashindano makubwa ya tamthilia ya kitaifa kila mwaka katika nchi za Afrika mashariki ambako tamthilia za Kiswahii huigizwa pia.

Wanariwaya wa Kiswahili wana maudhui maalum wanayoyashughulikia, hasa ya kijamii na kisiasa. Kutambua maudhui ya mwandishi ni hatua ya kwanza muhimu katika kuelewa kazi yake *themes/ characetrs* kwa jumla. **Maudhui** ya mwandishi huamua aina ya **wahusika** wake ambao ni lazima awajenge kwa njia inayofaa ili kueleza maudhui yake vizuri. Mandhari ya kazi ya fasihi ni muhimu pia ili kuhalalisha maudhui ya mwandishi. Wanafasihi wengi wanategemea lugha na mtindo kuongezea kazi zao nguvu na **kuziboresha**. Kwa mfano, kuna waandishi wa riwaya au tamthilia ambao wanawapa wahusika wao majina ambayo yanaeleza tabia zao.

to make them better

Kazi nyingi za fasihi zinakusudiwa kusomwa katika shule au vyuoni. Ni watu wachache tu wanaosoma fasihi kwa starehe na kwa hivyo ni kazi za fasihi za kipekee zinazosomwa kwa njia hii. Watu wengi hupenda kusoma vitu kama magazeti. Hali hii inaathiri **uchapishaji** wa vitabu Afrika Mashariki pia. Kwa hivyo, ni sawa kusema kwamba fasihi ya Kiswahili bado inakua na **kupanuka**.

publication

to broaden

Zoezi la Nne

Jibu maswali yanayofuata:

1. Fasihi ya Kiswahili ilianza namna gani?
2. Asili ya mashairi ya Kiswahili ni nini?
3. Kwa nini mashairi yalikuwa maarufu?
4. Taja sura tano muhimu katika arudhi ya Kiswahili.
5. Kwa nini waandishi wa fasihi walitiwa kizuizini huko Kenya baada ya uhuru?
6. Wanariwaya wanayashughulikia maudhui aina gani?
7. Kwa nini mwandishi wa riwaya anawajenga wahusika wake kwa njia inayofaa?
8. Waandishi wanategemea nini kuboresha kazi zao?
9. Ni aina gani ya fasihi ya Kiswahili ambayo haikutungwa kwa wingi?
10. Fasihi ya Kiswahili iliathiriwa na fasihi ya lugha gani nyingine?

Zoezi la Tano

1. Jadilini changamoto zinazowakabili waandishi wa fasihi huko Afrika Mashariki.
2. Jadilini ikiwa viongozi wa serikali ya Kenya walikuwa na sababu nzuri za kuwaogopa waandishi wa fasihi.
3. Chagua aya moja kutoka makala yaliyopo hapo juu na kuitafsiri kwa Kiingereza.
4. Jaribu kutunga ubeti mmoja wa shairi linalozingatia arudhi ya kijadi.
5. Linganisha hali ya fasihi Afrika Mashariki na katika nchi yako.

MSAMIATI

Kiswahili	**Kiingereza**
-a kijadi	traditional
-a kipekee	exceptional
-a kisasa	modern
-amua	decide
angalau	at least
arudhi(ø)	prosody
asili	origin
athari (ø)	influence, effect
-azima	lend, borrow
-changa	young, nascent
changamoto (ø)	challenge
-chochea	incite
chombo (vy-)	tool
-chosha (from **-choka**)	tire
dhidi	against
fasihi (ø)	literature
fasihi simulizi	oral literature
guni (in poetry)	imperfect, defective
-halalisha (from halali)	legalize, justify
hati (ø)	script (in orthography)
hatimaye	later (cf. **baadaye**)
hatua (ø)	step
hekaya	folktale
-hifadhi	memorize, preserve
-iga	imitate, ape
-igiza	act, dramatize
kejeli	ridicule
kina (vi-)	rhyme
kioo (vi-)	mirror
kizuizini	detention (indefinite imprisonment without trial)
-kosoa	criticize
-kubalifu	acceptable
kulinagana na	according to
-kusudia	intend
kwa jumla	in general, collectively
-lea	baby-sit, raise
-linganishi	comparative
maarufu	famous

majio (from -kuja)	advent, coming
mandhari (ø)	scene (literary)
maudhui (always in pl. form),	theme
mhusika (wa-)	characters
mizani (ø) (also silabi(ø))	syllable
mjukuu (wa-)	grandchild
mkararo (mi-)	refrain, last line that is repeated in each stanza of poetry
mkondo	course, current
-msimulizi	oral
msingi (mi-)	foundation, principle
mswada (mi-)	script, draft
mtindo (mi-)	style
muundo (mi-)	form, shape
mzaha (mi-)	joke
ovu (a-)	evil
-panuka	expand
papo kwa papo	there and then, spontaneously
riwaya (ø)	prose, novel
sambamba (adj.)	parallel
-shughulika	be busy, be occupied
-shughulikia	address, deal with, handle
-jishughulisha	(pre)occupy oneself, busy oneself
-simulia	narrate
-sisimua	excite, interest
starehe	leisure, pleasure
-stawi	develop, progess, grow
-tambua	identify, recognize
tamthilia	drama
tiba	medicine (as an academic discipline)
-tohoa	adapt
-tukuza	exalt, revere, honor
-tumbuiza	entertain
-tunga	compose
ubeti (ø)	stanza
utamaduni	culture
utani	joke (formalized social pastime within specific limits)
uwanja (n-)	field, area (of interest)
-zingatia	pay attention to, focus on

Appendix A

Swahili Agreement Chart

Noun	Adjectives (good/safe)	(one/two)	Subject	(neg.)	Obj.	-a (of)	Possessive (my)	Demonstratives (this/these)	(that/those)		-pi? (which)	rel. –o	-ote (all)	-enye (possess.)
Mgeni	mzuri mwema	Mmoja	ni- u- a-	si- hu- ha-	ni- ku- m-	wa	wangu	huyu	huyo	yule	yupi	ye	yote	mwenye
Wageni	wazuri wema	Wawili	tu- m- wa-	hatu- ham- hawa-	tu- m- wa-	wa	wangu	hawa	hao	wale	wepi	o	sote nyote wote	wenye
Mkate	Mzuri Mwema	Mmoja	u-	hau-	u-	wa	wangu	huu	huo	ule	upi	o	wote	wenye
Mikate	Mizuri Myema	Miwili	i-	hai-	i-	ya	yangu	hii	hiyo	ile	ipi	yo	yote	yenye
Jina	Zuri Jema	moja	li-	hali-	li-	la	langu	hili	hilo	lile	lipi	lo	lote	lenye
Majina	Mazuri Mema	mawili	ya-	haya-	ya-	ya	yangu	haya	hayo	yale	yapi	yo	yote	yenye
Kitabu	Kizuri Chema	kimoja	ki-	haki-	ki-	cha	changu	hiki	hicho	kile	kipi	cho	chote	chenye
Vitabu	Vizuri Vyema	viwili	vi-	havi-	vi-	vya	vyangu	hivi	hivyo	vile	vipi	vyo	vyote	vyenye
Habari	Nzuri njema		i-	hai-	i-	ya	yangu	hii	hiyo	ile	ipi	yo	yote	yenye
Habari	Nzuri Njema		zi-	hazi-	zi-	za	zangu	hizi	hizo	zile	zipi	zo	zote	zenye
Usiku	Mzuri Mwema		u-	hau-	u-	wa	wangu	huu	huo	ule	upi	o	wote	wenye
Kusoma	Kuzuri Kwema		ku-	haku-	ku-	kwa	kwangu	huku	huko	kule	kupi	ko	kote	kwenye
Mahali	Pazuri Pema		pa-	hapa-	pa-	pa	pangu	hapa	hapo	pale		po	pote	penye
Mjini	Kuzuri Kwema		ku-	haku-	ku-	kwa	kwangu	huku	huko	kule		ko	kote	kwenye
Mwilini	Mzuri mwema		m-	ham-	m-	mwa	mwangu	humu	humo	mle		mo	mwote	mwenye

Appendix B

-PI Question type

Noun Class	*This*	Examples of *this* in sentence	Examples in questions	Translation of the -pi type questions
1	hu**yu**	*Mtoto hu**yu***	Nimwone mtoto **yupi**?	*Which child should I see?*
2	ha**wa**	*Wageni ha**wa***	Tutawaona wazee **wepi**?	*Which old men shall we see?*
3	hu**u**	*Nitanunua hu**u***	Utanunua mti **upi**?	*Which tree will you buy?*
4	Hi**i**	*Nitainunua hi**i***	Ni miti **ipi** unauza?	*Which trees are you selling?*
5	hi**li**	*Analipenda hi**li***	Jina **lipi** alipendalo?	*Which name does he like?*
6	ha**ya**	*Anayapenda ha**ya***	Maneno **yapi** haya?	*Which words are these?*
7	hi**ki**	*Sikitaki hi**ki***	Kenitra anataka kitabu **kipi**?	*Which book does Kenitra want?*
8	hi**vi**	*Sivitaki hi**vi***	Ali unataka vitabu **vipi**?	*Ali, which books do you want?*
9	Hi**i**	*Sitaifua hi**i***	Utavaa nguo **ipi** leo?	*Which dress will you put on today?*
10	hi**zi**	*Sitazifua hi**zi***	Utafua nguo zipi?	*Which clothes will you wash?*
11	hu**u**	*Anaukata hu**u***	Unataka uzi upi?	*Which thread do you want?*
10	hizi	*Anazitaka hi**zi***	Unazitaka zipi?	*Which threads do you want?*
12	*	*	*	*
13	*	*	*	*
14	hu**u**	*Hatuutaki huu*	*Ni ugonjwa upi unaua?*	*Which disease kills?*
15	hu**ku**	*Sikupendi hu**ku***	Tuanze na kupika kupi?	*Which cooking should we begin with?*
16	ha**pa**	*Sipapendi ha**pa***	Ni mahali papi hapa?	*Which place is this?(specific)*
17	hu**ku**	*Siendi hu**ku***	Ni mahali kupi huku?	*Which place is this? (general)*
18	hu**mu**	*Sitarudi hu**mu***	Ni mahali mupi humu?	*Which place is this? (inside)*

Appendix C

Some useful Linguistic terms in Swahili

SWAHILI	ENGLISH
-a udogo	diminutive
-a ukubwa	augmentative
dhamira(ø)	mood
hali timilifu	perfect tense
isimu(ø)	linguistics
kauli ya kutendana	reciprocal
kauli ya kutendesha	causative
kauli ya kutendwa	passive
kiambishi	affix
kiambishiawali	prefix
kiambishindani(vi)	infix
kiambishitamati (vi)	suffix
kielezi(vi)	adverb
kihusishi(vi)	preposition
kionyeshi(vi)	demonstrative
kisawe(vi)	equivalent
kitenzi(vi)	verb
kivumishi(vi)	adjective
kiwakilishi cha nafsi(vi)	personal pronouns
lugha	language
mofu rejeshi	relative morph
msamiatiø)	vocabulary
ngeli	noun class
njeo(ø)	tense
sarufi(ø)	grammar
sentensi	sentence
swali(ma)	questions
ukanushaji	negation
yambwa tendewa	indirect object
yambwa tendwa	direct object
yambwa(ø)	object

ENGLISH	SWAHILI
adjective	kivumishi(vi)
adverb	kielezi(vi)
affix	kiambishi
augmentative	-a ukubwa
causative	kauli ya kutendesha
demonstrative	kionyeshi(vi)
diminutive	-a udogo
direct object	yambwa tendwa
equivalent	kisawe(vi)
grammar	sarufi(ø)
indirect object	yambwa tendewa
infix	kiambishindani(vi)
language	lugha
linguistics	isimu(ø)
mood	dhamira(ø)
negation	ukanushaji
noun class	ngeli
object	yambwa(ø)
passive	kauli ya kutendwa
perfect tense	hali timilifu
personal pronouns	kiwakilishi cha nafsi(vi)
prefix	kiambishiawali
preposition	kihusishi(vi)
questions	swali(ma)
reciprocal	kauli ya kutendana
relative morph	mofu rejeshi
sentence	sentensi
suffix	kiambishitamati (vi)
tense	njeo(ø)
verb	kitenzi(vi)
vocabulary	msamiati(ø)

Appendix D Demonstratives in Swahili

Noun class and example	Translation	Proximity 'this'	Non-proximity 'that'	Reference 'that'
1. Mtoto huyu	This child	huyu	yule	huyo
2. Watoto hawa	These children	hawa	wale	hao
3. Mti huu	This tree	huu	ule	huo
4. Miti hii	These trees	hii	ile	hiyo
5. Jino hili	This tooth	hili	lile	hilo
6. Meno haya	These teeth	haya	yale	hayo
7. Kitabu hiki	This book	hiki	kile	hicho
8. Vitabu hivi	These books	hivi	vile	hivyo
10. Nyumba hii	This house	hii	ile	hiyo
11. Nyumba hizi	These houses	hizi	zile	hizo
10. Ukuta huu	This wall	huu	Ule	huo
10. Kuta hizi	These walls	hizi	zile	hizo
12. * *	* *	* *	* *	* *
13. * *	* *	* *	* *	* *
14. Urembo huu	This beauty	huu	ule	huo
15. Kuimba huku	This singing	huku	kule	huko
16. Mahali hapa	This place(specific)	hapa	pale	hapo
17. Mahali huku	This place (general)	huku	kule	huko
18. Mahali humu	This place (inside)	humu	mule	humo

Note: In this table the demonstratives are illustrated with the proximity demonstrative. For Non-proximity and reference demonstratives the following two sentences can be used.

(a) **Mtoto *yule* anapenda maziwa.** → ***That*** *child likes milk.* (non-proximity)
(b) **Unamkumbuka *yule* mtoto wa Maria.** → *Do you remember* ***that*** *child of Mary?* (reference)

Appendix E

GLOSSARY

KISWAHILI	ENGLISH
A	
-a kijadi	traditional
-a kila siku	daily
-a kimataifa	international
-a kipekee	exceptional
-a kisasa	modern
abiria	passenger/s
acha	leave
ada	fee
afya	health
aidha	also
ajira	employment
ala	instrument
alama	a scar
alijikaza	s/he put in effort, worked hard
ambatana	according, go together
ami	a brother to your father
amini	believe
amsha	cause to wake up
amua	decide
anawafaa	s/he benefits them
angalau	at least
angalifu	careful (adj)
anwani	address
arudhi (ø)	prosody
asili	origin
asilimia	percentage
askari	soldier
athari (ø)	influence, effect
athiri	affect, influence
-azima	lend, borrow
B	
baadaye	later
baadhi	some of, part of

baba mdogo	a younger brother to your father
baba mkubwa	father's older brother
baba mkwe	father in law
baba wa kambo	step father
baba	father
babu	grandfather
bado	still, not yet
bafu	bathroom
bahari	ocean
baina	between (conjunction)
baiskeli	bicycle
baki	remain
balozi	diplomat
bara	mainland, away from the coast
barabara	street, road
barafu	ice
barani	in the continent
baridi	cold
barizi	relax together, sit together in a quite place
barua	letter
basi	bus
bei nafuu	fair price
bei	price
beti	stanza
biashara	business
bibi	grandmother as used mostly in Tanzania and coastal region
bichi	fresh, raw
bidhaa	products
-bidi	force, behoove
bidii	effort, **weka bidii** *put in effort*
binamu	cousin
binti	daughter,
birika	kettle
bonde	valley
bopa	sink
bora	better
bunge	parliament
burudisha	entertain
busara	wisdom

C

chai	tea
chakula	food
chama tawala	ruling party
chama	party, organization
-changa	young, nascent
changamoto (ø)	challenge
changanya	mix
chanzo	beginning
-chapisha	print
-chelewa	be late
chenji	change (n), balance
cheza	dance, play
chezea	play for
chimbuka	arise, originate
-chochea	incite
chombo cha habari	news media
chombo (vy-)	tool, instrument, medium
choo	toilet
-chosha (from **-choka**)	tire
chukua	take
chumba cha maakuli	dining room
chumba cha wageni	guest room
chumvi	salt
chungu nzima	many, a lot, in abundance

D

dada	sister
daima	always
daktari	doctor
dalali	auctioneer, agent
dalili	signs, symptoms
damu	blood
daraja	bridge
darasa	class, grade
dawa	medicine
dereva	driver
desturi	customs
dhani	think, assume
dharura	emergency
dhidi	against
dikteta	dictator

-dimbwi	a small pothole with water, pool of water
dini	religion
dokeza	hint, point out
duka	store like a convenient store

E

elemisha	educate
elewa	understand
elfu	a thousand
elimu	education
embe	mango
enda	go
-enea	spread, proliferate
epuka	avoid, escape
ezeka	thatch

F

-faa	benefit (verb)
fahamiana	know each other
fahamu	be aware of, understand
fasihi (ø)	literature
fasihi simulizi	oral literature
faulu	succeed, qualify
ficha	hide
fikia	reach for example a goal, or a destination
fisadi	corrupt (adj)
friji	refrigerator
fumbo	symbolism
fundi (ma-)	person skilled in some trade
fundi wa kompyuta	computer technician
fundi wa nyumba	mason
fundi wa viatu	shoe maker
funga	close
funika	cover
furahia	be happy with
futiboli	football
fuzu	qualify

G

-gari	car
gauni	gown, dress
ghafla	suddenly, abruptly

ghali	expensive
gharama	cost(s)
ghorofa ya kwanza	first storey/floor
ghorofa	storey house
glakoma	glaucoma
glukolini	glucose
gongana	heat each other
-gumu	hard, difficult
gundua	discover
guni	(in poetry) imperfect, defective

H

habari	news
haiba	beauty, personality
haja	need (n)
haki (ø)	right, due
hakiki	critique (v)
hakikisha	make sure
hakimu	magistrate
-halalisha (from **halali**)	legalize, justify
hali ya hewa	conditions of the atmosphere
hali	condition
hamu	desire, appetite
hangaika	wander, be unsettled
haraka	hurry (adv, n)
harakati (ø)	movement, activism
harambee	fundraising
harara	pimples, rashes
hasa	especially
hasara	loss
hati (ø)	script (in orthography)
hatimaye	later (cf. baadaye)
hatua (ø)	step
hazina	fund, savings
hekaya	folktale
heshimu	respect (v)
-hifadhi	memorize, preserve, reserve
hisi	feel
hitaji	need (v), require
hofia	fear for, **nilihofia usalama wake** *I feared for his safety*
hofu (ø)	(used only in singular form) worry
homa ya manjano	yellow fever

homa ya matumbo	typhoid
homa	fever
huchukua	usually takes
huduma	service(s)
-hudumia	serve
hudumu	serve
huhitaji(v)	needs
hulazimika	is forced to…

I

idadi (ø)	number (amount)
idadi ya watu	population
idara	department
idhaa (ø)	broadcasting service
iga	imitate, emulate e.g., emulate someone's behavior
-igiza	act, dramatize
ikweta	equator
ili	so that
ilibidi	it behooved, it was necessary; **ilibidi niende** *it was necessary I go.*
ilimsikistiha	it saddened her/him
iliwafaa	it benefited them
ingiliana	enjoin, intermingle
isipokuwa	except

J

jadi	traditional
jaidili	discuss
jaji	judge
jamaa	family
jamii	society
jiji	big city, also **mji**
jiko	stove
jikoni	kitchen
jioni	evening
jipake	apply e.g., ointment on yourself
jipu	a boil
-jishughulisha	(pre)occupy oneself, busy oneself
jivunia	be proud of
joto	temperature
jua	know, sun
jumuika	mingle, assemble
-jumuisha	incorporate

jumuiya	community

K

kaanga	fry
kabati	cupboard
kabdhi	constipation
-kabila	ethnic group
kabla	before
kahawa	coffee
kaka	brother, usually older
kali	bitter, harsh
kamari	a game played with bottle tops, or sometimes
kamata	catch
kamba	rope, string
kampeni	campaign
kamwe	not at all
kanda	zone, strip (n)
kandanda	(cf. **soka**) soccer
karakara	passion fruit
karani	clerk
karibu	near, welcome
kaskazini	north
kasoro	less, deficiency
kaswende	syphilis
katani	sisal
kati	middle e.g., **tabaka la kati** *middle class*
katikati	middle, central
kausha(v)	dry
kazi	work, job
kejeli	ridicule
kelele	noise
kera	bother
kesha	stay awake, watch vigil
keti	sit down (subjunctive)
kiafrika	African in character (adj)
kibanda (vi-)	barn, store, kiosk
kibangala	a seven string musical instrument
kibinafsi	private
kichaa	insanity
kichinjio	a butchery, slaughter house
kichocho	bilharzias
kidonda	a wound

kidonge	lump (e.g., **kidonge kwapani** *a lump in the armpit*)
kienyeji	traditional
kifafa	epilepsy
kifedha	financially
kifo (vi-)	death
kifua kikuu	tuberculosis
kifungua mamba	first born
kijadi	traditional, old (adj, adv)
kijijini	in the village
kijiko	spoon
kikohozi	a cough
kikombe	cup
kilabu	club, team
kilele(vi)	peak
kilembwe	great-great-grandchild
kilima	hill
kimataifa	international (adj)
kimbia	run
kimbunga	typhoon, whirlwind
kina (vi-)	rhyme
kinai	be satisfied
kinanda	radiogram
kining'ina	great-great-great-grandchild
kinyozi	barber
kinyume	opposite
kioo (vi-)	mirror
kipindupindu	cholera
kipingamizi (vi-)	obstacle
kisasa	modern (adj)
kisiwa	island
kisonono	gonorrhea
kisukari	diabetes
kisunzi	dizziness
Kiswahili	Kiingereza
kiti	seat (e.g., a parliamentary seat)
kitinda mimba	last born
kitukuu	great-grandchild
kitunguu	onion
kituo cha basi	bus station/stage
kituo (vi-)	station, center
kizazi	generation
kizuizini	detention (indefinite imprisonment without trial)

kodi	rent, tax
kolea	be sufficient, **chumvi imekolea** *the salt is enough*
kondoo	sheep
kosa	miss
kosea	wrong someone, do something wrong
-kosoa	criticize
kriketi	cricket
kua	grow
kubadili	to change
-kubalifu	acceptable
kubashiri	to predict
kuboresha	to improve
kuchunga	look after cattle
kuelewa	to understand
kufagia	to sweep, **Maria alifagia chumba chake** *Maria swept her room.*
kufikiria	to think about
kufura	swelling
kugombea kiti	to vie for a seat
kuhakikisha	to make sure
kuharisha, kuendesha	diarrhea
kuhifadhi	to preserve, to reserve
kuhusu	about, reference
kuishi	to live
kujaribu	to try
kujiandaa	to prepare oneself
kujikuna	to scratch oneself
kujitunza	to take care of oneself
kukata na shoka	a phrase showing the intensity of something
kukera	to bother
kukomaa	to mature, to be ready.
kukufa ganzi	numbness
kukulia	to grow from a place, **nilikulia Marekani** *I grew up in the US*
kukuza	to grow
kulea	to raise a child, to socialize
kulima	to till land
kulingana	according to
kumbukumbu	museum e.g., **jumba la kumbukumbu**
kumbusha	cause someone to remember
kunde	cow peas
kuni	firewood
kununua	to buy
kuogelea	to swim

kuokota	to pick, e.g., **sisi huokota kuni** *we usually pick firewood*
kupalilia	to weed, to cultivate
kupanda	to board a bus, a car
kupapia	to rush into things
kupatana	to patch up
kura	votes, e.g., **piga kura** *vote*
kurandaranda	to roam, to wander
-kusanya	collect, gather
kusanyika	to gather, e.g., **watu wanakusanyika hapa kila siku**
kushoto	left
kushuka	go down in value, to a light from a van, a bus etc
kustarehe	to have fun (noun, **-starehe** *fun*)
-kusudia	intend
kusugua	rub e.g., ointment
kutahiri	to circumcise
kutapika	vomiting
kuteka	to fetch water
kutetereka	a sprain
kutua	to set e.g., **jua lilitua saa kumi na mbili** *the sun set at six*
kutuma	to send
kuumwa na jino	toothache
kuumwa na kichwa	headache
kuumwa na koo	sore throat
kuumwa na tumbo	stomachache
kuvua	to fish
kuwasha	itching
kuwatetea	to defend them
kwa jumla	in general, collectively
kwa kawaida	usually
kwama	get stuck
kwingine	other place, **nitaenda kwingine** *I will go to another place*

L

labda	perhaps, maybe
laghai	corrupt, liar
lalamika	complain
lazima	must
-lea	baby-sit, raise a child, take care of a baby, etc.
lengelenge	blister
leseni	license e.g., drivers license
likizo	vacation, holiday
limbikiza	enrich oneself

limeshapita	it (5) has passed
linda	guard
-linganishi	comparative
linimenti	liniment
lisha	make someone eat, feed someone
lundo (ma-)	bundle

M

maabara	laboratory
maandazi	donuts
maarufu	famous
mababu	grandparents
mabadiliko	changes
mabonde	valleys
machachari	naughty
machafu	dirty
machweo	sunset
maendeleo	development
mafua	cold
mafunzo	teachings, instructions, socialization
mafuriko	floods
magari	cars, vehicles
magharibi	west
mahamri	donuts made out of wheat flour
maharagwe	beans
mahindi(pl)	corn
mahitaji	needs (n)
mahojiano(pl)	interview
maini	liver
maisha	life
majani chai	tea leaves
maji	water
majini	in the water
majio (from **-kuja**)	advent, coming
majukumu	obligations
makamo	age, position
makao	place of residing e.g., **makao makuu** *headquarters*
makazi	residence
makongamano	conferences
maktaba	library
makuti	coconut leaves
mala	sour milk, yoghurt, fermented milk

malalamishi	complaints
malale	sleeping sickness
malaria	malaria
mawele	millet
malezi	socialization, care, e.g., baby care
mali	material wealth
malipo	payment
malishoni	pasture
mama mdogo	a younger sister to your mom
mama mkubwa	an older sister to your mom
mama mkwe	mother in- law
mama wa kambo	step mother
mama	mother
mandhari (ø)	scene (literary)
mapema	early
mapera	guavas
marahaba	a response to a greeting by an elderly person
Mashariki ya Kati	Middle East
mashariki	east
mashindano	competitions
mashua	small boat
maskini	poor (adj)
maswala	issue
matajiri	rich (adj)
matatu	a public service van, used for public transport in Kenya
matumbo	intestines
matumbwitumbwi	mumps
matunda	fruits
maudhui	(always in pl. form), theme
mawaidha	advice
mawe	stones
mawio	sunrise
mazingira	environment
maziwa	milk
mazoezi	exercises
mbalimbali	different, varied
mbao	wooden frame
mbele	in front, ahead of
mbio	races
mbizi	dive (n) **sipendi kupiga mbizi** *I do not like to dive*
mboga	vegetables
mbu	mosquito

mbunge	a member of parliament
mbuzi	goat
mbwa	dog
mchanga	sand
mchele	uncooked rice
mchezaji	player
mchezo	play
mchumba	fiancée
mchuuzi	seller
mchuzi	stew, soup
mdundo	beat
merameta	shine
mfereji	tap
mfumo (mi-)	system
mfungwa	a prisoner
mganga	doctor, both traditional and modern
mgongo	back
mhazili	secretary
mheshimiwa	honorable, a title of address, usually of a political figure
mhubiri	preacher
mhusika (wa-)	characters
mia	a hundred
miadi	appointment
mifugo	animals especially domesticated
mikoani	in the provinces
mikutano	meetings
mila	customs, manners
-miliki (v)	own
milima	mountains
miongoni	among
misingi	foundations
mita	meters
mitihani	exams
miundo	structures
miwa	sugarcane
mizani (also **silabi**) **(ø)**	syllable
mjukuu (wa-)	grandchildren
mjukuu	grand child
mkahawa	restaurant
mkararo (mi-)	refrain, last line that is repeated in each stanza of poetry
mkate	bread
mke mwenza	co-wife

mke nyumbani	housewife
mke	wife
mkoa	province
mkoba	a handbag, suitcase, purse
mkondo	course, current
mkulima	a farmer
mkurugenzi	director
mkutubi	librarian
mlima(mi)	mountain
mlinda lango	goalkeeper
mmea	plant
mmomonyoko	soil erosion
Mola	God
moto	fire
moyo	heart
mpango	plan
mpishi	cook
mpwa	nephew
mradi (mi-)	project
mraibu	an addict of something
mshahara	salary
mshonaji	tailor
msikiti	a mosque
-msimulizi	oral
msingi (mi-)	foundation, base, principle
msondo	a musical instrument
msongamano	human jam, crowd
mswada (mi-)	script, draft
mtaa	street, avenue, neighborhood
mtaalam	specialist, expert
mtandao	internet
mtangazaji	broadcaster/news caster
mteja	customer
mtetezi	defender
mtindo (mi-)	style
mto	river
mtoni	in the river
muarobaini	a tropical tree believed to cure forty different ailments
muda	time, period
muhimu	important
muhogo	cassava
mume	husband

muondoano	elimination, knockout
muuguzi /muuguzi	nurse
muundo (mi-)	form, shape
muundo	structure
muziki	music
mvua	rain
mvuvi	fisherman
mwafaka	appropriate
Mwafrika	an African
mwakani	in the coming year, in the year
mwalimu	teacher
mwanaanga	astronaut
mwanabiashara	businessman
mwanafasihi	literary person
mwanafunzi	student
mwanainjinia	engineer
mwanaisimu	linguist
mwanajeshi	soldier, army man
mwanamaji	sailor (cf. **jeshi la wanamaji** *navy*)
mwanamichezo	sportsperson
mwanamuziki	musician
mwanana	cool breeze
mwanariwaya	novelist
mwanasanaa	artist/e
mwanasayansi	scientist
mwanasheria	lawyer, attorney
mwanasiasa	politician
mwandishi wa habari	journalist
mwasisi (wa-)	founder
mwendo	around, about
mwenzako	colleague, comrade, fellow
mwezi	month
mwili	body
mwimbaji	singer
mwismaili (wa-)	member of the Isma'īlī sect of Islam
muuguzi (wa-)	nurse
mzaha (mi-)	joke
mzio	allergies

N

nadra	rare
nafuu	fair
nahodha	captain
nakala (ø)	copy
nanasi	pineapple
nauli	fare
nazi	coconut
nchi	country
ndege	aircraft
ndicho	is the one 7/8 e.g., **hiki ndicho kiti** *this is the chair*
ndiko	is where
ndiye	s/he is the one (emphatic verb to be)
ndoana	fish hook
ndondi	boxing
ndururu	five cent
nesi	nurse
ng'ambo	abroad
ng'ombe	cow
ngoma	drum, dance, difficult task
ngoma	drum
ngurumo	thunderstorm
nguruwe	pig
nidhamu	discipline
nimechoka	I am tired, exhausted
nimonia (umapafu)	pneumonia
ninashukuru	I am grateful
njugu	groundnuts
nusu	half
nyama	meat
nyando	a geographical zone
nyanya	grandmother as used in most parts of Kenya
nyanya	tomatoes
nyati	buffalo
nyavu	nets (sg. **wavu**)
nyayo	footprints
nyongo	jaundice
nyumba ya chini	one storied house
nyumba ya ghorofa	a story-house

O

onana	see each other
ongeza	add
ovu (ma-)	evil

P

pakana	be on the border with e.g., **Canada inapakana na Marekani**
pakia	pack (v)
palilia	weed
pamoja	together
panchari	puncture
panda	climb, plant, also road intersection (**njia panda**)
-panuka	expand
papo kwa papo	there and then, spontaneously
pasa	suppose, **ninapasa kurudi** *I am supposed to return*
pasaka	Easter
pazia	curtain
penda	love, like
pendekeza	recommend, suggest, propose
penedekezo	a proposal
piga bei	bargain (v)
piga gumzo	chat
pika	cook
pilipili	pepper
pita	pass
ploti	plot
polisi	police
posa	marriage proposal
posta	post office
profesa	professor
pumzika	rest, relax
-pumziko	break, rest (n)
punguza	reduce
pwani	coast

R

radi	lightning
-raibu	addict
rais	president
rangi	color, paint
-rekabisha	repair, fix

remba	be smart
riadha	athletics
ridhika	be satisfied
riwaya (ø)	prose, novel
roho	heart
roshani	balcony
rubani (ma-)	pilot
ruhusu	allow
runinga	television

S

sababisha	cause
safi	clean
saidia	help
saidiana	help each other
sakafu (9/10)	floor
saladi	salad
salama	peaceful
salamu	greetings, regards
salia	remain
samaki	fish
sambaa	spread
sambamba	(adj.) parallel
sambusa	a donut stuffed with beef or vegetables
saratani	cancer
sare	uniform
saruji	cement
saumu	garlic
seng'enge	wire
sera (ø)	policy
seremala	carpenter
serikali	government
shabiki	fan
shahada	degree, diploma
shairi	poem
-shambani	rural setting
shangaza	surprise (v)
shangazi	a sister to your father
sheha	headman, old person, head of-
shemeji	in-law
sherehe	celebration, fete
sherehekea	celebrate

shida	problem
shikamoo	a form of greeting by a young person to a grown up
shilingi	shilling
shindana	compete
shindwa	be defeated
shingo	neck
shirika (ma-)	company, organization
shtua	surprise, sometimes depending on context may mean scare
shughuli	business, activities
-shughulika	be busy, be occupied
-shughulikia	address, deal with, handle
shuka	alight
shukisha	drop off a passenger from a bus or a **matatu**
shule ya msingi	primary school
shuleni	at school
shurua (surua)	measles
sifa	characteristic
sikitisha	sadden
siku ya soko	Market Day
sikulala	I did not sleep
simu ya mkononi	mobile telephone
simu	telephone
-simulia	narrate
sindikiza	escort
-sisimua	excite, interest
soka	soccer
soko	market
sokoni	at the market
somo	study, lesson
songa	move from one point to another
starehe	leisure, pleasure
starehesha	make someone have fun
-stawi	develop, progess, grow
-stawisha	develop
stima	power, electricity
subira	patience
-subiri	wait (patiently)
sufuria	pan, pot
sukari	sugar
sukuma wiki	collard greens
suluhisho	solution
sungura	hare, rabbit

sura (ø)	features
sura	face, complexion

T

taarab	one of the genres of Swahili of music
taarifa ya habari	news bulletin
taarifa	report
tabaka	social class
tabia	manners
tahadhari	watch out, be careful
tahiri	circumcise
taifa	nation
taji	crow, trophy
taka	want
takribn	almost, about
talanta	talent
tamani	admire
-tambua	identify, recognize
tamthilia	drama
tangawizi	ginger
tangazo (ma-)	broadcast, announcement
-tangulia	precede
taraji	expect
tatizo	problem
tazama	watch
tegemea	depend
teleza	slide
tembe	tablets
tetekuanga, tetemaji	chickenpox
tezi la koo	tonsillitis
thamani	value
theluji	snow
thumni	fifty cent
tiba	medicine (as an academic discipline), treatment
tibakemikali	chemotherapy
tilapia	a type of fish
timu	team
timua	remove, uproot, fire someone
tofauti	different
-tohoa	adapt
-tokea	happen
-tope	mud

-tosha	enough
tufani	tornado
tujikinge	guard ourselves
tukio (ma-)	event
-tukuza	exalt, revere, honor
tulivu	relaxed, quiet
-tumbuiza	entertain
tunda	fruit
-tunga	compose
tunza	guard, take care of
tusi	insult, abuse
tweta	a song in which the singers engage in verbal attacks

U

uamuzi	decision
uangalifu	carefulness
ubeti (ø)	stanza
uchumi	economy
udongo	soil
udui (pl.ndui)	smallpox
ufa(noun)	crack
ufuko	beach (**ufukoni** *at the beach*)
ugali	main meal made out of corn, stiff porridge
ugonjwa	sickness, malady, illness
uhai	life
uhitaji	needs (n)
uhusiano	relationship
ujasiri	courage
uji	porridge
ujumbe	message
ukame	drought, dryness
ukarabati	repairs
ukarimu	kindness
UKIMWI	AIDS
ukulima	farming
ukumbi	stage, hall, veranda
ukuzaji	growing (n)
ulimwengu	the universe, the world
uma	bite, ache, hurt (v)
umaarufu	popularity
umanyeto	hysteria
umeme	electricity

umma	public
umri	age
umwa	aching, hurting
unda	construct
ungama	join
upele	scabies, itch, rashes
upeo	limit
upepo mwanana	cool breeze
upepo	wind
urembo	beauty
usafi	hygiene, cleanliness
usafiri	traveling
ushauri	advise
ushindi	championship, victory
ushirikiano	cooperation
usiku wa manane	in the dead of the night
usiku	night
usikubali	do not accept
utabibu	treatment, medication
utabiri	forecast
utafiti	research
utamaduni	culture
utani	joke (formalized social pastime within specific limits)
utapiamlo/unyafuzi	kwashiorkor
utengano	disunity
utingo	a helping person in matatu business, a crew member
uuguzi	nursing profession
uvuvi	fishing
uwanja (n-)	field, airport, **uwanja wa ndege** *airport area (of interest)*
uwezo	ability
uyoga	mushroom
uzalishaji	production of something
uzito	weight

V

viazi	potatoes
vigae(7/8)	tiles
vigeni	new things (adj)
vikapu	baskets
vingirisha	vibrate; shake as in your body when dancing
virusi	viruses
vitoweo	side dish or any dish that goes together with the main meal

viungo	spices
voliboli	volleyball
vua	fish (verb)
vugo	a horn instrument used by women in their dance
vuna	harvest
vunja	break
vyombo	tensils, vessels

W

wafisadi	corrupt
wageni	guests, visitors
wajanja	cunning or sly people
wakala wa usafiri	travel agent
wakala	agent e.g., housing agent
wakazi	residents (sg. **mkazi**)
wakilisha	represent
walafi	gluttons
walaghai	liar, hypocrite
wali	cooked rice
walijitolea	they sacrificed
waliwategemea	they depended on them
wanabiashara	business people
wanasiasa	politicians
-wania	fight for, contest
wanyama	animals
wasiwasi	confusion, unsettledness, worries
watu	people
wazazi	parents
waziri mkuu	prime minister
waziri	minister (government)
weka	put
wenzake	colleagues, fellows
wifi	an in-law usually used among sister in-laws
wikendi	weekend
-wimbi	wave
wimbo	song

Z

zamu	duty
zidia	overwhelm
-zingatia	pay attention to, focus on

zingatia	bear in mind, consider, incorporate
ziwa(ma)	lake
zoea	get used to
zuia	prevent
zunguka	surround

ENGLISH	KISWAHILI
A	
a lot	chungu nzima, -ingi
ability	uwezo
about	kuhusu
about	takribn
abroad	ng'ambo
abruptly	ghafla
abuse (noun)	tusi
acceptable	-kubalifu
according to	kulingana
according	ambatana
ache	uma
aching	umwa
act	-igiza
activism	harakati
activities	shughuli
adapt	-tohoa
add	ngeza
addict	-raibu
address (n)	anwani
address (v)	-shughulikia
admire	tamani
advent	majio
advice	mawaidha, ushauri
advise	shauri(v)
affect	athiri
African in character (adj)	Kiafrika
against	dhidi
age	umri
agent e.g., housing agent	wakala
agent	dalali
AIDS	UKIMWI
aircraft	ndege
alight	shuka
allergies	mzio
allow	Ruhusu
almost	takribn
also	aidha
always	daima
among	miongoni

amount	idadi
an addict of something	mraibu
an in-law usually used among sister in-laws	wifi
an older sister to your mom	mama mkubwa
animals	wanyama
animals especially domesticated	mifugo
appetite	hamu
apply e.g., ointment on yourself	jipake
appointment	miadi
appropriate	mwafaka
area (of interest)	uwanja
arise, originate	chimbuka
around, about	mwendo
artist/e	mwanasanaa
astronaut	mwanaanga
at least	angalau
at school	shuleni
at the market	sokoni
athletics	riadha
attorney	mwanasheria
auctioneer	dalali
avenue	mtaa
avoid	epuka

B

baby care	malezi
babysit, raise	-lea baby-
back	mgongo
balance	chenji
balcony	roshani
barber	kinyozi
bargain (v)	piga bei
barn	kibanda vi-
base	msingi (mi)
baskets	vikapu
bathroom	bafu
be aware of	fahamu
be busy	-shughulika
be defeated	shindwa
be happy with	furahia
be late	-chelewa
be occupied	fahamu

be proud of	jivunia
be satisfied	kinai
be satisfied	ridhika
be smart	remba
be sufficient	kolea
be unsettled	hangaika
beach (ufukoni~at the beach)	ufuko
beans	maharagwe
bear in mind	zingatia
beat	mdundo
beauty	urembo, haiba
before	kabla
beginning	chanzo
behoove	bidi
believe	amini
benefit (v)	-faa
better	bora
between (conjunction)	baina
bicycle	baiskeli
big city (also mji)	jiji
bilharzias	kichocho
bite	uma
bitter	kali
blister	lengelenge
blood	damu
body	mwili
boil	jipu
border (v)	pakana
borrow	-azima
bother	kera
boxing	ndondi
bread	mkate
break (v)	vunja
break, rest (n)	-pumziko
bridge	daraja
broadcast	tangazo ma-
broadcaster/news caster	mtangazaji
broadcasting service	idhaa ø
brother to your father	ami
brother	ndugu
brother: usually older	kaka
buffalo	nyati

bundle	lundo ma-
bus station	kituo cha basi
bus	basi
business people	wafanya biashara; wanabiashara
business	biashara
business	shughuli
businessman	mfanya biashara; mwanabiashara
busy oneself	-jishughulisha

C

cancer	saratani
captain	nahodha
car	-gari
care	malezi
careful (adj)	angalifu
carefulness	uangalifu
carpenter	seremala
cars, vehicles	magari
cassava	muhogo
catch	kamata
cause someone to remember	kumbusha
cause to wake up	amsha
cause	sababisha
celebrate	sherehekea
celebration, fete	Sherehe
cement	Saruji
challenge	changamoto ø
championship	ushindi
change (n): in monetary terms	chenji
changes	mabadiliko
characteristic	sifa
characters	mhusika wa-
chat	piga gumzo
chemotherapy	tibakemikali
chickenpox	tetekuanga, tetemaji
cholera	kipindupindu
circumcise	tahiri
class, grade	darasa
clean	safi
clerk	karani
climb	panda
close	funga

club	kilabu
coast	pwani
coconut leaves	makuti
coconut	nazi
coffee	kahawa
cold	baridi
cold	mafua
collard greens	sukumawiki
colleagues, fellows	wenzake
collect	-kusanya
color	rangi
come together	kusanyika
coming	-majio
public service van	matatu
community	jumuiya
company	shirika ma-
comparative	-linganishi
compete	shindana
competitions	mashindano
complain (v)	lalamika
complaints	malalamishi
complexion	sura
compose	-tunga
computer technician	fundi wa kompyuta
condition	hali
conditions of the atmosphere	hali ya hewa
conferences	makongamano
confusion	wasiwasi
consider	zingatia
constipation	kabdhi
construct	unda
contest	-wania
cook (n)	mpishi
cook (v)	pika
cooked rice	wali
cool breeze	mwanana, upepo
cooperation	ushirikiano
copy	nakala (ø)
corn	mahindi (pl)
corrupt (adj)	fisadi
corrupt	laghai
cost(s)	gharama

cough	kikohozi
courage	ujasiri
course	mkondo
cousin	binamu
cover	funika
cow peas	kunde
cow	ng'ombe
co-wife	mke mwenza
crack	ufa (n)
cricket	kriketi
criticize	-kosoa
critique (v)	hakiki
crown	taji
culture	utamaduni
cunning or sly people	wajanja
cup	kikombe
cupboard	kabati
current	kisasa
curtain	pazia
customer	mteja
customs	desturi, mila

D

dance	ngoma, cheza
daughter,	binti
deal with	shughulikia
death	kifo vi-
decide	amua
decision	uamuzi
defective	guni
deficiency	kasoro
degree, diploma	shahada
department	idara
depend	tegemea
depreciate	kushuka thamani
desire	hamu
detention	kizuizini
develop	-stawi(sha)
diabetes	kisukari
diarrhea	kuharisha, kuendesha
dictator	dikteta
different	mbalimbali, tofauti

dining room	chumba cha maakuli
diplomat	balozi
director	mkurugenzi
dirty	machafu
discipline	nidhamu
discover	gundua
discuss	jadili
disunity	utengano
dive (n)	mbizi
dizziness	kisunzi
do not accept	usikubali
doctor, both traditional and modern	mganga
doctor	daktari
dog	mbwa
a donut stuffed with beef or vegetables	sambusa
donuts made out of wheat flour	mahamri
donuts	mandazi
drama	tamthilia
dramatize	-igiza
driver	dereva
drop off a passenger from a bus or a matatu	shukisha
drought, dryness	ukame
drum	ngoma
dry	kausha (v)
duty	zamu

E

early	mapema
east	mashariki
Easter	pasaka
economy	uchumi
educate	elemisha
education	elimu
effort	bidii
electricity	umeme
elimination	muondoano
emergency	dharura
employment	ajira
emulate, e.g., emulate someone's behavior	iga
engineer	mhandisi
enjoin	ingiliana
enough	-tosha

enrich oneself	limbikiza
entertain	burudisha, -tumbuiza
environment	mazingira
epilepsy	kifafa
equator	ikweta
escape	epuka
escort	sindikiza
especially	hasa
ethnic group	-kabila
evening	jioni
event	tukio ma-
eventually	hatimaye
evil	ovu ma-
exalt	-tukuza
exams	mitihani
except	isipokuwa
exceptional	-a kipekee
excite	-sisimua
exercises	mazoezi
expand	-panuka
expect	taraji
expensive	ghali

F

face	sura
fair price	bei nafuu
fair	nafuu
family	jamaa
famous	maarufu
fan	shabiki
fare	nauli
farmer	mkulima
farming	ukulima
father in law	baba mkwe
father	baba
father's older brother	baba mkubwa
fear for: nilihofia usalama wake	hofia
features	sura (ø)
fee	ada
feed someone	lisha
feel	hisi
fellows	wenzake

fermented milk	mala
fete	sherehe
fever	homa
fiancée	mchumba
field	uwanja n-
fifty cent	thumni
fight for	-wania
financially	kifedha
fire	moto
firewood	kuni
first born	kifungua mamba
first storey/floor	ghorofa ya kwanza
fish (v)	vua
fish hook	ndoana
fish (n)	samaki
fisherman	mvuvi
fishing	uvuvi
five cent	ndururu
floods	mafuriko
floor	sakafu (9/10)
focus on	zingatia
folktale	hekaya
food	chakula
football	futiboli
footprints	nyayo
force	-bidi
forecast	utabiri
form	muundo mi-
a form of greeting	shikamoo
foundation	msingi mi-
foundations	misingi
founder	mwasisi wa-
fresh	-bichi
fruit	tunda
fruits	matunda
fry	kaanga
fund, savings	hazina
fundraising	harambee

G

garlic	saumu
gather	-kusanya

a game played with bottle tops, or sometimes	kamari
generation	kizazi
geographical zone	nyando
get busy with	shughulikia
get stuck	kwama
get used to	zoea
ginger	tangawizi
glaucoma	glakoma
glucose	glukolini
go together	ambatana
go	enda
goalkeeper	mlinda lango
goat	mbuzi
God	mola
gonorrhea	kisonono
government	serikali
gown, dress	gauni
grand child	mjukuu
grandchildren	mjukuu wa-
grandfather	babu
grandmother	bibi
grandmother (Kenya)	nyanya
grandparents; ancestors	mababu
great-grandchild	kitukuu
great-great-grandchild	kilembwe
great-great-great-grandchild	kining'ina
greetings	salamu
groundnuts	njugu
grow	kua
growing (n)	ukuzaji
guard ourselves	tujikinge
guard	linda
guard	tunza
guavas	mapera
Guest room	chumba cha wageni
guests	wageni

H

half	nusu
hall	ukumbi
a handbag, suitcase, purse	Mkoba
handle	shughulikia

happen	-tokea
hard, difficult	-gumu
hare, rabbit	sungura
harsh	kali
harvest	vuna
headache	kuumwa na kichwa
headman, old person, head of-	sheha
headquarters	makao makuu
health	afya
heart	moyo
heart, spirit	roho
help each other	saidiana
help	saidia
a helping person in matatu business	utingo
hide	ficha
hill	kilima
hint, point out	dokeza
hit each other	gongana
holiday	likizo
a horn instrument used by women in their dance	vugo
housewife	mke nyumbani
hurry (adv, n)	haraka
hurt (v)	uma
hurting	umwa
a hundred	mia
husband	mume
hygiene, cleanliness	usafi
hysteria	umanyeto

I

I am grateful	ninashukuru
I am tired, exhausted	nimechoka
I did not sleep	sikulala
ice	barafu
identify, recognize	-tambua
imitate	iga
imperfect	guni
important	muhimu
in abundance	chungu nzima
in front, ahead of	mbele
in general, collectively	kwa jumla
in the coming year, in the year	mwakani

in the continent	barani
in the provinces	mikoani
in the river	mtoni
in the village	kijijini
in the water	majini
incite	-chochea
incorporate	-jumuisha
incorporate	zingatia
influence	athiri
influence, effect (n)	athari (ø)
in-law	shemeji
insanity	kichaa
instructions	mafunzo
instructions, socialization	mafunzo
instrument	ala
instrument	kifaa, chombo
intend	-kusudia
interest	sisimua
intermingle	ingiliana
international (adj)	kimataifa
international	-a kimataifa
internet	mtandao
intestines	matumbo
is forced to…	hulazimika
is the one 7/8	ndicho
is where	ndiko
island	kisiwa
it behooved	ilibidi
it benefited them	iliwafaa
it has passed (5)	limeshapita
it saddened her/him	ilimsikistiha
itch	upele
itching	kuwasha

J

jam	msongamano
jaundice	nyongo
job	kazi
join	ungama
joke	mzaha (mi-); utani
journalist	mwandishi wa habari
judge	jaji

justify	-halalisha

K

kettle	birika
Kiingereza	Kiswahili
kindness	ukarimu
kiosk	kibanda
kitchen	jikoni
knockout	muondoano
know each other	fahamiana
know	jua
kwashiorkor	utapiamlo; unyafuzi

L

laboratory	maabara
lake	ziwa(ma)
last born	kitinda mamba
later (cf. *baadaye*)	hatimaye
later	baadaye
lawyer	mwanasheria
leave	acha
left	kushoto
legalize	-halalisha
leisure	starehe
lend,	-azima
less	kasoro
lesson	somo
letter	barua
liar, hypocrite	walaghai
liar	muongo
librarian	mkutubi
library	maktaba
license e.g., driver's license	leseni
life	maisha, uhai
lightning	adi
limit	upeo
linguist	mwanaisimu
liniment	linimenti
literary person	mwanafasihi
literature	fasihi (ø)
liver	maini
look after cattle	kuchunga

loss	hasara
love, like	penda
lump	kidonge

M

magistrate	hakimu
cornmeal	ugali
mainland	bara
make someone have fun	starehesha
make sure	hakikisha
malaria	malaria
mango	embe
manners	tabia
many	chungu nzima
Market Day	siku ya soko
market	soko
marriage proposal	posa
mason	fundi wa nyumba
material wealth	mali
measles	shurua
meat	Nyama
medication	utabibu
medicine	dawa
medium	chombo; kifaa
meetings	mikutano
member of the Isma'īlī sect of Islam	mwismaili (wa-)
memorize	-hifadhi
message	ujumbe
meter	mita
middle e.g., *tabaka la kati* **middle class**	kati
Middle East	Mashariki ya Kati
middle, central	katikati
midnight	usiku wa manane
milk	maziwa
millet	mawele
mingle, assemble	jumuika
minister (government)	waziri
mirror	kioo (vi-)
miss	kosa
mix	changanya
mobile telephone	simu ya mkononi
modern	-a kisasa

modern (adj)	kisasa
mom	mama
month	mwezi
mosque	msikiti
mosquito	mbu
mother in- law	mama mkwe
mother	mama
mountain	mlima (mi)
mountains	milima
move from one point to another	songa
movement	harakati (ø)
mud	-tope
mumps	matumbwitumbwi
museum	kumbukumbu
mushroom	uyoga
music	muziki
a musical instrument	msondo
musician	mwanamuziki
must	lazima

N

narrate, say a story	simulia
nascent	-changa
naughty	machachari
near, welcome	karibu
neck	shingo
need (v)	hitaji
need (n)	haja
needs (n)	mahitaji, uhitaji
needs	huhitaji(v)
neighborhood	mtaa
nephew	mpwa
nets	nyavu (sg. wavu)
new things (adj)	vigeni
news bulletin	taarifa ya habari
news media	chombo cha habari
news	habari
niece	mpwa
night	usiku
noise	kelele
north	kaskazini
not at all	kamwe

novelist	mwanariwaya
number (amount)	idadi (ø)
numbness	kukufa ganzi
nurse	muuguzi (wa-); mwuguzi; nesi
nursing profession	uuguzi

O

obligations	majukumu
obstacle	kipingamizi (vi-)
ocean	bahari
old (adj, adv)	kijadi
one of the genres of Swahili music	taarab
one story house	nyumba ya chini
onion	kitunguu
opposite	kinyume
oral literature	fasihi simulizi
oral	-msimulizi
organization	chama; shirika, kundi
origin	asili
other place e..g, go to another place	kwingine
overwhelm	zidia
own	-miliki (v)

P

pack (v)	pakia
paint	rangi
pan, pot	sufuria
parallel	sambamba
parents	wazazi
party	chama
pass	pita
passenger/s	abiria
passion fruit	karakara
pasture	malishoni
patience	subira
pay attention to	-zingatia
payment	malipo
peaceful	salama
peak	kilele (vi)
people	watu
pepper	pilipili
percentage	asilimia

perhaps, maybe	labda
person skilled in some trade	fundi (ma-)
personality	haiba
pig but nyama ya nguruwe i.e. pork	nguruwe
pilot	rubani (ma-)
pimples, rashes	harara
pineapple	nanasi
plan	mpango
plant (n)	mmea
plant (v)	panda
play for	chezea
play (n)	mchezo
play (v)	cheza
player	mchezaji
pleasure	starehe
plot	ploti
pneumonia	nimonia (umapafu)
poem	shairi
police	polisi
policy	sera (ø)
politician	mwanasiasa
pool of water	-dimbwi
poor (adj)	maskini
popularity	umaarufu
population	idadi ya watu
porridge	uji
position	makamo
post office	posta
potatoes	viazi
power	stima
pre-occupy oneself	-jishughulisha
preacher	mhubiri
precede	-tangulia
preserve	-hifadhi
prevent	zuia
price	bei
primary school	shule ya msingi
prime minister	waziri mkuu
principle	msingi mi-
print	-chapisha
a prisoner	mfungwa
problem	shida, tatizo

production of something	uzalishaji
products	bidhaa
professor	profesa
project	mradi (mi-)
a proposal	penedekezo
propose	pendekeza
prose, novel	riwaya (ø)
prosody	arudhi (ø)
province	mkoa
public	umma
puncture	panchari
put	weka

Q

qualify	fuzu
quiet	nyamavu, tulivu

R

races	mbio
radiogram	kinanda
rain	mvua
raise a child, etc.	lea
rashes	upele
raw	-bichi
reach for example a goal, or a destination	fikia
recommend	pendekeza
reduce	punguza
reference	kuhusu
refrain (n)	mkararo (mi-)
refrigerator	friji
regards	salamu
relationship	uhusiano
relax together	barizi
relaxed	tulivu
religion	dini
remain	baki, salia
remove	timua
rent, tax	kodi
repair, fix	-rekabisha
repairs	ukarabati
report	taarifa
represent	wakilisha

require	hitaji
research	utafiti
reserve	-hifadhi
residence	makazi
residents	mkazi (sg) wakazi (pl)
respect (v)	heshimu
a response to a greeting by an elderly person	marahaba
rest, relax	pumzika
restaurant	mkahawa
revere	tukuza
rhyme	kina vi-
rich (adj)	matajiri
ridicule	kejeli
right, due	haki (ø)
river	mto
road	barabara
rope	kamba
rub e.g., ointment	kusugua
run	kimbia
rural setting	-shambani

S

s/he benefits them	anawafaa
s/he is the one (emphatic verb to be)	ndiye
s/he put in effort, worked hard	alijikaza
sadden	sikitisha
sailor (cf. *jeshi la wanamaji* **navy)**	mwanamaji
salad	saladi
salary	mshahara
salt	chumvi
sand	uchanga
scabies	upele
a scar	alama
scene (literary)	mandhari(ø)
scientist	mwanasayansi
script (in orthography)	hati (ø)
script, draft	mswada (mi-)
secretary	mhazili
see each other	onana
seller	mchuuzi
serve (v)	hudumu
serve (for)	-hudumia

service (s)	huduma
shape	muundo
sheep	kondoo
shift	zamu
shilling	shilingi
shine	merameta
shoe maker	fundi wa viatu
sickness, illness	ugonjwa
side dish that goes together with the main meal	kitoweo (vi)
signs, symptoms	dalili
singer	mwimbaji
sink	bopa
sisal	katani
sister	dada
a sister to your father	shangazi
sit down (subjunctive)	keti
sit together in a quiet place	barizi
size	idadi
slaughter house	kichinjio
sleeping sickness	malale
slide	teleza
small boat	mashua
smallpox	udui (pl. ndui)
snow	theluji
so that	ili
soccer	kandanda, soka
social class	tabaka
socialization, e.g., baby care	malezi
society	jamii
soil erosion	mmomonyoko
soil	udongo
soldier	askari
soldier, army man	mwanajeshi
solution	suluhisho
some of, part of	baadhi
son	mtoto wa kiume katika familia
song	wimbo
sore throat	kuumwa na koo
sour milk,	mala
specialist, expert	mtaalam
spices	viungo
spontaneously	papo kwa papo

spoon	kijiko
sportsperson	mwanamichezo
spread	sambaa
spread, proliferate	-enea
stage	kituo cha basi
stage	ukumbi
stanza	beti
stanza	ubeti (ø)
station, center	kituo (vi-)
stay awake	kesha
step father	baba wa kambo
step mother	mama wa kambo
step	hatua (ø)
stew, soup	mchuzi
still, not yet	bado
stomachache	kuumwa na tumbo
stones	mawe
store	duka
store	kibanda
a story-house	nyumba ya ghorofa
stove	jiko
street	mtaa
string	ukamba, kamba
strip (n)	kanda
structure	muundo
structures	miundo
student	mwanafunzi
style	mtindo (mi-)
succeed, qualify	faulu
suddenly	ghafla
sugar	sukari
sugarcane	miwa
suggest	pendekeza
sun	jua
sunrise	mawio
sunset	machweo
suppose	pasa
surprise	shtua
surprise (v)	shangaza
surround	zunguka
swelling	kufura
syllable	mizani (ø)

symbolism	fumbo
syphilis	kaswende
system	mfumo (mi-)

T

take care of oneself	kujitunza
tablets	tembe
tailor	mshonaji
take care of	lea
take care of	tunza
take	chukua
talent	talanta
tap	mfereji
tea leaves	majani chai
tea	chai
teacher	mwalimu
teachings	mafunzo
team	kilabu, timu
telephone	simu
television	runinga
temperature	joto
tensils, vessels	vyombo
thatch	ezeka
the world	ulimwengu
theme	maudhui
there and then	papo kwa papo
they depended on them	waliwategemea
they sacrificed	walijitolea
think, assume	dhani
a thousand	elfu
thunderstorm	ngurumo
tiles	vigae (7/8)
time, period	muda
tire	-chosha
to board a bus, a car	kupanda
to bother	kukera
to buy	kununua
to change	kubadili
to circumcise	kutahiri
to fetch water	kuteka
to fish	kuvua
to gather	kusanyika

to grow from a place	kukulia
to grow	kukuza
to have fun (n *-starehe* **fun)**	kustarehe
to improve	kuboresha
to live	kuishi
to make sure	kuhakikisha
to mature	kukomaa
to patch up	kupatana
to pick	kuokota
to prepare oneself	kujiandaa
to preserve, to reserve	kuhifadhi
to raise a child	kulea
to rush into things	kupapia
to scratch oneself	kujikuna
to send	kutuma
to set e.g., the sun set at six	kutua
to sprain	kutetereka
to sweep	kufagia
to swim	kuogelea
to think about	kufikiria
to till land	kulima
to try	kujaribu
to understand	kuelewa
to weed, to cultivate	kupalilia
together	pamoja
toilet	choo
tomatoes	nyanya
tonsillitis	tezi la koo
tool	chombo (vy-)
toothache	kuumwa na jino
tornado	tufani
traditional	jadi, kienyeji, kijadi
travel agent	wakala wa usafiri
traveling	usafiri
treatment	utabibu
trophy	taji, kikombe kinachoshindaniwa
tuberculosis	kifua kikuu
a type of fish	tilapia
typhoid	homa ya matumbo
typhoon, whirlwind	kimbunga

U

uncooked rice	mchele
understand	elewa, fahamu
uniform	sare
universe	ulimwengu
unsettledness	wasiwasi
usually takes	huchukua
usually	kwa kawaida

V

vacation	likizo
valley	bonde
value	thamani
varied	mbalimbali, tofauti
vegetables	mboga
vibrate; shake (as in your body when dancing)	vingirisha
victory	ushindi
viruses	virusi
visitors	wageni
volleyball	voliboli
vomiting	kutapika
votes, e.g., *piga kura* **vote**	ura

W

wait (patiently)	-subiri
wait (v)	subiri
wander	hangaika
want	taka
watch out	tahadhari
watch vigil	kesha
watch	tazama
water	maji
wave	-wimbi
weed	palilia
week	juma, wiki
weekend	wikendi
weight	uzito
west	magharibi
wife	mke
wind	upepo
wire	Seng'enge
wisdom	busara

wonder tree	muarobaini
wooden frame	mbao
work	kazi
worries (n)	wasiwasi
worry	hofu (ø)
a wound	kidonda
wrong someone	kosea

Y

yellow fever	homa ya manjano
yoghurt	maziwa lala
young	-changa
younger brother to your father	baba mdogo
younger sister to your mom	mama mdogo

Z

zone	kanda

Appendix F

Grammatical Index

A of association, 20, 164, 166
Adjectives, 17, 19, 20, 22, 225
Adverbs, 19, 22, 228
Conditional tenses:
    The hypothetical **NGE** and **NGALI**, 20
Emphatic constructions in using pronouns and verb *to be,* 70
Expletive *There is*, 67, 70
Imperatives in Swahili, 95
Locatives:
    -mo, 51, 54, 55
    -ko, 51, 54, 55
    -ni, 191, 193, 194, 214
    -ni on nouns, 193
    -ni on verbs, 194
Noun class in Swahili with special reference to:
    Abstract nouns, 175, 177, 178
Object markers, 1, 5, 6, 81, 83, 84, 141, 214, 223
Quantifiers:
    Expressing Each /Every, 35, 38
Questioning in Swahili:
    Wh- questions words and formation, 69
    Yes/No questions, 69
Relative clauses:
    Amba construction, 36, 38
    -o of reference, 37 - 39
Subjunctive moods, 95, 96
Tenses:
    Future, 4, 7, 70, 213, 225
    Past, 4, 5, 7, 70
    -po, 54, 55, 211, 215
    Present, 3, 7, 141, 213, 214, 225
    Habitual, 7, 141, 213, 214, 225
Verbal extensions:
    -an reciprocal extension, 18, 127, 29
    Applicative, passive, 83, 84, 112 - 114
    -sh causative extension, 153